கண்ணாடிச் சொற்கள்

கண்ணாடிச் சொற்கள்

ஜி. குப்புசாமி (பி. 1962)

அயல் மொழி இலக்கிய மொழிபெயர்ப்பில் ஈடுபட்டுவரும் இவர் முக்கியமான சமகால எழுத்தாளர்கள் பலரின் எழுத்துக்களைத் தொடர்ந்து தமிழாக்கம் செய்துவருகிறார்.

'என் பெயர் சிவப்பு' மொழிபெயர்ப்புக்காக கனடா இலக்கியத் தோட்ட விருதும், எஸ்.ஆர்.எம். பல்கலைக் கழகத்தின் தமிழ்ப் பேராய விருதும் (2012) பெற்றுள்ளார். 'கடல்' நாவல் மொழிபெயர்ப்புக்காக அயர்லாந்து அரசின் இலக்கிய நல்கையும் 2018ஆம் ஆண்டிற்கான தமிழக அரசின் சிறந்த மொழிபெயர்ப்பாளர் விருதையும் பெற்றுள்ளார்.

முகவரி : 74/26, பிள்ளையார் கோவில் தெரு
ஆரணிப் பாளையம், ஆரணி
திருவண்ணாமலை மாவட்டம் 632 301

தொலைபேசி : 97915 61654, 94433 05456

மின்னஞ்சல் : gkuppuswamy62@yahoo.com

ஆசிரியரின் காலச்சுவடு பிற மொழிபெயர்ப்பு நூல்கள்

- என் பெயர் சிவப்பு (2009) (உலக கிளாசிக் நாவல்)
- கடல் (2010) (உலக கிளாசிக் நாவல்)
- பனி (2013) (உலக கிளாசிக் நாவல்)
- இஸ்தான்புல் (2014) (உலக கிளாசிக் நாவல்)
- வெண்ணிறக் கோட்டை (2015) (உலக கிளாசிக் நாவல்)
- உடைந்த குடை (2017) (உலக கிளாசிக் நாவல்)
- சின்ன விஷயங்களின் கடவுள் (2012) (நாவல்)
- பெருமகிழ்வின் பேரவை (2021) (நாவல்)
- ஆஸாதி (2022) (கட்டுரை)

ஜி. குப்புசாமி

கண்ணாடிச் சொற்கள்

காலச்சுவடு பதிப்பகம்

அன்பார்ந்த வாசகருக்கு,
வணக்கம்.

காலச்சுவடு நூலை வாங்கியமைக்கு நன்றி.

நூலின் உள்ளடக்கம், உருவாக்கம், அட்டைப்படம் இன்ன பிற அம்சங்கள் பற்றிய உங்கள் கருத்துகளையும் ஆலோசனைகளையும் காலச்சுவடு வரவேற்கிறது. தகவல், எழுத்து, வாக்கியப் பிழைகள் தென்பட்டால் கட்டாயம் தெரிவித்து உதவுங்கள். நூல் தயாரிப்பில் கடும் குறைபாடு இருப்பின் மாற்றுப் பிரதி உங்களுக்குக் கிடைக்கக் காலச்சுவடு ஏற்பாடு செய்யும்.

மின்னஞ்சல்: publisher@kalachuvadu.com

காலச்சுவடு நாகர்கோவில் தலைமையகத்துக்கும் கடிதம் அனுப்பலாம்.

தங்கள்
எஸ்.ஆர். சுந்தரம் (கண்ணன்)
பதிப்பாளர் – நிர்வாக இயக்குநர்

கண்ணாடிச் சொற்கள் ♦ கட்டுரைகள் ♦ ஆசிரியர்: ஜி. குப்புசாமி ♦ © ஜி. குப்புசாமி ♦ முதல் பதிப்பு: டிசம்பர் 2022 ♦ வெளியீடு: காலச்சுவடு, 669, கே.பி. சாலை, நாகர்கோவில் 629001

காலச்சுவடு பதிப்பக வெளியீடு: 1127

kaNNaaTic coRkaL ♦ Essays ♦ Author: G. Kuppuswamy ♦ © G. Kuppuswamy ♦ Language: Tamil ♦ First Edition: December 2022 ♦ Size: Demy 1x8 ♦ Paper: 18.6 kg maplitho ♦ Pages: 192

Published by Kalachuvadu, 669, K.P. Road, Nagercoil 629001, India ♦ Phone: 91-4652-278525 ♦ e-mail: publications@kalachuvadu.com ♦ Printed at Mani Offset, Chennai 600077

ISBN: 978-93-5523-254-0

மொழிபெயர்ப்புகளை மட்டும் செய்துகொண்டிருக்காதே,
நீ வாசித்த புத்தகங்கள், எழுத்தாளர்களைப் பற்றி
கட்டுரைகள் எழுது என்று ஒவ்வொரு மாதமும்
தனது *அம்ருதா* இதழுக்காக எழுதவைத்து என்னைக்
கட்டுரையாளராக மாற்றிய
எழுத்தாளர் ஜி. திலகவதி அவர்களுக்கு.

பொருளடக்கம்

முன்னுரை	11

பகுதி 1

1. உதாரண கர்மயோகி, உன்னதக் கலைஞன்	15
2. பலிபீடங்களில் பிழை திருத்திக்கொள்ளும் சரித்திரங்கள்	23
3. அபத்தங்களும் அற்புதங்களுமாகச் சில தரிசனங்கள்	27
4. எதேச்சாதிகாரத்தின் பின் இயங்கும் உளவியல்	31
5. க.நா.சு.வின் மொழிபெயர்ப்புகள்: உன்னதங்களைப் பரிந்துரைத்துக்கொண்டிருந்த ஒற்றைக் குரல்	36
6. ஜெயபேரிகை கொட்டிய கலைஞன்	46
7. தமிழ்நாடு: கூட்டத்தில் தனித்தீவு	55
8. சன்னதம் கொண்ட கவிதைகள்	63
9. சங்கீத எழுத்தின் பெருமயக்கு	69
10. சிரத்தையும் நேர்த்தியும் ஒழுங்கும் கொண்ட முன்னுதாரணர்	82
11. ஸரமாகோவின் உலகுக்கு ஒரு வழிகாட்டி	85
12. சில ஆச்சரியங்கள் சில முறுவல்கள் சில அதிர்வுகள்	96
13. ரோஜர் ஃபெடரர்: ஓர் அபூர்வக் கலையனுபவம்	102

பகுதி 2

14. கசுவோ இஷிகுரோ: தொலைந்த ஞாபகங்களும் மிதக்கும் உலகங்களும் — 115

15. உலக தலித் இலக்கியத்தின் பிதாமகன்: சினுவா ஆச்செபே (1930–2013) — 120

16. தென்னாப்பிரிக்காவின் மனசாட்சியை எழுத்தில் ஒலித்தவர்: நடீன் கோர்டிமெர் (1923–2014) — 129

17. வில்லியம் டால்ரிம்பிள்: சரித்திரத்தில் மறைந்த உண்மைகளைத் தேடும் இந்திய தேசாந்திரி — 133

18. உலக சரித்திரத்தில் அதிகமாக வாசிக்கப்பட்டவனும் அதிகமாக நேசிக்கப்பட்டவனும்: பாப்லோ நெரூடா — 142

19. கண்ணாடிச் சொற்கள் — 155

20. நவீன ஆப்பிரிக்க இலக்கியம்: ஒரு பருந்துப் பார்வை — 160

பகுதி 3

21. அழகுகளில் உறைந்தவர் — 171

22. நிராசையின் அத்தியாயங்கள் — 176

23. உன்னால்தான் எல்லாம் — 180

முன்னுரை

கடந்த இருபது வருடங்களில் கட்டுரைகள் அதிகமாக எழுதியதில்லையென்றே நினைத்து வந்திருக்கிறேன். கோவிட் வீடடங்கு தினங்களில் புத்தக அடுக்குகளை ஒழுங்கு செய்துகொண்டிருந்தபோது எனது கட்டுரைகள் வெளிவந்த இதழ்களின் குவியல் திகைப்பை உண்டாக்கியது. கட்டுரைகளை எண்ணிப் பார்க்கும்போது அவை எழுபதைத் தாண்டியிருந்தது அதிர்ச்சியை அதிகரித்தது.

கட்டுரைகளில் பலவீனமானவை என்றும், தொகுப்பில் சேர்க்குமளவுக்கு முக்கியமற்றிருப்பவையென்றும் கருதிய கட்டுரைகளை நீக்கிவிட்டு மற்றக் கட்டுரைகளை அண்ணன் சுகுமாரனுக்கு அனுப்பினேன். அவரும் கண்ணனும் கட்டுரைகளை அவற்றின் உள்ளுறை பொருள்களுக்கேற்றவாறு பிரித்து இரண்டு தொகுப்புகளாகக் கொண்டு வருவதென்று முடிவெடுத்தனர்.

இத்தொகுப்பில் ஆளுமைகள் குறித்த கட்டுரைகளோடு நூல் விமர்சனங்கள் சிலவும் இடம்பெற்றுள்ளன. சில கட்டுரைகள் சற்றே திருத்தப்பட்டும் புதிய விவரங்கள் சேர்க்கப்பட்டும் விரிவுபடுத்தப்பட்டிருக்கின்றன.

கட்டுரைகள் எழுதுவதைவிட மொழிபெயர்ப்பது எப்போதுமே எனக்கு எளிதான காரியமாக இருந்திருக்கிறது. நானாக முன்வந்து எந்தக் கட்டுரையுமே எழுதவில்லை எனலாம். பத்திரிகை நண்பர்கள் கேட்டுக்கொண்டுதான் ஒவ்வொரு

கட்டுரையையும் எழுதியிருக்கிறேன். ஒவ்வொரு கட்டுரை எழுதுவதற்கு முன்பும் பரீட்சைக்குத் தயாராகும் மாணவனைப் போல விரிவான தகவல் சேகரிப்புகளில் இறங்குவதாலேயே அவை அதிகமான உழைப்பையும் நேரத்தையும் எடுத்துக்கொண்டிருக்கின்றன. கட்டுரைகளைத் தயாரிக்கும் நாட்களில் நான் வேறு மனிதனாகவே மாறிவிடுகிறேன். வயிற்றில் அமிலம் சுரக்க, பசி தூக்கம் உணராமல், எழுதுவதை மீண்டும் மீண்டும் அடித்தும் திருத்தியும் அடைகின்ற மன அழுத்தம், மொழிபெயர்க்கும்போது உண்டாவதில்லை. ஆனாலும் நான் விரும்பிச் செய்கிற காரியம்தான் இது.

எழுதுவதற்கு இணக்கமான சூழல் வீட்டு மனிதர்களால்தான் உண்டாகிறது. மனைவி நர்மதாவுக்கும் மகன் பிரசன்னா வுக்கும் நேரில் சொல்வதில்லையென்றாலும் முன்னுரையில் வந்தனங்களைத் தெரிவித்துக்கொள்கிறேன்.

கட்டுரைகளை வெளியிட்ட *காலச்சுவடு, அம்ருதா, இந்து தமிழ்திசை* நாளிதழ், *புது எழுத்து, கனலி* இணைய இதழ், *உயிர் எழுத்து, புத்தகம் பேசுது* ஆகிய இதழ்களுக்கு நன்றி.

இத்தொகுப்பு வெளிவருவதற்குக் காரணமான அன்பு அண்ணன் சுகுமாரனுக்கும் நண்பர் அரவிந்தனுக்கும், புத்தகத்தை உருவாக்கிய காலச்சுவடு அலுவலக சகோதர சகோதரிகள் ம.ஸ்டெனோலின், மணிகண்டன், பிழைதிருத்தம் செய்துதந்த ஸ்ரீ ஜெயந்தி பாஸ்கர், அட்டையைச் சிறப்புற வடிவமைத்த சகோதரன் றஷ்மி அஹமத் ஆகியோருக்கும் என் இனிய பதிப்பாளர் கண்ணனுக்கும் என் மனமார்ந்த நன்றி.

ஆரணி
நவம்பர் 10, 2022

ஜி. குப்புசாமி

பகுதி 1

1

உதாரண கர்மயோகி, உன்னதக் கலைஞன்

தமிழ்நாடு பெருமை கொள்ள வேண்டிய மருத்துவ ஆளுமைகளில் ஒருவர் அவர். ஆனால், மருத்துவர் ஹரி சீனிவாசன் என்ற பெயர் தமிழ்நாட்டில் பரிச்சயமான பெயர் அல்ல. அவருடைய மற்றொரு பரிமாணமான 'எழுத்தாளர் சார்வாகன்' அறியப்பட்டிருந்த அளவுக்குக்கூட ஹரி சீனிவாசனின் மருத்துவ சேவை வெளிச்சத்துக்கு வந்ததில்லை. இன்னும் சொல்லப்போனால், அவருடைய சொந்த ஊரான ஆரணியின் மக்களுக்குக்கூட அவருடைய அருமை பெருமைகள் தெரியாது. சார்வாகனின் எழுத்துகளைப் படித்த வாசகர்களிலும் பெரும்பாலானோருக்கு அவர் ஒரு மருத்துவர் என்ற விவரம் தெரியாது.

சரி, யார் இந்த ஹரி சீனிவாசன்? மருத்துவர் ஹரி சீனிவாசன் அப்படி என்ன செய்துவிட்டார்? இந்த விநோத மனிதர் கிட்டத்தட்ட 65 ஆண்டு களைத் தொழுநோய் சிகிச்சைக்காக அர்ப்பணித் திருந்தவர். உலகின் தலைசிறந்த கை, கால் விரல்கள் சீரமைப்பு அறுவைச் சிகிச்சை வல்லுநராகத் திகழ்ந்தவர். தொழுநோயிலிருந்து குணமடைந்த பின்னரும் மடங்கிய விரல்கள் நேராகாமல், உணர்ச்சி திரும்பாமல், செயலற்ற நிலையில் இருக்கும் விரல்களுக்கு அவர் கண்டுபிடித்த அறுவைச் சிகிச்சை முறை பலருக்குப் புத்துயிர் கொடுத்து இயங்க வைத்தது.

இப்புதிய கர சீரமைப்பு அறுவைச் சிகிச்சை முறைக்கு ஐநா சபையின் அங்கமான உலக சுகாதார அமைப்பு (WHO) 'சீனிவாசன் முறை' (SRINIVASAN TECHNIQUE) என்று அவரது பெயரையே சூட்டியது. உலக சுகாதார மையத்தின் சார்பாக உலகெங்கும் தொழுநோய் அறுவைச் சிகிச்சை முகாம்கள் நடத்தி ஆயிரக்கணக்கானவர்களின் தொழுநோய்க் கறை களைத் துடைத்தழித்தவர் ஹரி சீனிவாசன்.

ஹரி சீனிவாசன் (1929-2015) அன்றைய வடாற்காடு மாவட்டத்தில் ஆரணி நகரில் பள்ளியிறுதி வரை முடித்துவிட்டு, சென்னை மருத்துவக் கல்லூரியில் மருத்துவம் பயின்றார். பிறகு, இங்கிலாந்தில் இரண்டு எஃப்ஆர்சிஎஸ் (FRCS) பட்டங்களை முடித்தார். இரட்டை எஃப்ஆர்சிஎஸ் பட்டங்களுடன் ஓர் அறுவைச் சிகிச்சை மருத்துவர் வெளிநாட்டு மருத்துவமனைகளில் பணியாற்றச் சென்றிருந்தால் கோடிக்கணக்கில் பணம் ஈட்டியிருக்க முடியும். ஆனால், சென்னையில் மருத்துவம் பயின்றுகொண்டிருந்தபோதே அவருக்குச் சில தீர்மானங்கள் ஏற்பட்டிருந்தன.

அவருடைய திட்டங்கள் தெளிவாக இருந்தன. முதலாவது, இந்தியாவில் மட்டுமே பணிபுரிவது. இரண்டாவது, மிக முக்கியமானது. மருத்துவம் என்பது சேவை. சிகிச்சைக்காக நோயாளியிடம் பணம் வாங்கக் கூடாது. அரசுப் பணியில் கிடைக்கும் ஊதியத்தை மட்டுமே சார்ந்திருக்க வேண்டும். இந்த இரண்டு தீர்மானங்களையும் அவரால் வாழ்நாள் முழுவதும் கடைப்பிடிக்க முடிந்தது வியப்பானதல்ல. அதற்குரிய பின்னணியும் அவருக்கு இருந்தது.

ஹரி சீனிவாசனின் தந்தை மருத்துவர் ஹரிஹரன், ஆரணியின் முதல் ஆங்கில மருத்துவர். சீரிய காந்தியவாதி. ஹரி சீனிவாசனும் காந்தியால் ஈர்க்கப்பட்டவர், மார்க்ஸால் செழுமையடைந்தவர். இங்கிலாந்தில் படிக்கும்போது தான் வாசித்த கம்யூனிஸ நூல்களால் ஈர்க்கப்பட்டு, பிரிட்டன் கம்யூனிஸ்ட் கட்சியில் (CPGB) உறுப்பினராகவும் சேர்ந்திருக்கிறார் ஹரி சீனிவாசன். தன்னுடைய தாய்வழிப் பாட்டனாரிடம் கற்றறிந்த இந்தியத் தத்துவ மரபுகளோடு காந்தியமும் கம்யூனிஸமும் ஒன்றுகலந்து அவருடைய ஆளுமையை வடிவமைத்திருக்கின்றன.

இந்தியா திரும்பிய ஹரி சீனிவாசன் முதலில் முட நீக்கியல் வல்லுநராகவே தனது பணியைத் தொடங்கியிருக்கிறார். 1960இல் மங்களூர் கஸ்தூரிபாய் மருத்துவமனையில் பணியாற்றும்போது தொழுநோயிலிருந்து மீண்ட அப்துல்லா என்பவரின் கரங்களில் பிரத்யேக முறையில் முயன்ற சீரமைப்பு அறுவைச் சிகிச்சை

வியக்கத்தக்க வெற்றியைக் கண்டது. அதுதான் 'சீனிவாசன் முறை' என்று பின்னர் புகழ்பெற்றது. இக்கண்டுபிடிப்புக்குப் பிறகு, செங்கல்பட்டு தொழுநோய் மருத்துவமனையில் பணிக்குச் சேர்ந்து, அதன் இயக்குநராக உயர்ந்து 1984இல் அவர் பணி ஓய்வுபெற்றார்.

அதன் பிறகு, பல்வேறு நாடுகளின் மருத்துவக் கழகங்களிலும், உலக சுகாதார அமைப்பின் சார்பாக வருகைதரு பேராசிரிய ராகவும், எண்ணற்ற மருத்துவ முகாம்களை நெறிப்படுத்துபவ ராகவும் பணியாற்றிவிட்டு, தனது எண்பதாவது வயதில் முழுமையாக ஓய்வெடுத்துக்கொண்டு பெங்களூருவிலும் சென்னையிலும் தன் இரு புதல்வியரோடு வசித்துவந்தார். சென்னையில் 2015 டிசம்பர் 21இல் அர்த்தம் மிகுந்த தன் வாழ்வை நிறைவு செய்துகொண்டார்.

○

பெரும் செல்வம் ஈட்டக்கூடிய வாய்ப்புகளை உதறித் தள்ளிவிட்டு, தொழுநோய் சிகிச்சைக்குத் தன்னை அர்ப்பணித்துக்கொண் டதைப் பற்றி அவரிடம் வாழ்நாள் முழுக்கப் பல தரப்பிலிருந்தும் கேள்விகள் எழுப்பப்பட்டுவந்திருக்கின்றன. அவற்றிற்குப் பதில் அளிக்கும் விதமாக மருத்துவர்களுக்கான தனிச்சுற்று ஆங்கில இதழ் ஒன்றில் தனது வாழ்நாளின் இறுதியில் ஒரு கட்டுரை எழுதியிருந்தார். தன்னுடைய ஆரம்ப கால ஆர்வங்கள், லட்சியங்கள், மருத்துவக் கல்லூரி அனுபவங்கள், பணியாற்றிய பல்வேறு மருத்துவமனை அனுபவங்கள், பொருளீட்டல் குறித்த தனது பார்வை என விரியும் அக்கட்டுரையில் அவர் இப்படிச் சொல்கிறார்:

"மருத்துவ மேற்படிப்பு மாணவன் ஒருவன் என்னிடம் 'மற்ற எல்லாத் துறைகளையும் விடுத்து இந்தத் தொழுநோய் மீது ஏன் இவ்வளவு பிரியம்?' என்று கேட்டான். 'பிரியமா? உலகத்திலேயே நான் அதிகம் வெறுப்பது தொழுநோயைத்தான். அதனால்தான் அதை ஒழிக்க வேண்டும் என்று இத்துறையைத் தேர்ந்தெடுத்தேன்' என்றேன்.

"மங்களூரில் பணியாற்றும்போதுதான் யதேச்சையாகத் தொழுநோய் சிகிச்சையின்பால் என் கவனம் திரும்பியது. தொழுநோயிலிருந்து குணமான ஒருவரை சக மருத்துவர் அழைத்து வந்து மடங்கிப்போன அவர் விரல்களைச் சரியாக்க இயலுமா என்று கேட்டார். இவ்வகை சீரமைப்பு அறுவைச் சிகிச்சைகளைச் செய்துவந்த ஆங்கிலேய மருத்துவர் ஒருவர், இங்கிலாந்தில் என் கல்லூரியில் பணிபுரிந்துவந்தார். அவரைத் தொடர்புகொண்டு அந்தச் சிகிச்சை முறை பற்றிய ஆய்வுக் கட்டுரைகளை

வாங்கிப் படித்தேன். அந்த அறுவைச் சிகிச்சை முறையினால் விரல்களை நேராக்க முடியுமே தவிர, செயலாற்றலைத் திரும்ப வரவழைக்க முடியாது. எனவே, நரம்பு மண்டலம், எலும்புகளை ஒருங்கிணைத்து ஒரு புதிய அறுவைச் சிகிச்சை முறையை முயன்றுபார்த்தேன்.

"மிகவும் சிக்கலான செயல்முறைகளைக் கொண்ட சிகிச்சை அது. அதிர்ஷ்டவசமாக அது வெற்றிகரமாக அமைந்துவிட்டது. மருத்துவராக என் வாழ்க்கையை மட்டுமல்ல, உலகெங்கும் லட்சக்கணக்கான தொழுநோயாளிகளின் வாழ்க்கையையும் இந்தக் கண்டுபிடிப்பு மாற்றப்போகிறது என்பதை அப்போது நான் அறிந்திருக்கவில்லை. இந்த அறுவைச் சிகிச்சை முறைக்கு என்னுடைய பெயரையே டபிள்யுஹெச்ஓ (*WHO*) சூட்டுமென்றும் எதிர்பார்க்கவில்லை.

"என் வாழ்க்கையின் உன்னதமான தருணம் ஐக்கிய நாடுகள் சபையின் அங்கீகாரமோ, சர்வதேச மகாத்மா காந்தி விருதோ, பத்மஸ்ரீ விருதோ அல்ல. பல வருடங்களாகத் தன்னுடைய குடும்பத்தினராலேயே ஒதுக்கிவைக்கப்பட்டிருந்த தொழுநோயாளிப் பெண்மணி ஒருவர், என்னுடைய அறுவைச் சிகிச்சை மூலம் குணமான பிறகு, தன் கையால் பின்னிய ஒரு பூத்தையல் மேசை விரிப்பைப் பரிசளித்தார். நான் போற்றிப் பாதுகாக்கும் மிகவும் மகத்தான பரிசு அதுதான்!

"1980களில் பிரேஸில் நாட்டில் அமேசான் ஆற்றங்கரையில் இருந்த மனாவ்ஸ் என்ற சிற்றூருக்கு டபிள்யுஹெச்ஓ குழுவோடு சென்றிருந்தேன். அங்கே தொழுநோய் மருத்துவமனை ஒன்று இருந்தது. அங்கிருந்த நோயாளிகளைப் பரிசோதித்துக்கொண்டிருந்தபோது, மருத்துவர் ஒருவர் தொலைவில் நின்றிருந்த ஒரு பெண்மணியைச் சுட்டிக்காட்டி, 'அவர் உங்களைப் பார்க்க வேண்டும் என்று துடித்துக்கொண்டிருக்கிறார்' என்றார். 'இங்கிருப்பவர்களுக்கு உங்களுடைய அறுவைச் சிகிச்சை மூலமாகத்தான் சிகிச்சையளிக்கிறோம். பத்து வருடங்களாகச் செயலிழந்திருந்த இந்தப் பெண்ணின் கை, கால்கள் சிகிச்சைக்குப் பிறகு சரியாகியிருக்கின்றன. அதற்குக் காரணமான உங்களுக்கு அவர் நன்றி சொல்ல வேண்டுமாம்' என்றார். அந்தப் பெண்ணிடம் சென்றேன். நான் அருகில் வந்ததும் அந்தப் பெண்ணுக்குச் சன்னதம் பிடித்ததைப் போல ஆகிவிட்டது. எனக்குச் சற்றும் புரியாத போர்ச்சுகீசிய மொழியில் என்னென்னவோ பேசினார், கை, கால்களை ஆட்டிக்காட்டினார், என்னைக் கட்டிப்பிடித்தார், என் உடம்பு முழுக்கத் தடவிக்கொடுத்தபடி பாதி அழுகையும் பாதி சிரிப்புமாக ஏதேதோ பிதற்றினார். தென்னிந்தியாவில்

ஏதோவொரு மூலையில், ஆரணி என்ற சிற்றூரில் வளர்ந்த ஒருவனிடம், ஆயிரக்கணக்கான மைல்களுக்கு அப்பாலுள்ள கண்டத்தில் வசிக்கும் பெண்மணி ஒருவர் தனது வாழ்க்கையை மீட்டெடுத்துத் தந்துவிட்டதாகச் சொல்லி ஆனந்தக் கூத்தாடி நெகிழ்ந்துகொண்டிருக்கிறார். இதைவிடப் பெரிய விருது எனக்கென்ன வேண்டும்? நான் சரியான வாழ்க்கையைத்தான் வாழ்ந்திருக்கிறேன் என்று அப்போதுதான் உணர்ந்தேன்."

காந்தி தொழுநோயாளிகளைப் பற்றி சொன்ன வார்த்தைகளோடு ஹரி சீனிவாசனின் வார்த்தைகளைப் பொருத்திப்பார்த்தால், அவருடைய பணி எவ்வளவு பெரிய சேவை என்பது விளங்கும். "தொழுநோயாளர்களுக்குச் சேவை புரிவதென்பது வெறும் மருத்துவ உதவி மட்டுமல்ல. அவர்களுக்கு வாழ்க்கையின் மீதிருந்த விரக்தியை அகற்றும்வண்ணம் நாம் அர்ப்பணிப்போடும் மகிழ்ச்சியோடும் புரிகின்ற சேவையாக மாற்றுவது; தனிப்பட்ட குறிக்கோள்களைச் சுயநலமில்லாத சேவையாக மாற்றுவது."

காந்தி ஒருவேளை இன்னும் கொஞ்ச காலம் கூடுதலாக வாழ்ந்திருந்தால், தனது சொற்களின் மனித வடிவை நேரில் கண்டிருப்பார். நிச்சயம் அதன் பெயர் ஹரி சீனிவாசன் என்றே இருந்திருக்கும்!

○

சார்வாகன் என்ற புனைபெயரில் கணிசமான சிறுகதைகளை எழுதி, நவீனத் தமிழிலக்கியத்துக்கு வளம் சேர்த்த இவர் சுயசரிதை எழுதவில்லை என்பது நமக்குப் பேரிழப்பு. ஒரு ஆச்சரியம் என்னவென்றால், சார்வாகனின் எந்தவொரு கதையிலும் தொழுநோயாளர்களோ, அவர்களுடனான அனுபவங்களோ வந்ததில்லை. இதைப் பற்றி ஒரு நேர்காணலில் கேட்கப்பட்டபோது அவர் சொன்ன பதில்: "அவர்கள் என்னை நம்பிச் சொன்ன அந்தரங்கங்களை நான் எப்படிப் பகிரங்கப்படுத்துவேன்? எனக்கு எழுத வெளியே நிறைய கதைகள் இருக்கின்றன."

பிரித்தானிய இயற்பியல் விஞ்ஞானியும், நாவலாசிரியருமான சி.பி. ஸ்னோ தனது பிரசித்தி பெற்ற உரை ஒன்றில் கலைஞர்களும் அறிவியலாளர்களும், வெவ்வேறு மன அமைப்பு கொண்டவர்கள் என்ற பொதுவான நம்பிக்கையைப் பொய்யென்று நிரூபிக்கிறார். கலைஞர்களும் விஞ்ஞானிகளும் எதிரெதிர் துருவங்கள் என்று காலகாலமாக நம்பப்பட்டுவருகிறது. ஒருவர் அறிவின் தளத்திலும் மற்றவர் உணர்வுதளத்திலும் இயங்குபவர்கள் என்றும், விடைகளைத் தேடுவது அறிவியல் என்றும், கேள்விகளைத்

தேடுவது கலை என்றும், அறிவியலாளர்கள் தர்க்கரீதியாக சிந்திப்பவர்கள், கலைஞர்கள் குழப்பத்தில் உழல்பவர்கள் என்றும் பொதுவாக நம்பப்பட்டுவருவது எவ்வளவு அபத்தமானது என்று விஞ்ஞானபூர்வமாக ஸ்னோ தனது உரையில் விளக்குகிறார். (The Two Cultures and The Scientific Revolution By C.P.Snow: Cambridge University Press. Newyork 1961)

அறிவியலாளரின் மனமும் கலைஞனின் மனமும் அடிப்படையில் ஒன்றுபோலவே இயங்குகிறது என்பதற்கு ஹரி சீனிவாசன் என்ற சார்வாகன் ஓர் உதாரணம். ஐம்பதாண்டு களுக்கும் மேலாகத் தொழுநோய் சிகிச்சை ஆய்வில் தன்னை அர்ப்பணித்திருந்த காலகட்டத்தில் தமிழின் மிகச் செறிவான சிறுகதைகளையும் குறுநாவல்களையும் உன்னதமான கலைப்படைப்புகளாக உருவாக்கித் தந்திருக்கிறார். தொழுநோயால் செயலிழந்து போன கை, கால் விரல்களை மீண்டும் இயங்க வைப்பதற்கான சிக்கலான அறுவை சிகிச்சை முறையைக் கண்டுபிடித்த அதே மனம்தான் அற்புதமான கட்டமைப்பும் கலையம்சமும் மிக்க சிறுகதைகளையும் உருவாக்கியிருக்கிறது. சார்வாகன் என்ற ஹரி ஸ்ரீனிவாசனைப் பொறுத்தவரை அறிவியல் ஆய்வும் இலக்கியப் படைப்பாக்கமும் வெவ்வேறு இயல்களாகத் தெரியவில்லை என்பதைத்தான் இவை காட்டுகின்றன.

சார்வாகனை 60-70களின் எழுத்தாளர் என்று அடையாளப்படுத்தலாம். இந்த அடையாளம் அவர் அதிகமாக எழுதிக் கொண்டிருந்த காலகட்டத்தை வைத்து வகைப்படுத்துவது. ஆனால் அந்தக் காலகட்டத்தில் எழுதிக் கொண்டிருந்த வேறெந்த எழுத்தாளரோடும் ஒப்பிட முடியாத தனிவகையினராகத்தான் சார்வாகன் இருந்திருக்கிறார். அவருக்கு முன்னோடி என்று காட்டக்கூடிய எழுத்தாளர் எவரும் அவருக்கு முந்தைய தலைமுறையிலும் இல்லை. ஆனால் அவருடைய காலகட்டத்தைச் சேர்ந்த எல்லா உன்னதமான எழுத்தாளரிடமும் காணப்பட்ட ஒற்றுமைகள் சார்வாகனிடமும் காணக் கிடைக்கின்றன. முதலில் சொல்லப்பட வேண்டிய குணாம்சம் self effacing என்ற தன்முனைப்பற்ற தன்மை. அடுத்ததாக மொழித்தேர்ச்சியின் விளைவாக அமைந்த தவறில்லாத செறிவான உரைநடையும் பொருத்தமான சொற்தேர்வுகளும். மிகச் செழுமையான தமிழ் அவருடையது.

மிகக் குறைவாகவும் செறிவாகவும் எழுதியவர் அவர். மொத்தம் நாற்பத்தோரு சிறுகதைகளும் மூன்று குறுநாவல்களும் மட்டுமே. இவற்றில் பெரும்பாலானவை 1964இல் இருந்து 1976வரை எழுதப்பட்டவை. 90களின் ஆரம்பத்தில் மூன்று சிறுகதைகள்.

குறைவாக எழுதியதற்கு முக்கியக் காரணம் அவரது தொழில். உலகப் புகழ் பெற்ற தொழுநோய் அறுவைச் சிகிச்சை நிபுணராக இருந்த அவர் தனது தீவிரப் பணிகளுக்கிடையே எழுதிய கதைகளையும் அதே தீவிரத்தன்மையுடன் படைத்திருப்பது எழுத்தை அவர் இளைப்பாறலுக்கான கேந்திரமாகக் கருதாததை உணர்த்துகிறது.

சார்வாகனின் நடையும் தொனியும் தனித்துவமானவை. அங்கத நடையை இவரளவுக்குக் கூர்மையாகப் பயன்படுத்தியவர்கள் தமிழில் அதிகம் பேர் இல்லை எனலாம். இவர் கதைகளில் யாரையும் விமர்சனம் செய்வதில்லை. ஆனால் இவரது எள்ளல் தொனி தன்னையும் உள்ளடக்கியதாகவே இருக்கிறது. தன்னைக் கிண்டல் செய்துகொள்வதைப் போலவே சுற்றியிருப்பவர்களையும் கிண்டல் செய்கிறார். தன்னையும் பிறரையும் காயப்படுத்தாத இந்தப் பகடி இலக்கிய வகைமையில் உன்னதமான இடத்தைக் கொண்டிருப்பது.

சகமனிதர்கள் மீதும் உலக வாழ்வின் மீதும் பிடிப்பையும் நம்பிக்கையையும் கொண்டிருக்கும் அவைதிகர் அவர். தன் இயல்புக்குப் பொருத்தமான புனைபெயரை வரித்துக்கொண்டிருப்பவர் என்பதற்கு அவரது தனிப்பட்ட வாழ்வும் கதைகளுமே சாட்சி. தன்னைச் சுற்றியுள்ள அனைவரையும் அன்போடும் கரிசனையோடும் அணுகினாலும் அவர் சொற்களில் ஈரமோ, அதீத நெகிழ்ச்சியோ இருப்பதில்லை. அங்கதம் என்ற போர்வையைக் கவனமாகப் போர்த்திக்கொண்டு காரியமாற்றிய இலக்கியக் கர்மயோகி இவர் என்று சொல்லலாம்.

அவரது மகத்தான சிறுகதைகளில் ஒன்றான 'முடிவற்ற பாதை'யின் தபால்காரக் கதிர்வேலுவை மிகச்சுலபமாகத் தியாகச் சுடராக அவரால் காட்டியிருக்க முடியும். ஆனால் அவனை வால்டர் மிட்டியைப் போலப் பகற்கனவுகளில் சஞ்சாரிப்பவனாகக் காட்டுகிறார். இறுதியில் அவனது நேர்மையுணர்வு வெளிப்படும் கட்டத்திலும்கூட, சுற்றிலும் சுட்டெரிக்கும் வெயிலில் முடிவேயில்லாமல் செல்லும் தார்ச்சாலையையும், தனது நிழலையே மிதித்துக்கொண்டு நடந்து செல்பவனையும்தான் சித்தரிக்கிறார்.

சுதந்திர இந்தியாவின் ஒரு சிற்றூரில் தேசியக்கொடி யேற்றும் போது இசைக்கப்படும் பாடல் பிரிட்டிஷ் படையினரை வரவேற்றுப் பாடும் 'இட்ஸ் எ லாங் லாங் வே டு டிப்பரேரி' என்பதைச் சொல்லிவிட்டு வரிகளுக்குப் பின்னாலிருந்து குறும்பாகப் புன்னகைக்கிறார் ('சின்னூரில் கொடியேற்றம்'). நெருக்கடி நிலைமை அமல்செய்யப்பட்டிருந்த காலத்தில்

வெளிவந்த ‘புதியவன்’ சிறுகதைக்குள் நவீன நாடகப்பிரதி ஒளிந்திருக்கிறது. அதிகாரத்தின் உச்சத்தில் இருக்கும் ஒருவரின் தரிசனத்துக்காக வருடக்கணக்காக காத்திருக்கும் ஒரு கூட்டத்தை எந்தவொரு காலகட்டத்தோடும் பொருத்திப் பார்க்க முடியும். ‘உத்தரீயம்’, ‘நாதப்பிரம்மம்’ போன்ற கதைகளின் நவீனத்துவம் இன்றைக்கும் செல்லுபடியாகக் கூடியது.

சில புராணக் கதைகளை சார்வாகனும் மறுஉருவாக்கம் செய்திருக்கிறார். அடிப்படையில் புராணிகத்தின் மீது நம்பிக்கை யற்றவரான சார்வாகன் விமரிசனம் எதையும் வைக்காமல் வேறொரு பார்வைக் கோணத்தை மட்டும் காட்டுகிறார். தன்னுடைய தந்தை இரண்ய கசிபுவைப் பணியவைக்க முடியாமல் வயிற்றைக் கிழித்துக் கொன்றது ஒரு வெற்றியா என்று கடவுளிடம் பிரகலாதன் கேட்கிறான் (‘பிராயச்சித்தம்’). யயாதிக்குத் தனது யௌவனத்தைத் தானமாகக் கொடுத்த இளையமகனின் அபத்தத்தை ‘சாபவிமோசன’த்தில் சொல்கிறார். ஊரார் பேச்சுக்குப் பயந்து மனைவியைக் காட்டுக்கு அனுப்பிய ராமனின் கோழைத்தனம் இத்தனை ஆண்டு பிரிவுக்குப் பின்னும் மாறாமல் இருப்பதைக் கண்டு சகிக்க முடியாமல் பூமிக்குள் புதைந்து போகிறாள் சீதை (‘புதையுண்ட பிழம்பு’).

சார்வாகனின் கதைகளுக்குள் ஊடுபாவுகளாகப் பின்னியிருக்கும் உட்பிரதிகளைக் கண்டுணர்தல் அற்புதமான வாசிப்பனுபவம். அவர் படைப்புகளில் உச்சமான ‘அமர பண்டிதர்’ இதற்கு ஒரு சரியான உதாரணம். சார்வாகன் என்ற ஹரி சீனிவாசன் தனது சொந்த வாழ்வில் கடைப்பிடித்த விழுமியங்களுக்கு உதாரணமாக அவருடைய எல்லாச் சிறுகதைகளையும் சொல்லலாமென்றாலும், ‘முடிவற்ற பாதை’ போன்ற கதை இன்றைய தலைமுறையினருக்கு விஸ்வரூப தரிசனத்தைத் தரும். இன்றைய வாசகர் சார்வாகனின் கதைகளுக்குள் பொதிந்திருக்கும் உள்ளறைகளில் தனது பார்வையை ஊன்றிக்கொள்வார் என்ற நம்பிக்கை இருக்கிறது.

◆

2

பலிபீடங்களில் பிழை திருத்திக்கொள்ளும் சரித்திரங்கள்

[நட்ராஜ் மகராஜ்: தேவிபாரதியின் நாவலுக்கான விமர்சனம்]

தேவிபாரதியின் எல்லாக் கதைகளிலும் பாரமாக அழுத்திக்கொண்டிருக்கும் அம்சம் சரித்திரம். கழிந்த காலங்களின் கசப்பாக, கணக்கைத் தீர்த்துக்கொள்ள எதிர்பார்த்திருக்கும் ஞாபகங்களாக, சரித்திரத்தைச் சரிசெய்வதற்காகக் காத்திருக்கும் கதைகளே திரும்பத் திரும்ப அவரிட மிருந்து வருகின்றன.

தேவிபாரதி வழக்கமாக நெடுங்கதைகள் எழுதுபவர். அவரது சிறுகதைகள் குறுநாவலின் அளவுக்குச் சற்றே குறைந்திருப்பவை. முதல் நாவலான 'நிழலின் தனிமை' சற்று அளவில் குறைந்திருந்தது. 'நட்ராஜ் மகராஜ்' (காலச்சுவடு பதிப்பகம், மே 2016) நாவலில் அவரது வடிவச் செய்நேர்த்தி முழுமையை அடைந்திருக்கிறது.

நாவல் நிதானமாகத் தன்னை அவிழ்த்துக் கொள்கிறது. அடையாளச் சிக்கல்களை உட்கொண் டிருக்கும் நாவல் என்பதால் பாத்திரங்கள், இடங்களின் பெயர்கள் அவற்றின் முதல் எழுத்துக்களால் மட்டுமே சுட்டப்படுகின்றன. இந்த உத்தி கதைசொல்லிக்கு அளிக்கும் சுதந்திரம் கட்டற்றது. 'ந என்பவன் வெறும் நவோ, ந என்னும் பெயரையுடைய சத்துணவு அமைப்பாளரோ அல்ல;

மாவீரன் காளிங்க நடராஜ மகாராஜாவின் உயிருள்ள நேரடியான ஒரே வாரிசு' என்ற வாக்கியமும், அவனும் அவன் குடும்பமும் ஒண்டியிருக்கும் அந்த சிதிலமான, இற்று வீழ்ந்துகொண்டிருக்கும் அரண்மனையின் காவல் கூண்டுகளுக்குள் அவ்வப்போது வந்து சென்றுகொண்டிருக்கும் நாகப்பாம்புகளும் திரும்பத்திரும்பச் சொல்லப்படுவதும் மற்றொரு தேர்ந்த உத்தி. நாவலுக்குத் தேவைப்படுகின்ற கசப்பையும் மயக்கத்தையும் உள்ளடக்கிய தொனியை இந்த உத்திகள் எளிதாக ஏற்படுத்திவிடுகின்றன.

தனக்கென்று தனித்துவமான அடையாளம் எதுவுமின்றி ஒரு சாதாரணனாக, தனது சிறிய குடும்பத்துடன் எளிய கனவுகளோடு வாழ்ந்துகொண்டிருக்கும் ஒருவன் மீது சரித்திரம் ஒரு பிரம்மாண்டமான சுமையாகக் கவிகிறது. அவன் இந்த உலகத்தின் முகமற்ற கோடானுகோடி மக்களில் ஒருவனல்ல என்று நம்பவைக்கிறது. அடையாளமற்று வாழ்ந்துவருதலின் சுகம் ஒரே கணத்தில் குலைக்கப்பட்டு, சுயம் குறித்தான பிரமைகள் அவன் தலைக்குள் வளரத் தொடங்குகின்றன. அந்நியமாதலின் துயரம் இதுதான். அவன் சுமப்பதற்குச் சற்றும் விரும்பியிருக்காத கிரீடம் அது.

ந என்பவன் நாவலின் தொடக்கத்தில் ஒரு நிதி நிறுவனத்தில் பணியாற்றிவருகிறான். கடன் வசூல் செய்யப்போகும்போது தன் எளிய இயல்பை மீறிக் கடினமான வசைகளை உதிர்க்க வேண்டியிருக்கிறது. முதலாளியிடம் அந்த வார்த்தைகளை மீண்டும் ஒப்பித்து, தனது வசூல் உத்திகளை நிரூபிக்க வேண்டியிருக்கிறது. இதில் அவன் உணரும் சங்கடங்களிலேயே அப்பாத்திரத்தைப் பற்றிய முழுச்சித்திரத்தையும் தேவிபாரதி கொண்டுவந்து விடுகிறார். மிக விரைவாகக் கடந்து போய்விடுகிற இந்த ஆரம்பப் பகுதி நாவலின் வலுவான ஆதாரமாக ஊன்றியிருக்கிறது. ந என்ற அந்த எளிய மனிதனை நம்மோடு உடனே அடையாளப்படுத்திக் கொண்டுவிடுகிறோம். ஊராட்சி ஒன்றிய அலுவலகத்தின் பதிவறை எழுத்தர் ஒருவர் அவனுக்கு அரசு வேலை வாங்கித் தருவதாக உத்தரவாதமளிக்கும்போது அவனோடு சேர்ந்து நாமும் அதை நம்புகிறோம். அவனுடன் சேர்ந்து நாமும் அரசுப் பணியாளர் தேர்வாணையத் தேர்வுகளையும், கிராம நிர்வாக அலுவலர்களுககான தேர்வையும் எழுதுகிறோம். அவனுக்கு மிகச்சாதாரணமான சத்துணவு அமைப்பாளர் வேலை கிடைத்ததும் ஆசுவாசமடைகிறோம்.

சத்துணவு வழங்குவதில் அவனுக்கு நேர்கின்ற அறம் சார்ந்த சிக்கல்கள் அவனைக் கொஞ்சம் கொஞ்சமாக மாற்றும்போது அவனை நம்மோடு இன்னும் அதிகமாக அடையாளப்படுத்திக்

கொள்கிறோம். வெற்றிகரமான சத்துணவு அமைப்பாளராக இருப்பதன் சூட்சுமத்தை அவன் அறிந்துகொள்ளும்போது நாவல் அடுத்த கட்டத்துக்கு மேலேறுகிறது. ஒரு சாதாரணனின் எளிய குறிக்கோள்கள் கைக்கெட்டும் தூரத்தில் நின்று அவனை ஈர்க்கின்றன. அரும்பாடுபட்டுத் தொகுப்பு வீடு ஒன்றைக் கட்டிக்கொள்வதற்கான விண்ணப்பத்தைப் பெறுகிறான். தொகுப்பு வீட்டுக்காக விண்ணப்பம் எழுத உதவுபவர்களிடமிருந்து, விண்ணப்பத்தைப் பெற்றுக்கொள்ளும் அதிகாரிகள்வரை எல்லோரிடமும் அவன் குடும்பம் ஒண்டியிருக்கும் பாழடைந்த அரண்மனையின் காவல்கூண்டில் பாம்புகள் சர்வசாதாரணமாக உலவிக்கொண்டிருப்பதை அவன் ஒப்பிக்க வேண்டியிருக்கிறது. திரும்பத் திரும்ப வரும் இவ்விவரிப்புகளும், ந என்பவன் வெறும் நவோ, ந என்னும் பெயரையுடைய சத்துணவு அமைப்பாளரோ அல்ல என்ற வாக்கியங்களும் ஒரு விஸ்தாரமான கச்சேரியின் நிரவல்களாகவே சுழன்று சுழன்று வந்துகொண்டிருக்கின்றன. இது ஒருவகையில் வாசகனை நாவலின் அடுத்த கட்டத்துக்குத் தயார்ப்படுத்தும் உத்தி.

அவன் ஒரு மாபெரும் சரித்திர வீரனின் உயிருள்ள ஒரே வாரிசு என்பதைத் சொல்லும் பரம்பரை வரைபடம் அவனிடம் ஒப்படைக்கப்படுகிறபோது அவனது வீழ்ச்சி ஆரம்பமாகிறது. மரபுப் பெருமை உள்ளே இறங்கத் தொடங்கியதும் சுயம் கனமேறிவிடுகிறது. அந்தப் பாரம் உங்களைச் சாதாரணமாக இருக்க விடுவதில்லை. ஒரு நீண்ட சரித்திரப் பாரம்பரியம் நிழலாக வளர்ந்து உங்கள் பாதங்களைக் கவ்விப் பிடித்துக்கொள்கின்றன. மானசீகக் கிரீடங்கள் முளைத்த பிறகு உங்கள் விழிகளிலிருந்து ராஜபார்வை மட்டுமே வீசத் தொடங்கிவிடுகிறது.

தனிநபர் ஒருவன் மீது சுமத்தப்பட்ட இப்பாரம்பரியச் சுமையை அங்கீகரித்தாக வேண்டிய கட்டாயம் மக்களின் அரசுக்கு ஏற்பட்டுவிடுகிறது. அரசாங்கம் வரலாற்றைச் சரிசெய்தாக வேண்டும். புறக்கணிக்கப்பட்ட வரலாற்றுப் பெருமைகளுக்கு அரசாங்கம் கௌரவம் அளிக்கத் தவறிவிட்டால் அது மற்றொரு நிகழ்காலப் பிழையாகிவிடும். இந்தப் பிழையை உங்களை வைத்தேதான் அரசாங்கம் சரிசெய்ய முடியும்.

வரலாற்று நாயகனின் வாரிசான ந வின் மேல் கூசவைக்கும் பேரொளி கவியத் தொடங்கியதும் உலகின் கவனம் முழுக்க அவன் மேல் குவிகிறது. அவன் தன்மேல் உடுத்தப்பட்ட கனத்த மரபுப் பெருமை வஸ்திரங்களோடு வானோக்கி உயர்த்தப்படும்போது, அவனது எளிய வாழ்க்கையும், தொகுப்பு வீட்டிற்கான ஆரம்ப கட்ட ஏற்பாடுகளும், ஆதாரமான வேலையும் சிதைந்து வீழ்கின்றன.

அரசாங்கம் என்ற நிறுவனத்திற்குத் தனிநபரின் அழிவுகள் பொருட்டல்ல. வரலாற்றுப் பெருமையை மீட்டெடுப்பது அரசாங்கத்தின் பெருமையை ஸ்திரப்படுத்திக் கொள்வதற் காகத்தான். அரசாங்கத்துக்காக, பாரம்பரியப் பெருமைக்காக ந–வைப் போன்ற சாதாரணன் பலியிடப்படலாம். அவனைவிட அவனது பிம்பமே பிற்காலச் சரித்திரத்துக்கு முக்கியமானது.

தேவிபாரதியின் இம்மகத்தான நாவல் ந என்ற சாதாரணனின் வாழ்க்கையையும் வீழ்ச்சியையும் மட்டுமே சொல்லி அதன் வீச்சைக் குறுக்கிக்கொள்ளவில்லை. சரித்திரம், அரசு, சமூகம், தனிமனிதனின் சுயபிரமிப்புகள் என அனைத்தையுமே இது எள்ளி நகையாடுகிறது. நடந்தவையனைத்தும் உண்மையிலேயே நடந்தவைதானா அல்லது நாவல் நம்முள்ளே தோற்றுவித்த மாயச்சித்திரமா என்று குழம்பவைக்கிறது. ந என்பவன் உண்மையில் யார்? அவனுக்கான இடம் எது? அவன் உண்மையிலேயே வாழ்ந்து முடிந்தவனா அல்லது அந்த மாவட்ட ஆட்சித் தலைவர் அலுவலகத்தில் மின்விசிறியின் சுழற்சியில் பறந்துபோன காகிதக்கற்றையைப் போல சிதறிய வாழ்க்கையை வாழ்ந்தவனா? அல்லது புத்தகங்களுக்கிடையேயிருந்து வந்த சுண்டெலிகள் அணிவகுத்து நின்று அவனைத் தாக்க முற்பட்டதைப்போலவும், காளிங்க நடராஜ் வேடமணிந்திருக்கையில் சுற்றிச்சூழ்ந்த கரப்பான் பூச்சிகளைப் போலவும் அவனும் ஓர் உருவெளித் தோற்றம்தானா?

தேவிபாரதி எண்ணற்ற கேள்விகளின் வழியே நமக்களித் திருப்பது ஓர் உன்னதமான படைப்பை. உலகின் எந்த மொழியிலும் மொழிபெயர்த்து இது எமது நாட்டின் நாவல் என பெருமை யாகக் கூறிக்கொள்ளத் தமிழர்களுக்குக் கிட்டியிருக்கும் அற்புத வாய்ப்பு. 'உலக நாவல்' என்று சொல்லிக் கொள்ளும்படி நம்மிடையே அதிகம் இல்லை. இந்நாவலைத் தைரியமாக முன்வைக்கலாம்.

♦

பேசும் புதிய சக்தி, நவம்பர் 2016

ஜி. குப்புசாமி

3

அபத்தங்களும் அற்புதங்களுமாகச் சில தரிசனங்கள்

[முடியாத சமன்: கோபி கிருஷ்ணன் சிறுகதைத் தொகுப்புக்கான விமர்சனம்]

நடைமுறை உலகமும் நாகரிக வாழ்க்கையும் தனி மனிதனிடம் எதிர்பார்க்கின்ற முரண்பாடுகளற்ற, சம்பிரதாய, ஒழுங்கு முறைமைகளிலிருந்து சுதந்திரமாக விலகி, தன்னிச்சையாகத் தடைகளின்றி பிரவாகித்துச் செல்கிற மனவோட்டங்கள் ஒரே நேரத்தில் உலகத்தின் அங்கீகரிக்கப்பட்ட கோட்பாடுகளுக்கெதிரான கலகக் குரலாகவும், அற்புதமான கலைப் படைப்புகள் ஜனிப்பதற்கான காரணிகளாகவும் உருவெடுக்கின்றன. எல்லா நேரங்களிலும் இது சாத்தியப்படாமல் போவதற்கு எல்லா உலக நிகழ்வுகளுக்கும் பொதுவாக இயங்குகிற அதே காரணகாரியங்களே இந்த ஒழுங்கற்ற சிந்தனைப் பெருக்குகளுக்கும் ஏற்படுகின்றன. சம்பிரதாயங்களை மீறிச் சுதந்திரமாக இயங்கும் மனவோட்டத்திற்கும், இலக்கு பற்றிய தெளிவில்லாமல் அடிப்படை நோய்க்கூறுகளோடு அலைபாய்கிற சிந்தனைத் தெறிப்புகளுக்கும் அடிப்படையிலேயே வித்தியாசங்கள் இருக்கின்றன. மனப்பிறழ்வு கொண்டவர்களாகப் பட்டம் சூட்டப்பட்ட காஃப்கா, வான்கோ போன்ற கலைஞர்களின் பல அபாரமான படைப்புகள் அவர்கள் மிகுந்த மன அழுத்தத்தில் தத்தளிக்கும்போது உருவானவையே.

சம்பிரதாயக் கட்டமைப்பிற்குள் சிறைப்பட்டிருக்கும் மனித மதிப்பீடுகள் என்றுமே சுதந்திரமான கலைஞனின் படைப்புகளை அங்கீகரிப்பதில்லை.

கோபிகிருஷ்ணன் மறைந்துவிட்ட பிறகு அவரது படைப்புகள் பற்றி ஒரே நேரத்தில், எல்லாத் தரப்புகளிலிருந்தும் விமரிசனங்களும், பாராட்டுரைகளும் வரத் துவங்கியுள்ளன. இவர் வாழ்நாளில் இவரது படைப்புகள் ஆழமாக பரிசீலிக்கப் பட்டதோ, அங்கீகரிக்கப்பட்டதோ இல்லை. குறிப்பாக இவர் விஷயத்தில் நமது கடினமனங்கொண்ட சில இலக்கியவாதிகள்கூட இப்போதுதமதுஇரக்க,நெகிழ்ச்சி,கருணையுணர்வுகளையெல்லாம் கலந்து பச்சாதாபத்துடன் அவரது கதைகளையும், அவரது தனிப்பட்ட வாழ்க்கையையும் அலசுகிறார்கள்.

கோபியைப் போன்ற ஒரு சிலருக்கே, அவர்களது படைப்புகளைப்பற்றிப் பேசும்போது, அவர்களது தனிப்பட்ட வாழ்க்கையையும் சேர்த்தே கணக்கில் எடுத்துக்கொண்டு விவாதிப்பது நடக்கிறது. இதற்குப் பிரதானமான காரணமே கோபியின் அலாதியான தனித்துவம்தான். பெரும்பாலும் *psychocentric* கதைகள்; அதனால் ஏற்படுகிற ஒருவித ஒற்றைப் பரிமாணம்; ஒழுங்குமுறைச் சிந்தனைத் தளைகளை உதறிவிட்டு விளிம்பிலேயே பாலன்ஸ் செய்கிற விநோதங்கள்; அவ்வப்போது இடறிக் கீழே விழுந்தாலும் (எந்தப் பக்கத்தில் விழுந்தாலும்) சுதாரித்து எழுந்து மீண்டும் ஆரம்ப நிலைக்கே புதிய அனுபவச் செறிவுடன் வந்தடைவது; அதீதக் குழப்ப சிந்தனைகளுக்கூடாகவே தொடர்ந்து வரும் அறிவார்ந்த திறனாய்வுகள்... இதுதான் கோபியின் பெயரிடப்பட முடியா விநோத உலகம்.

பிற உயிர்களிடத்தே நாம் காட்டும் அன்பும் பரிவும் உயர்ந்த குணங்களே; அதில் சந்தேகமில்லை. உலகம் உங்களை ஜீவகாருண்யவாதியாகவும், மனிதநேயராகவும் பாராட்டும். ஆனால் இதற்குக் கறாரான விதிகளும் எல்லையும் வகுக்கப்பட்டிருக்கின்றன. இந்த எல்லைவரை நீங்கள் அன்பு செலுத்த அனுமதி உண்டு. இந்த எல்லையையும் தாண்டி உங்கள் அன்பும் பரிவும் சென்றால் அது இந்தக் கெட்டிக்கார உலகத்தினரால் அங்கீகரிக்கப்படுவதில்லை. அந்த சூட்சுமமான எல்லையைத் தாண்டினால் அது மனநோய்க்கூறாகவே அடையாளம் காணப்படுகிறது ('அன்பே சிவம்', 'மகான்கள்'). அதேபோல் பெண்ணின் அழகை ரசிப்பது கௌரவமானதொரு அளவிலேயே நின்றால் நீங்கள் காதலிக்கப்படவும் வாய்ப்பிருக்கிறது. உங்கள் அழகுணர்ச்சி அதைத்தாண்டிச் சென்றுவிட்டால் அந்தப்பெண் மிரண்டுபோய் உங்களைத் தவிர்த்துவிட்டுத் தப்பித்துவிடுவாள் ('தணிக்கையிலிருந்து தப்பிய கதை'). இத்தகைய

எல்லைக் கோடுகள் பற்றிய பிரக்ஞையோடுதான் நம் அன்பை வெளியிட வேண்டியிருக்கிறது. இந்த வாழ்க்கையை ஜெயிப்பது மிகச்சிரமம் தான்.

'வார்த்தை உறவு', 'உற்ற நண்பர்கள்' கதைகளில் இரு பாத்திரங்களின் வசனங்கள் மட்டும் இடம்பெறுகின்றன. அபத்த எல்லையைச் சீண்டிக்கொண்டே செல்கிற இக்கதைகளிலும் 'இழந்த யோகம்', 'தணிக்கையிலிருந்து தப்பிய கதை', 'முடியாத சமன்' போன்ற கதைகளில் சில காரணங்களுக்காக ஏற்படும் மனப்பிறழ்வு அதீத எல்லைகளுக்குச் செல்கிறபோதும், தளைகளைத் தகர்த்துவிட்டு சீறிப் பாய்கிற சிந்தனைத் தெறிப்புகளில், காணற்கரிய சில அபூர்வ தரிசனங்கள் சாத்தியமாகின்றன. வழக்கமான, கட்டுப்பாடுகளுக்குப்பட்ட சிந்தனைகளுக்கு அடிமையாக்கி வைத்திருக்கும் இந்தச் சமுதாயக் கட்டாயங்களின் அடித்தளத்தையே அசைத்துவிடுகிற இத்தகைய தரிசனங்கள் கோபிகிருஷ்ணனின் பெரும்பாலான கதைகளில் அவ்வப்போது, நாம் சற்றும் எதிர்பாராத தருணங்களில் நிகழ்கின்றன. ஆனால் இத்தகைய சிலிர்ப்புகளுக்காகப் பல சாதாரண வரிகளைத் தாண்டி வர வேண்டியிருக்கிறது.

பலநேரங்களில் மிகச் சாதாரணமான – வெறும் நகைச்சுவைச் சீண்டல்களுக்காகவும், கடைசிவரித் திருப்பத்திற்காகவும் வெகுஜனப் பத்திரிக்கைகள் உற்பத்தி செய்கின்ற கதைகளைப் போல – 'பேய்', 'மிகவும் பச்சையான வாழ்க்கை', 'கதையின் கதை', 'எண்கள் எண்ணங்கள்' போன்ற கதைகள் வந்துபோகின்றன. இக்கதைகளில்கூட சில ஆச்சரியகரமான வரிகள் தட்டுப்பட்டுச் சென்றாலும் ஆழமாக எந்தப் பார்வையையும் வெளிப்படுத்தாத பிரதிகளாகவே நகர்ந்து செல்கின்றன. சமச்சீரின்மை கோபி கிருஷ்ணனிடம் ஒரு பிரச்சினைதான். கோபியைப் போன்ற படைப்பாளியிடம் காணப்படும் இத்தகைய மாறுபாடுகள் ஆழ்ந்த பரிசீலனைக்குரியவை.

படைப்பாளியின் மன இடுக்குகளில் சில விசேஷப் பிரகாசிப்புகளாகப் படைப்பின் ஊற்றுக்கண் திறந்து கொண்டாலும், ஸ்தூலமான படைப்பாக அவை உருமாறும்போது படைப்பாளியின் சொந்த அவஸ்தைகள் இந்த உருமாற்றத்தை இடறிவிட்டுவிடுகின்றன. வெறும் மனத்திட்பம் சம்மந்தப்பட்ட பிரச்சினை அல்ல இது. எழுதும் விஷயம் படைப்பாளியை எந்த அளவிற்குத் தீவிரமாக கவ்வியிருக்கிறதோ, அந்த அளவிற்குக் கவனமாக அதன் பிடியிலிருந்து தன்னை விலக்கி வைத்துக் கொண்டு தன் படைப்பை அவன் உருவாக்க வேண்டியிருக்கிறது. விஷயத்தின் அழுத்தமும், படைப்பாளியின் ஏற்கெனவே கொதிநிலைக்கு வந்துவிட்டிருக்கும் மனநிலையும் இதனைப்

பலநேரங்களில் வெற்றிகரமாக செய்து முடிக்க விடுவதில்லை. படைப்பாளியின் ஆகப்பெரிய துக்கம் இதுவாகவே இருக்க முடியும்.

மாறாக 'ஈடன் தோட்டம் தொட்டு இறையுணர்வுக் கூட்டம் ஊடாக ஐந்து நட்சத்திர ஓட்டல் வரை' என்ற கதையில் ஆண் பெண் முரண் நிகழ்வுகள் அற்புதமானதொரு அனுபவத்தைக் காட்டிச் செல்கின்றன. தொடர்பற்ற காட்சிச் சிதறல்களை ஒன்றாகக் கோத்து இணைக்கிற லாவகத்தை அலட்சியமாகச் செய்கிறார் ஆசிரியர். இத்தொகுப்பின் விசேஷமான கதை இது.

'பீடி' என்கிற ஒற்றை விஷயம் குறித்த பிரசங்கம் போலச் செல்கிற கதையிலும், 'எப்படியோ எல்லாம் மர்மமாக இருந்தால் சரி' என்கிற கதையிலும், 'கருத்தரங்கில் கணக்கில் கொள்ளப்பட்டவை' கதையின் இறுதியிலும் காணப்படும் புனைவுத்தன்மை, வாசகனை அதிர்ச்சிக்குள்ளாக்குவது மட்டுமன்றி அவனை வேறு தளத்திற்கு இடமாற்றம் செய்கின்றன. அலாதியான வாசக அனுபவம் கைகூடும் கதைகள் இவை.

சூட்சுமமாகக் காட்டிச் செல்பவை, தொடர்ந்து வருகிற அலட்சியமான, மேம்போக்கான வரிகளால் தவறவிடப்படும் அபாயம் இவரது கதைகளில் தொடர்ந்து இருக்கிறது. நுட்பமான வாசிப்பு தேவை என்ற அதீத கவனத்தால் பல சாதாரண வரிகளுக்குக்கூடக் கூடுதலான ஜொலிப்பை ஏற்படுத்திவிடுகின்றன. தொடர்ந்து கோபிகிருஷ்ணனை வாசித்து விட்டு, இயல்பான மனவோட்டத்தில் செல்லாமல் விளிம்புகளில் மனது தத்தளித்து ஆட்டம் கண்டு நம்மைப் பதற்றமடையச் செய்வது கூட கோபிகிருஷ்ணனின் படைப்புகள் வாசகனுக்கு இடுகின்ற சுவாரஸ்யமான சவால்தான்.

◆

புது எழுத்து, ஆவணி 2003

ஜி. குப்புசாமி

4

எதேச்சாதிகாரத்தின் பின் இயங்கும் உளவியல்

[தமிழவனின் 'ஷம்பாலா' நாவலுக்கான விமர்சனம்]

தமிழில் அரசியல் நாவல்களுக்கு நீண்ட வரலாறு உண்டு. சுதந்திரப் போராட்ட காலத்தின் தேசபக்தி நாவல்கள் தொடங்கி, திராவிட, இடதுசாரி, பெண்ணிய, தலித்திய அரசியல் நாவல்கள் தத்தமது சமூக, அரசியல், பண்பாட்டுப் பார்வைகளோடு இன்றும் தொடர்ந்து வந்துகொண்டிருக்கின்றன. தற்போது நாவலின் அட்டையிலேயே 'ஓர் அரசியல் நாவல்' என்ற உபதலைப்புடன் வந்திருக்கும் தமிழவனின் 'ஷம்பாலா' மிகவும் வெளிப்படையாக இன்றைய வலதுசாரி மதச்சார்பரசியலையும், ஆட்சியாளர், குடிமக்களின் மாறிவரும் உளவியலை யும் சித்தரிக்கும் காத்திரமான நாவல்.

தமிழவனின் முந்தைய நாவல்களில் பூடகமாக வெளிப்பட்ட அரசியல் பார்வை இந்நாவலில் நேரடியாக வெளிப்படுகிறது. 'சரித்திரத்தில் படிந்த நிழல்கள்' என்ற இவரது 'உருவக நாவ'லில் திரைப்பட மோகம், மொழி அதிகார அரசியல், அயோத்தி, யாழ்ப்பாண நூலக எரிப்பு போன்றவற்றை உள்ளடக்கிப் பேசியிருந்தாலும், 'ஷம்பாலா'வில் இன்றைய அரசியல் நிகழ்வுகளின் பின்னால் இயங்கும் உளவியல் கூறுகள் கதாபாத்திரங்களின் வழியாக விவாதிக்கப்படுகின்றன.

'ஷம்பாலா' நாவலை வாசிக்கத் தொடங்கும் போதே சென்ற நூற்றாண்டில் வெளிவந்த சில

எதிர்கால துர்க்கற்பனை *(Dystopian)* நாவல்கள் நினைவுக்கு வருகின்றன. குறிப்பாக ஜார்ஜ் ஆர்வெல்லின் *'1984'* என்ற புகழ்பெற்ற நாவலில் நாட்டு மக்களின் சிந்தனைகளை வேவு பார்க்கும் 'சிந்தனை காவல் துறை' இந்நாவலிலும் முக்கியப் பங்கெடுக்கிறது. அல்டஸ் ஹக்ஸ்லியின் 'தீரமிக்க புது உலகம்' நாவலில் இடம்பெற்ற மரபணு ஆய்வு மூலம் ஒரே கருமுட்டையிலிருந்து பலநூறு கருக்களை வளர்த்து, ஒரே மாதிரியான சிந்தனையமைப்புக் கொண்டவர்களை உருவாக்கும் முறை இந்நாவலில் ஊடகப் பிரச்சாரம் மூலம் செயல்படுத்தப்படுகிறது.

நடப்பு காலச்சூழலுக்கு மாற்றாக எதிர்கால சமூகம் ஒன்றைக் கற்பனையில் சித்தரித்துப்பார்ப்பது ஷேக்ஸ்பியரின் *'The Tempest'* முதல் இலக்கிய உலகில் நடந்துவருகிறது. எதிர்கால உலகம் நன்நெறிகளோடு உன்னதமாக இருக்குமெனக் கற்பனை செய்வது *'Utopia'* என்றும், எதிர்காலம் தீநெறிகளோடு மிகமோசமாக இருக்குமென கற்பனை செய்வது *'Dystopia'* என்றும் வகைப்படுத்தப்படுகின்றன. மேற்சொன்ன ஆர்வெல், ஹக்ஸ்லி ஆகியோரின் நாவல்களும் சமீபத்தில் வெளிவந்த மார்க்ரெட் அட்வுட்டின் *'The Handmaid's Tale', 'The Testements'* ஆகியவையும் துர்க்கற்பனைகள்தாம். ஆனால் இந்நாவல்கள் அனுமானித்த துர்க்கனவு, நிகழ்காலத்தில் நனவாகிவிட்டிருப்பதையும், இன்றைய சூழல் எந்த அளவுக்கு சுதந்திரச் சிந்தனைக்கும், அறிவுச் செயற்பாடுகளுக்கும் எதிராகவும் இருக்கிறது என்பதையும் எந்தத் தரப்பின் சார்பாகவும் நிற்காமல் சுயமான குரலில் பேசுகிறது 'ஷம்பாலா'.

நாவலின் மையப்பாத்திரமான பேராசிரியர் அமர்நாத் ஓர் அறிவுஜீவி, சுதந்திரச் சிந்தனையாளர். அவர் வீட்டுக்குச் சிந்தனை போலீஸ் நுழைந்து அவரது கட்டுரைகளைக் கையகப்படுத்துகின்றனர். அவர் பயன்படுத்தும் சொற்கள் அரசாங்கத்தால் தடைசெய்யப்பட்டவை என்கின்றனர். "நீங்கள் நிறைய வார்த்தைகள் தெரிந்தவர் என்றும், நாட்டுப்பற்று என்ற சொல் உங்களிடம் இல்லை என்றும் காவல் துறைக்குத் தகவல் கிடைத்துள்ளது" என்கிறார்கள். அவர்கள் அவரைக் கைது செய்வதில்லை, ஆனால் மிக நுட்பமாக அவர் மீது உளவியல் தாக்குதல் நடத்துகின்றனர். அவர் வீட்டுக் கழிவறையை, உள்ளாடைகளை சோதனை செய்கின்றனர். அவர்கள் சென்ற பிறகு, வீட்டில் பத்திரமாக இருக்கும் அவருடைய மகள் கடத்தப்பட்டதாக போலீசுக்கு புகார் வந்திருப்பதாகவும், காவல் துறை தேடலுக்கு அமர்நாத் ஒத்துழைக்க வேண்டுமென்றும் குறுஞ்செய்திகளும், தொலைபேசித் தகவல்களும் தொடர்ந்து வந்தபடி இருக்கின்றன. அமர்நாத் போன்ற அறிவுலகச்

செயற்பாட்டாளர்களே எதேச்சாதிகார அரசுகளுக்குப் பெரும் அச்சமளிப்பவர்களாகக் கருதப்படுகிறார்கள். அவர்களை உளவியல்ரீதியாக ஒடுக்குவதுதான் இன்றைய புதிய அடக்குமுறை உத்தி. "புத்தகங்களை அழிப்பது பழைய முறை; புத்தகங்களை உருவாக்கும் மனங்களை ஆட்சியாளர்கள் அழிப்பதுதான் புதியமுறை." (பக். 189)

மனிதாபிமானச் சிந்தனையும் அறநெறி ஒழுக்கங்களும் கொண்டவர்களுக்குப் பெரும் துயரளிப்பவை சக மனிதர்கள் – குறிப்பாக நடுத்தர வர்க்கத்தினர் – அதிகாரத்துக்குப் பணிந்து போவதும் அடக்குமுறைகளைப் பற்றி அலட்டிக்கொள்ளாமல் இருப்பதும், அரசு வன்முறைகளை நியாயப்படுத்தும்படியான காரணங்களைத் தாமே கண்டுபிடித்து தங்களுக்குள் சமாதானம் செய்து கொள்வதுமே. இந்த மத்தியமர் நிலைப்பாட்டுக்குப் பின்னால் உள்ள உளவியலையும் அறிவுச் சமூகம் தமது முன்னெடுப்பில் தவறவிடுகின்ற இடங்களையும் நாவலின் பாத்திரங்களின் வழியே தமிழவன் பேசுகிறார். பற்பல கட்டுரை களின் வழியாகச் சொல்ல வேண்டிய விமர்சனங்கள் நாவலின் இயல்பான போக்கில் உரையாடல்களாக, விவாதங்களாக இடம்பெற்றுவிடுகின்றன.

"மக்களுக்கு எப்போதும் எதிலும் திருப்தி இருப்பதில்லை. ஒன்றைப் பூர்த்தி செய்தால் அடுத்ததை ஏன் பூர்த்தி செய்ய வில்லை என்று கேட்பார்கள். இன்றைய ஆட்சியாளர்கள் மக்களின் இந்த இயல்பைப் புரிந்து அவர்களை ஒரு பயத்தில் எப்போதும் வைத்து, இருப்பது போதும் என்று ஆட்சியாளர்களைக் கேள்வி கேட்காத மனநிலையை உருவாக்கிவிடுகிறார்கள்". (பக். 58)

"உலகம் முழுவதும் எதேச்சாதிகாரப் போக்குள்ளவர்களும், ஜனநாயகப் பண்புகளைத் தோண்டிப் புதைக்கும் நபர்களும் இயக்கங்களும் தேர்தலில் வெற்றி பெற்றுவருகிறார்கள். தங்களுக்குக் கஷ்டம் கொடுத்தாலும் இந்த எதேச்சாதிகாரிகளை மக்கள் எதற்காகத் தொடர்ந்து தேர்ந்தெடுத்து வருகிறார்கள் என்பதை விளக்கிக் கூறுவதற்கு நமது அறிவுத் துறை வளரவில்லை."

இத்தகைய நேரடியான விமர்சனங்களைத் தவிர, நாவலில் எளிதில் விளங்கிக்கொள்ள முடியாத, வழக்கத்துக்கு மாறான சில சம்பவங்கள் நடக்கும்போது அவை உளவியல் ரீதியாக விளக்கப்படுகின்றன. ஒரு தலித் மாணவன் தன்னைத் தாழ்த்தப்பட்ட சமூகத்தைச் சேர்ந்தவன் என்று அழைக்கும்போது அவமானமாக உணர்வதாகவும், ஆனால் 'நாங்கள் இந்து சமூகத்தைச் சேர்ந்தவர்கள்' என்ற முழக்கத்தில் சேர்ந்து கொள்ளும்போது தனக்கு ஆன்ம திருப்தி கிடைப்பதாகவும் சொல்கிறான்.

அமர்நாத்தின் முஸ்லிம் நண்பர் ஒருவர் அவரது தெருவில் உள்ள மைனாரிட்டி முஸ்லிம்கள் எல்லோரும் வலதுசாரிகளுக்கு ஆதரவாக வாக்களித்ததாகச் சொல்கிறார். வலதுசாரிகள் யாரும் அவர்களை வற்புறுத்தவோ தொந்தரவு செய்யவோ இல்லை. ஆனாலும் ஒரு காவியுடைச் சாமியாருக்கு வாக்களித்துவிட்டு வந்ததன் பின்னால் இருக்கும் மனநிலையை அமர்நாத் விளக்குகிறார்.

"ரகசியமாக வலதுசாரிக்கு வாக்களிக்கிற முஸ்லிம்தான் பிரிவினையின் போது இந்த நாட்டில் வாழ்வதற்காக ஒரு முடிவு மேற்கொண்டவனின் தேர்வு. அது நாளடைவில் ஒரு தவறான உளவியலை அவர்களுக்குத் தருகிறது... இந்த முஸ்லிம் வாக்காளன்தான் ஒருவகையில் இந்த நாட்டின் வலதுசாரி பாசிஸத்தை உருவாக்குகிறான். 'அடங்கிப் போய்விடுவோம்' என்ற மனநிலை எப்போதுமே மறுபக்கத்தில் பிய்த்துக்கொண்டு வெளியில் வந்துவிடும். அடிமைத்தனத்தின் உளவியல் மிகவும் ஆபத்தானது...'சுதந்திர உணர்வுதான் மனிதனைத் தீர்மானிக்கும் அடிப்படை உயிராற்றல்' என்கிறார் சார்த்தர்." (பக். 101)

இந்துத்துவ வலதுசாரிகள் மக்களிடையே செல்வாக்குப் பெறுவதற்கும், இடதுசாரிகள் ஆதரவு இழந்துவருவதற்கும் விவாதத்துக்குரிய ஒரு புதிய காரணம் நாவலில் சொல்லப்படுகிறது. "இடதுசாரிகள் இல்லாத ஒரு லட்சிய உலகை மனதில் கொண்டு அதற்காக வக்காலத்து வாங்குகிறார்கள். ஆனால் இந்துத்துவ வலதுசாரிகள் இருப்பதை மட்டும் லட்சியமாக காட்டுகிறார்கள்." (பக். 182)

இதைப் போலவே சர்ச்சைக்குரிய பல சிந்தனைகளும் நாவலின் பாத்திரங்கள் வழியே எழுப்பப்படுகின்றன. "புத்தகங்கள், அறிவு போன்றவற்றை உள்வாங்கிக்கொள்ள முடியாதவர்களுக்கு உடலுழைப்பு வாழ்க்கையில் வெற்றி ஈட்டித்தரும் வழியாகத் தெரிகிறது... அப்படியானவர்களின் மனதில் வெகு எளிதாக மதவெறி எண்ணங்களையும், மற்றவர் மீதான வெறுப்பு, எதிர்ப்பு கோப எண்ணங்களையும் வலதுசாரிகளால் புகுத்திவிட முடிகிறது." (பக். 184, 188)

அநேகமாக எல்லா சமகாலப் பிரச்சனைகள் குறித்தும் நாவலில் பேசப்படுகிறது எனலாம். கோடீஸ்வரத் தொழிலதிபர்கள் வங்கிகளிடமிருந்து பெருந்தொகைகளைக் கடனாகப் பெற்றுத் தலைமறைவாவது, சபரிமலையில் பெண்கள் நுழைவு, பண மதிப்பிழப்பு மலைப்பகுதி பழங்குடியினரிடம் செல்லுபடி ஆகாதது, மத அரசியல் செய்பவர்களின் பொதுநலப்பணிகள், என்கவுன்டர் கொலை செய்ய ஆட்சியாளர்களிடமிருந்து காவல் துறைக்கு வரும்

மறைமுக அழுத்தங்கள், ராமர் கோயில் கட்டியபின்பு அடுத்த 150 வருடங்களுக்கான பொருளாதார மூலதனம் கிடைக்கும் என்ற ரகசியத் திட்டம் என விரிவான தளத்தில் தமிழவனின் சுவர்மையான அலசல்கள் நாவலில் உறுத்தாமல் கலந்திருக்கின்றன.

'ஷம்பாலா' என்ற இடம் திபெத்தில் உள்ளதாகவும் உலகிலேயே அதிகமான அதிகாரம் உறைந்திருக்கும் இடம் என்றும், அந்த இடம் உலகத்தை அழிக்கவும் ஆக்கவும் வல்லது என்றும் தொன்மக் கதைகள் கூறுகின்றன. அந்த இடத்தை அடைந்து பெரும் சக்தியைப் பெற்றுப் பெரும் அதிகாரத்தைப் பெறுவதற்கு மிகச்சாதாரண நிலையிலிருந்து அமைச்சராக உயர்ந்த 'ஹிட்லர்' என்ற பெயர் கொண்ட ஒரு பாத்திரம் தயாராவது இந்நாவலுக்குள்ளே பொதிந்திருக்கும் ஓர் உபகதையாகியிருக்கிறது. மையக்கதைக்கு இணையாகச் செல்லும் இது அமர்நாத் எழுதும் கதை என்று நாவலில் சொல்லப்படுகிறது. அதிகாரப் பிரயோகம் ஒவ்வொரு தளத்திலும் இயங்கும் விதங்களைப் பதிவு செய்வதாக இருந்தாலும் நாவலின் தீவிரத்தன்மையை இப்பகுதி சற்று தளர்வடையச் செய்கிறது.

பிரச்சாரங்கள், கட்டுரைகள் மூலம் முன்வைக்கப்படும் விமர்சனங்களைவிட ஓர் இலக்கியப் படைப்பின் குரல் சுவர்மையானது என்பதை தமிழவனின் 'ஷம்பாலா' நிரூபிக்கிறது.

◆

இந்து தமிழ், **டிசம்பர் 28, 2019**

5

க.நா.சு.வின் மொழிபெயர்ப்புகள்

உன்னதங்களைப் பரிந்துரைத்துக் கொண்டிருந்த ஒற்றைக் குரல்

> "தன்னை வெறுக்கிற சமுதாயத்தை விட்டு கெட்டிக்காரத்தனமாக ஒதுங்கியே நின்று இலக்கியாசிரியன் தனது முயற்சிகளைச் செய்து கொண்டிருக்கிறான். மௌனமாக, வாசகர் கவனத்தையும் கவர விரும்பாமல் – திருட்டுத்தனமாக என்றுகூடச் சொல்லலாம் – எழுதிச் சிருஷ்டித்துக் கொண்டிருக்கிறான். தனி மனிதனாக அவன் கௌரவிக்கப்படுகிறான். எழுதிவிட்டானானால் ஒரு சில வாசகர்களையேனும் எட்டுவது பெரிய விஷயமாக இல்லை. வேறு என்ன வேண்டும் ஒரு நல்ல உண்மையான இலக்கியாசிரியனுக்கு?"
>
> இலக்கிய வட்டம். இதழ் 7 – 14.2.64இல் 'இன்றைய தமிழ் இலக்கியம்' கட்டுரையில் க.நா.சு.

1

கந்தாடை நாராயணஸ்வாமி சுப்பிரமணியம் என்கிற மாபெரும் பன்முக ஆளுமையில் மொழி பெயர்ப்பாளர் என்ற ஒரேயொரு பரிமாணத்தை மட்டுமே எனது உரையில் மீள்பார்வை செய்ய அழைக்கப்பட்டிருக்கிறேன். நாவலாசிரியர், சிறுகதையாசிரியர், கவிஞர், விமரிசகர் என்ற பல்வேறு முகங்களைக் கொண்ட க.நா.சு.வின் மிக முக்கியப் பங்களிப்பாக மொழிபெயர்ப்பையே கூற வேண்டும்.

நாவலாசிரியராகப் பொய்த்தேவு, ஒருநாள் கழிந்தது போன்ற குறிப்பிடத்தக்க நாவல்களை எழுதியிருந்தாலும், உலக இலக்கியங்களின் மகோன்னத சிகரங்களை அறிமுகப்படுத்திவந்த அவருடைய தரத்திற்குப் பெரும் இடைவெளியில் இந்த நாவல்கள் அமைந்திருப்பதை இன்றைய வாசகன் உணர்கிறான். 'தமிழ் மரபு தெரிய வேண்டுமென்றும், அதில்லாவிட்டால் தமிழிலே இலக்கியமே சாத்தியமில்லை' என்றும் கூறுகிறவர்களுக்குப் பதில் கூறுவதுபோல 'உலக இலக்கிய மரபுகள் நமக்குத் தெரிய வேண்டும். அது தெரியாமல் இலக்கிய சிருஷ்டி செய்ய முற்படுவது வீண் வியர்த்தம்,' என்று கூறிய க.நா.சு. அதற்கு உதாரணம் காட்டுவது போலவே தனது நாவல்களை முயற்சி செய்துபார்த்திருப்பதாகக் கூறலாம். உன்னதமான எழுத்துக்களை அடையாளம் கண்டு கொள்ளும் திறமையையும், படைப்பாளிக்குள்ளிருக்கும் கவிமனக் கூறுகளை கவனிக்கும் நுட்பமான பார்வையையும் அவர் கொண்டிருந்தாலும் எழுத்தாளனுக்கு இருக்க வேண்டிய இயல்பான உந்துசக்தி அவரிடம் இருந்ததில்லையென்றே கூற வேண்டும்.

நவீன கவிதை பற்றிய தெளிவான பிரக்ஞையோடு இருந்த அவர்தான் 'புதுக்கவிதை' என்ற பெயரையே சூட்டியவரென்றாலும் அவர் இயல்பான கவிஞரும் இல்லை.

இலக்கியத்தை நேரடியாகவே உணர்ந்து அனுபவிக்க வேண்டுமென்ற நம்பிக்கை கொண்டிருந்தவரென்பதால், அவர் இடைவிடாது வாசித்துக்கொண்டிருந்த நூல்களில் தரமானவற்றை, தன் ரசனையின் அளவுகோலை மட்டும் வைத்துக் கணித்து அவற்றைத் தமிழில் மொழிபெயர்த்தோ அல்லது அறிமுகப்படுத்தியோ வந்திருக்கிறார்.

விமர்சனத்திலும் அவரது சமகால விமர்சகர்களான சி.சு. செல்லப்பாவின் பகுப்பாய்வுக் கோட்பாடுகளுக்கோ, கைலாசபதி, ரகுநாதன் போன்றோரின் மார்க்ஸிய அடிப்படை விமர்சன முறைகளுக்கோ உட்படாமல், வாசிப்பின்போது தன் மனதிற்குப்பட்ட விஷயத்தை மட்டுமே கணக்கில் எடுத்துக்கொண்டு ரசனை விமர்சகராகவே செயல்பட்டு வந்தார். அவர் தன்னை எக்காலத்திலும் ஒரு முழுமையான விமர்சகன் என்று அழைத்துக்கொண்டதுமில்லை.

அவர் விரும்பி ஏற்றுச் செய்த விஷயங்களாக தொடர்ந் தேர்த்தியான வாசிப்பையும், வாசித்தவற்றில் சிறந்தவற்றை எந்தவொரு மனமாச்சரியமுமின்றிப் பரிந்துரை செய்து வந்ததையும்தான் கூற வேண்டும். இந்தப் பரிந்துரை என்ற

கூரையின் கீழேதான் அவரது மொழிபெயர்ப்புகளையும் வைத்துப் பார்க்க வேண்டுமெனக் கருதுகிறேன்.

2

உலக இலக்கியம் என்பது ஓர் இயக்கமாக உருவெடுக்க வேண்டுமென்ற சிந்தனையைத் தமிழில் முதன்முதலாகப் புகுத்தியவர் க.நா.சு.தான். இதற்கான வழிவகைகள் என்னவென்று சிந்திப்பது தன்னைப் போன்ற இலக்கியவாதியின் கடமையென்ற நம்பிக்கை அவருக்கு இருந்தது. 'உலகத்தில் எந்த மொழியில், எந்தப் பகுதியில் மிகத் தரமானது, உயர்ந்தது, சிரேஷ்டமானது வந்திருந்தாலும் அது உடனடியாகத் தமிழில் மட்டுமல்ல, தமிழ் போன்ற எல்லா மொழிகளிலுமே வருவதற்காக வழிவகைகளை வகுத்துக்கொள்ள வேண்டும்' என்ற க.நா.சு. தமிழுக்கு அறிமுகப்படுத்திய, மொழிபெயர்த்த எழுத்தாளர்கள் மற்றும் படைப்புகளின் தேர்வு மிக முக்கியமானது. கிரேஸியா டெலடா, ஸெல்மா லாகர்லெவ், பேர் லாகர்க்விஸ்ட் போன்ற நோபெல் பரிசு பெற்ற எழுத்தாளர்களைப் பெரும்பாலும் அவர்கள் வாழும் காலத்திலேயே தமிழில் மொழிபெயர்த்துத் தந்திருக்கிறார்.

வணிகப் பத்திரிகைகள் பிரபலமான, பெரும் வாசகர் கூட்டங்களைக் கொண்டிருந்த அயல்நாட்டு எழுத்தாளர்களின் கதைகளை மொழிபெயர்த்து வெளியிட்டுக்கொண்டிருக்கையில் க.நா.சு. முதன்முதலாகக் கிழக்கு ஐரோப்பிய எழுத்தாளர்களின் புத்தகங்களைத் தமிழில் கொண்டுவந்தார். இங்கிலாந்து, அமெரிக்கப் படைப்புகளை வாசிக்கையில் ஒருவித அந்நியத்தன்மையை உணர்வதாகவும், கிழக்கு ஐரோப்பிய வாழ்க்கைமுறைக்கும் தமிழ் வாழ்க்கைமுறைக்கும் இடையில் ஏதோ ஒற்றுமை இருப்பதாகவும், அவர்கள் தமது குடும்பம் சார்ந்து பேசினாலும் நம்மால் அதை உணர்ந்து கொள்ள முடிகிறது என்றும் க.நா.சு. கூறியதாக சுந்தர ராமசாமி தனது நினைவோடையில் குறிப்பிடுகிறார்.

மேற்கத்திய விமர்சகர்கள் அதிகம் கொண்டாடாத காதரின் ஆன் போர்ட்டர் போன்றோரின் மிகச்சிறந்த கதைகளை மொழிபெயர்த்துத் தொகுப்பாகவே வெளியிட்டிருக்கிறார். அவர் மொழிபெயர்த்த பேர் லாகர்க்விஸ்ட்டின் பாரபாஸ் (அன்பு வழி), மற்றும் ஸெல்மா லாகர்லெவ்வின் மதகுரு போன்ற நாவல்கள் தமிழ் எழுத்தாளர்கள் பலருக்கும் பெரும் ஆதர்சமாக இருந்திருக்கின்றன. வண்ணநிலவனின் முதல் நாவலான கடல்புரத்தில் நாவலின் முன்னுரையில் 'அன்பு வழியைப் போன்றதொரு நாவலை என் வாழ்நாளில் எழுதிவிட முடிந்தால்...' என்று ஏங்குகிறார். மதகுரு நாவலை கிருஷ்ணன் நம்பி பாராயணமே செய்து வந்ததாக

சுந்தர ராமசாமி கூறுகிறார். நட் ஹாம்சனின் நிலவளம் தனது பள்ளிப் பிராயத்திலேயே எத்தகைய ஆக்கிரமிப்பை ஏற்படுத்தி உலக இலக்கியத்தின்பால் தன் கவனத்தைத் திருப்பியது என்று எஸ்.ராமகிருஷ்ணன் கூறியிருக்கிறார்.

ரோமன் ரோலந்தின் 'ஜீன் கிருஸ்தஃபர்', மார்டின் து கார்டின் 'தபால்காரன்', வில்லியம் ஸரோயனின் 'மனுஷ்ய நாடகம்', அண்டோனியோ பாகஸாரோவின் 'கடல் முத்து' போன்ற இலக்கியத்தின் புதிய சிகரங்களைத் தொட்ட கலைப் படைப்புகளை தமிழ் வாசகருக்கு க.நா.சு. அறிமுகம் செய்து ஒரு மொழிபெயர்ப்பு மரபையே தமிழில் உண்டாக்கி வைத்திருப்பதால்தான் இன்று நம்முடைய சூழலில் நவீன இலக்கியத்தைப் பற்றி, ஜோஸே ஸரமாகோ, உம்பர்தோ எக்கோ, மார்கேஸ் என்று பேச முடிகிறது. அவர் மொழிபெயர்த்த முழு நீள நாவல்களைத் தவிர, மகத்தான மேனாட்டு நாவல்கள் ஒவ்வொன்றையும் ஏழு எட்டுப் பக்கத்திற்குள் சுருக்கிப் 'புகழ்பெற்ற நாவல்கள்' என்ற தலைப்பில் தந்ததும், 'படித்து இருக்கிறீர்களா ?' என்ற தொடர் கட்டுரை மூலம் உலகின் தலைசிறந்த நாவல்கள், சிறுகதைகள், நாடகங்கள், இந்தியாவின் முக்கிய நாவல்கள், இலக்கியப் படைப்புகளை அறிமுகப்படுத்தியதும் தமிழுக்கு அவர் ஆற்றிய மிகப்பெரும் தொண்டாகக் கருத வேண்டும். அவரது சமகால இலக்கியவாதிகள் சரத் சந்திரர், காண்டேகர் ஆகியோரைக் கொண்டாடிக்கொண்டிருந்தபோது, அந்தப் பொது வழியிலிருந்து விலகி, தாரா சங்கர் பந்தோபாத்தியாயா, பிபூதி பூஷன் பந்தோபாத்தியாயா போன்றோரின் நாவல்களை ஆர். சண்முக சுந்தரம் மொழியாக்கம் செய்ததும், தி. ஜானகிராமன் 'அன்னை', 'குள்ளன்' போன்ற ஐரோப்பியப் புனைகதைகளை மொழிபெயர்த்ததும் க.நா.சு. உருவாக்கிய மரபின் தொடர்ச்சியே.

3

க.நா.சு. தனது மொழிபெயர்ப்புகளைச் சரளமாகப் படிக்கும்படி செய்பவர். வாசிப்புப்பயிற்சியில்லாத வாசகனுக்கும் புரிய வேண்டும், நமது கலாச்சாரத்திற்கு அந்நியமாக ஒரு படைப்பு இருந்துவிடக் கூடாது என்ற அளவில் ஓர் இலக்கியப் பரிந்துரை யாளராக அவரது கருத்து ஒப்புக்கொள்ளக்கூடியதுதான். இன்றைய சூழலில் அவரைப் பொருத்திப்பார்க்கும்போது க.நா.சு.வை ஒரு பரிபூரண மொழிபெயர்ப்பாளர் என்று கூற முடியாது என்பதுதான் என் எண்ணம். அவர் மொழி பெயர்த்தவை மறுகதைகூறலாகவே *(Retelling)* இருக்கின்றன. அவரளவில், வார்த்தைக்கு வார்த்தை, உத்திக்கு உத்தி, மூலப் படைப்பைத் தமிழுக்குக் கொண்டு வருவதற்கு அவர் சிரத்தை

காட்டவில்லையென்றுதான் கூற வேண்டும். அவரைப் பொறுத்தவரை அக்கதையின் ஆன்மாவை, எது அக்கதையை முக்கியமாகக் கருத வைத்ததோ, எந்த அம்சம் தமிழுக்கு அதைக் கொண்டுவர வேண்டுமென அவரைத் தூண்டியதோ அதைத் தனது மொழிபெயர்ப்பில் கொண்டுவந்தால் போதுமானது என்று அவர் நினைத்திருக்கக் கூடும். தான் மொழிபெயர்த்த நூல்களின் ஆசிரியர்களுடைய தனித்தன்மையை பெரும்பாலும் அவரால் புனர்சிருஷ்டி செய்து தர முடிந்ததில்லை. இதற்குக் காரணம் அவரது எளிமையான, வெகுஜன பத்திரிக்கைத்தனமான மொழிநடைதான் என்கிறார் பிரமிள். மேலும் அவர் கூறுகையில், 'க.நா.சு. எப்போதுமே ஆழந்த, பின்னலான பிரச்சனைகளையோ, கவித்துவ அம்சங்களையோ எடுத்தாண்டதில்லை' என்கிறார். 'இதனால் அவரது மொழிபெயர்ப்பின் மூலம் நமக்குக் கிடைக்கும் எழுத்தாளர்களின் சுயத்தன்மைக்கு அவரது தமிழ் ஈடுகட்டியதில்லை. மொழிபெயர்ப்பின் உண்மையான சவால் மூல நூலாசிரியனின் தனித்தன்மையும், நமது மொழியின் எல்லைகளை விஸ்தரிக்க வேண்டிய அவசியமும், பண்பாட்டு, பிரதேச, மத வேறுபாடுகளால் நிர்ணயிக்கப்படும் வழக்குகள், குறியீடுகள் போன்றவற்றினை வேற்று மொழியிலிருந்து நமது மொழிக்குக் கொண்டுவருதலும் ஆகும். மொழிபெயர்ப்பின் மூலம் இந்த அளவு லட்சியத்தன்மையை அடையாவிட்டாலும் மூல ஆசிரியனின் முத்திரையை அப்படியே தரும் முயற்சி முக்கியமானது; நிச்சயம் செய்யப்பட வேண்டியது. க.நா.சு. இதற்காக முயன்றதில்லை' என்று பிரமிள் அவதானிக்கிறார்.

உன்னதமான உலக இலக்கியங்களைத் தமிழுக்குக் கொண்டுவர வேண்டிய பொறுப்பு தன்னை மட்டுமே சார்ந்திருக் கிறது என்ற நினைப்போடு, தன் வாழ்நாள் முடிவதற்குள் அவை எல்லாவற்றையும் தமிழில் கொண்டுவந்தேயாக வேண்டுமென்ற அவசரத்தில் அவர் மொழிபெயர்த்துத் தள்ளிக்கொண்டிருந்ததாக அத்தகைய அசிரத்தையான வாக்கிய அமைப்புகளை வாசிக்கும்போது அவரைப்பற்றி ஒரு சித்திரம் என் மனதில் வருவதுண்டு. அதனால்தான் பிரமிளின் க.நா.சு. குறித்த அபிப்பிராயங்கள் என் மனதில் சஞ்சலத்தை ஏற்படுத்தியதில்லை. அவருக்கு எதிராக வர்த்தக ஊடகங்களின் எக்களிப்புகள், லட்சக்கணக்கான வாசகர் கூட்டத்தைக் கொண்டிருப்பவர்களே சிறந்த எழுத்தாளர்கள் என்று நம்பிக்கொண்டிருந்த வாசகர்கள், தமிழின் புராதன மரபுகளைப் போற்றிப் புகழ்ந்துகொண்டு, உலக இலக்கியங்களிலேயே தமிழ்தான் தலையாயது என்ற பெருமிதத்துடன் மற்ற மொழிகளை உதாசீனம் செய்து கொண்டிருந்த கிணற்றுத் தவளைப் பண்டிதர்களின் ஆரவாரக்

கூச்சல்கள், நவீன இலக்கிய சகாக்களிடமிருந்தே அவரைப் பற்றியும் (அவர் ஒரு சி.ஐ.ஏ. ஏஜென்ட்) அவரது இலக்கியக் கோட்பாடுகள் பற்றியும் (அவர் செய்வது விமர்சனமே அல்ல அபிப்பிராயங்கள்தான்) எழுப்பப்பட்டு வந்த அக்கப்போர்கள் போன்ற அனைத்து விதமான தாக்குதல்களையும் தனது இலக்கிய வாழ்வின் மிகப்பெரும்பான்மைக் காலம்வரை தனியாளாகவே நின்று சமாளித்துவந்திருக்கிறார். இத்தகைய சாதகமற்ற தமிழ்ச் சூழலிலிருந்து ஓர் உணர்ச்சிகரமான கலைஞன் மிக எளிதாக மனம் நொடித்து விலகி விட்டிருக்கக்கூடும். இவ்வளவு அவமதிப்புகளையும், நிராகரிப்புகளையும் அவர் பொருட்படுத்தாமல் இயங்கிவந்ததற்குத் தமிழ்ச் சமூகத்தின் மீது அவர் கொண்டிருந்த ஆழ்ந்த அக்கறையே காரணமாக இருந்திருக்க வேண்டும்.

க.நா.சு.வை வைத்து நடத்தப்படும் மற்றுமொரு சர்ச்சை அவர் எந்த மொழியிலிருந்து தமிழுக்கு மொழிபெயர்த்தார் என்பது. தனக்கென்று பெரிய அளவில் ஆதரவாளர் கூட்டம் ஏதுமில்லாதிருந்த அவருக்குக் கடைசி சில வருடங்களில் ஆச்சரியமளிக்கும்படியாகப் புதிய தலைமுறை அபிமானிகள் பலர் தோன்றினார்கள். அவர்கள் க.நா.சு.வுக்குப் பதினெட்டு மொழிகள் தெரியுமென்றும், நார்வேஜிய, ஸ்வீடிஷ், பிரெஞ்சு, ஜெர்மானிய மொழிகளிலிருந்து நேரடியாகத் தமிழில் மொழிபெயர்த்தாரென்றும் புதிய பிம்பங்களை உருவாக்க, அவருடைய எதிர்ப்பாளர்கள் அவருக்கு ஆங்கிலத்தையும், தமிழையும் தவிர வேறு மொழி ஒன்றுமே தெரியாதென்றும் ஆவேசத்தோடு வாதாடிவந்திருக்கின்றனர். இத்தகைய விவாதங்களே அவசியமற்றவையென்றுதான் நான் கருதுகிறேன். க.நா.சு. எந்தப் புத்தகத்திலும் எந்த மொழிப்பதிப்பை ஆதாரமாகக் கொண்ட மொழிபெயர்ப்பு என்பதைக் குறிப்பிட்டதில்லை என்பதையும் இங்கே கவனிக்க வேண்டும். ஆனால் தன்னை இலக்கியப் பரிந்துரையாளராகவே கருதிச் செயல்பட்டு வந்தவர் என்பதால், இந்த விஷயத்தில் தன்னிலை விளக்கத்தைத் தர அவர் முயலாததைப் பெரிய குறைபாடாகக் கருதத் தேவையில்லையென நினைக்கிறேன்.

பின்னலும் சிடுக்கும் மண்டிய மொழியைக் கொண்ட பிரதிகளை மொழிபெயர்க்க அவர் தேர்ந்தெடுத்ததே இல்லை யென்றும், எளிதாகவும் தெளிவாகவும் சொல்லக்கூடிய விஷயங்களை மட்டுமே எடுத்தாண்டதாகவும் பிரமிள் கூறுவதை மறுக்கும்படியாகவே அவர் மொழிபெயர்த்த ஆல்பெர் காம்யு, காதரின் ஆன் போர்ட்டர், ஜேம்ஸ் ஜாய்ஸ் போன்றோரின் சிறுகதைகள் இருப்பதையும் நாம் கவனிக்க வேண்டும்.

இருந்தும், ஒரு தேர்ந்த வாசகன் பார்த்தவுடனேயே இது க.நா.சு. மொழிபெயர்த்த கதை என்று சொல்லிவிடும்படியாக அவரது மொழிநடை பல கதைகளில் ஒரே ஜாடையில் இருக்கிறது. ஒரு மொழிபெயர்ப்பாளனுக்கென்று தனித்துவமான ஒரு மொழிநடை கெட்டித்துவிடக் கூடாது என்பதில் நவீன மொழிபெயர்ப்பாளர்கள் பலரும் கவனமாக இருக்கின்றனர். மிகெல் ஸெர்வாண்டேஸின் டான் க்விஹோத்தே மற்றும் கார்ஸியா மார்கேஸின் பெரும்பான்மையான நாவல்களை ஆங்கிலத்தில் மொழிபெயர்த்துள்ள எடித் கிராஸ்மன் மொழிபெயர்ப்பைத்தவிர சொந்தமாக எதையும் எழுதுவதற்கு மிகவும் தயங்குவதாகவும், கூடியவரை தவிர்ப்பதாகவும் கூறுகிறார். அனேகமாக எல்லா எழுத்தாளர்களுமே தாம் ஒரு நாவலை எழுதுகிற காலத்தில் பிற எழுத்துக்களை – அவை தம் எழுத்தில் பாதிப்பு ஏற்படுத்தலாம் என்ற ஜாக்கிரதையுணர்வில் வாசிப்பதில்லை. ஆனால் விமர்சனம் உட்பட எந்த விதமான இலக்கியச் செயல்பாட்டிலும் தொழில்நுட்பச் சட்டகங்களைப் பொருத்திப்பார்க்காத க.நா.சு. இத்தகைய அழகியல் விதிமுறைகளுக்குத் தன்னை உட்படுத்திக் கொண்டிருப்பாரென்று நாம் எதிர்பார்க்க முடியாது. ஆனால் இலக்கிய நுண்ணறிவையும் ரசனையையும் மட்டுமே ஆதாரமாகக் கொண்டு இயங்கிவந்த அவருக்கு இத்தகைய தியரிகள் தெரிந்திருக்காது என்று நினைப்பது அபத்தம்.

அவருக்கு மிக விருப்பமான கெஸ்டா பெர்லிங் ஸாகாவைத் தமிழில் மொழிபெயர்ப்பதற்கு முன்பு ஐம்பது தடவைகளாவது படித்திருப்பதாக மதகுருவின் முன்னுரையில் கூறுகிறார். ‘இப்போது மொழிபெயர்க்க உட்காரும்போதுகூட நாலு பக்கம் மொழிபெயர்த்தால் தொடர்ந்து நாற்பது பக்கம் படித்துவிட்டுத்தான் அடுத்த நாலு பக்கம் மொழிபெயர்ப்பது என்று ஏற்பட்டுவிட்டது’ என்கிறார். அந்த அளவிற்கு லயிப்போடு அவர் மொழிபெயர்த்த இந்நாவலிலும், பாரபாஸிலும் (மூல நூலை வைத்து நான் சோதித்துப்பார்த்ததில்லையென்றாலும்), ஸெல்மா லாகர்லெவ், பேர் லாகர்க்விஸ்ட் ஆகியோரின் ஆன்மாவிற்கு மிக அருகிலேயே தனது மொழியாக்கத்தைக் கொண்டுசென்றிருப்பதாக நான் உணர்கிறேன். தேவ மலர் சிறுகதையில் கிருஸ்துமஸ் இரவன்று கீயிங்கே வனம் விழித்தெழுந்து கொள்ளும் காட்சியை வர்ணிக்கும் அவரது நடை, படித்துப் பல பத்தாண்டுகள் கழிந்த பின்பும் எனக்குப் புத்தம் புதிதாக நினைவில் ஊறிக்கொண்டிருக்கிறது:

‘பூமியின் மேல் போர்த்தியிருந்த மாரிக்காலத்துப் போர்வையை ஏதோ ஒரு மாயக்கரம், தெய்வீகக்கரம் எடுத்து

விட்டது போலிருந்தது. அப்பட் ஹான்ஸினுடைய கண் முன்னர் பூமியின் மேல் பச்சைப் போர்வை படர்ந்தது. புல்லும் பூண்டும் அடர்ந்து ஒரு நொடியில் வளர்ந்து தலைதூக்கின. எதிரே தெரிந்த குன்றுகளின் சரிவெல்லாம் திடுமென்று பச்சைப் பசேலென்றாகிவிட்டது. விதவிதமான பூச்செடிகள் முளைத்துத் தலைதூக்கிப் பூத்துக் குலுங்கின. அந்த வர்ண விஸ்தாரமே அபூர்வமானதாக, அற்புதமானதாக இருந்தது. வேறென்ன சொல்வது? தெய்வீகமானதோர் வர்ணசித்திரம் அது. அவர் கண்கள் நிறைந்தன. திடீரென்று வெளிச்சம் சற்று மங்கிற்று. மறுபடியும் முன்போல் இருட்டிப்போய்விடுமோ வென்று பயந்தார் அப்பட்ஹான்ஸ். ஆனால் வெளிச்சம் முன்னிலும் அதிகமாயிற்று. அவ்வெளிச்சத்திற்குப் பின்னணி யாக ஆறுகளின் சலசலப்பும் அவற்றின் இசையும் எழுந்தது. எங்கேயோ தூரத்தில் ஒரு நீர்வீழ்ச்சியின் சப்தம் கேட்டது...'

க.நா.சு. நமக்களித்த இத்தகைய உன்னதமான வரிகள்தான் தமிழில் நவீன இலக்கிய மரபு ஒன்று உருவாவதற்கு அடித் தளமாக அமைந்தனவென்று நெகிழ்ச்சியோடு மட்டுமல்ல, நிதானத்துடனேயே கணிக்கிறேன்.

4

சர்வதேசக் கதைகளை க.நா.சு. மொழிபெயர்த்த அளவிற்குப் பிற இந்திய மொழி இலக்கியங்களிலும் அவருக்கு அக்கறை இருந்தது. இந்தியின் அக்ஞேயாவுடன் அவருக்கு நெருங்கிய தொடர்பு இருந்திருக்கிறது. விகாஸ் பப்ளிகேஷன்ஸிற்காக இந்திய மொழிக்கதைகளைத் தொகுத்து, அத்தொகுப்பின் முன்னுரையில் இதற்காக 600 கதைகள்வரை படித்து அவற்றிலிருந்து அக்கதைகளைத் தேர்வு செய்திருப்பதாகக் குறிப்பிட்டிருக்கிறார்.

இந்திய மொழி இலக்கியங்களின் மீது க.நா.சு. கொண்டிருந்த அக்கறையைப் பற்றிப் பேசுவதற்கு முன் இந்திய இலக்கியம் என்ற ஒன்று உண்டா என்ற கேள்வி முக்கியமாகிறது. இக்கேள்வியைத் தொடர்ந்த தேடல் அவருக்கு எப்போதும் இருந்தது. இந்திய இலக்கியத்தின் சாயலை மேற்சொன்ன கதைகள் சிலவற்றில் பார்ப்பதாக அவர் கூறுகிறார். அவர் அதிகமும் ஈடுபாடு கொண்டிருந்த கிழக்கு ஐரோப்பிய இலக்கியங்களில், குறிப்பாக ரஷிய, ஸ்காண்டிநேவிய இலக்கியங்களில், இந்தியப் பாரம்பரியத்தைப் போலவே ஆன்மீக அக்கறையும், கடவுள் பற்றிய பிரக்ஞையும் கூடுதலாக இருப்பதை சிலாகித்துக் குறிப்பிடு கிறார். ஆன்மீக மரபுகளில் அக்கறை கொண்டிருந்த இலக்கியம் அவருக்கு எப்போதுமே முக்கியமாகப்பட்டிருக்கிறது.

5

இந்தியாவின் ஒவ்வொரு மொழியிலும் தத்தமது இலக்கியச் சிறப்புகளை ஆங்கிலத்தில் தொடர்ந்து எழுதவும் ஆவேசமாக முழங்கவும் ஏராளமானோர் இருந்தபோது அத்தகைய காரியங்களைத் தமிழுக்காகத் தனியாக நின்றுகொண்டு செய்து வந்தவர் க.நா.சு. தமிழ்மொழியில் நடைபெற்றுவந்த புதிய முயற்சிகளைப் பற்றித் தனிப்பட்ட விருப்பு வெறுப்புகளை மீறித் தொடர்ந்து அவர் பேசிவந்திருக்கிறார். புதுமைப்பித்தன், மௌனி போன்றோரின் மேதமையை பல ஆங்கிலக் கட்டுரைகளில் அழுத்தம் திருத்தமாகப் பதிவு செய்திருக்கிறார். தமிழிலிருந்து ஆங்கிலத்திற்கு சிலப்பதிகாரத்தையும், நீல. பத்மநாபனின் தலைமுறைகள், சண்முகசுந்தரத்தின் 'சட்டி சுட்டது', இந்திரா பார்த்தசாரதியின் 'குருதிப்புனல்' போன்ற நாவல்களையும் மொழிபெயர்த்திருக்கிறார்.

எழுதுவது ஒன்றையே ஜீவனமாகக் கொண்டிருந்த அவர் தனது அந்திமக் காலத்தில் 'இந்தியாவில் கத்தோலிக்க சமுதாயம்' போன்ற நூல்களையும், "சமூக உண்மையைத் தீவிரமாகச் சொல்லவில்லை" என்று அவரே குறிப்பிட்டிருந்த குருதிப்புனலையும் மொழிபெயர்த்துக் கொடுத்திருப்பது தமிழில் முழுநேர எழுத்தாளராக இருந்தால் ஏற்படக்கூடிய நகைமுரண் விளைவுகளுக்கு உதாரணங்கள்.

ஐம்பத்தைந்து ஆண்டுகளுக்கும் மேலான இலக்கிய வாழ்க்கையில் அவர் ஆங்கிலத்தில் 15,000 கட்டுரைகள் எழுதியிருப்பதாக Financial Expressஇல் எழுதப்பட்ட அஞ்சலிக் குறிப்பில் ஆர். வெங்கட்ராமன் கூறுகிறார். அவர் தமிழில் எழுதி பிரசுரமாகாதவையே பல்லாயிரம் பக்கங்களைக் கொண்டிருக்கும் என்பது பரவலான நம்பிக்கை. அவற்றையும், அவர் ஆங்கிலப் பத்திரிகைகளில் எழுதிய கட்டுரைகளையும் தொகுத்து நூல் வடிவத்தில் – அல்லது குறைந்தபட்சம் இணைய தளத்திலாவது – வெளியிட வேண்டுமென்று இச்சமயத்தில் டாக்டர் ஆ. இரா. வேங்கடாசலபதி போன்றோரிடமும் காலச்சுவடு பதிப்பகத்தினரிடமும் கோரிக்கை விடுத்துக்கொண்டு விடை பெறுகிறேன்.

நன்றி, வணக்கம்.

◆

கட்டுரையைத் தயாரிக்க உதவிய நூல்கள்

1. 'க.நா.சு. இலக்கியத்தடம்': தொகுப்பாசிரியர்: ப. கிருஷ்ணசாமி: காவ்யா பதிப்பகம்.

2. இலக்கிய வட்டம் – இதழ் தொகுப்பு: சந்தியா பதிப்பகம்

3. 'இலக்கியத்திற்கு ஓர் இயக்கம்', க.நா.சு.: காவ்யா பதிப்பகம்.

4. 'நிலவளம்', நட் ஹாம்சன்: மருதா பதிப்பகம்.

5. 'மதகுரு', ஸெல்மா லாகர்லெவ்: கவிதா பப்ளிகேஷன்ஸ்.

6. 'அன்பு வழி', பேர் லாகர்க்விஸ்ட்: சந்தியா பதிப்பகம்.

7. 'க.நா.சு. மொழிபெயர்த்த உலக இலக்கியம்': சந்தியா பதிப்பகம்.

8. 'புன்னகை புரியும் இளவரசி' – இந்தியச் சிறுகதைகள்: சா. தேவதாஸ்: மருதம் பதிப்பகம்.

9. 'காற்றில் கலந்த பேரோசை', சுந்தர ராமசாமி: காலச்சுவடு பதிப்பகம்.

10. 'க.நா.சு. நினைவோடை', சுந்தர ராமசாமி: காலச்சுவடு பதிப்பகம்.

(காலச்சுவடு, சேலம் தமிழ்ச்சங்கம் செப்டம்பர் 2005இல் நடத்திய க.நா.சு. நூற்றாண்டு விழாக் கூட்டத்தில் வாசித்த கட்டுரை)

6

ஜெயபேரிகை கொட்டிய கலைஞன்

ஜெயகாந்தனின் மறைவையொட்டி எழுதப்பட்ட அஞ்சலிக் குறிப்புகள் பலவற்றில் இலக்கியப் பெருமரம் வீழ்ந்துவிட்டதென்றும் தமிழ் இலக்கிய வானில் இருள் சூழ்ந்துவிட்டதென்றும் எழுதப்பட்ட உணர்ச்சி மேலீட்ட வரிகளை 'Incurable optimist' என்று தன்னை வர்ணித்துக்கொண்டிருந்த ஜெயகாந்தன் மேலுலகில் படிக்க நேர்ந்தால் எப்படியெல்லாம் கோபப்பட்டிருப்பார் என்று கற்பனை செய்து பார்க்க சுவாரஸ்யமாக இருக்கிறது.

ஜெயகாந்தன் நிரந்தர வெளிச்ச விரும்பி. இருபதாம் நூற்றாண்டின் ஆரம்ப தசாப்தங்களில் இந்தியாவில் நிலவிவந்த நிச்சயமற்ற எதிர்காலக் கனவுகளுக்கும், விரக்திக்கும், கொந்தளிப்புகளுக்கும், அவநம்பிக்கைகளுக்கும் புதுமைப்பித்தனின் எழுத்துக்கள் சாளரமாக இருந்ததைப்போல சுதந்திரத்துக்குப்பின் தனது கால்களை ஊன்ற முயற்சித்துக்கொண்டு, புதிய நம்பிக்கைகளோடு தனக்கான அடையாளங்களை மறுஆய்வு செய்து தேர்ந்தெடுத்துக்கொண்டிருந்த புதிய இந்தியாவைப் பிரதிநிதித்துவப்படுத்தியவை ஜெயகாந்தனின் படைப்புகள்.

அறுபது எழுபதுகளில் வாசிப்பைத் தொடங்கி, இன்று தீவிர படைப்புத் தளத்தில் இயங்கிவரும் இரண்டு மூன்று தலைமுறைகளுக்கு அவர்தான்

ஜி. குப்புசாமி

ஆரம்ப ஆசான். இவர்களுக்குப் புதிய சிந்தனா முறையை அறிமுகப்படுத்தி, பழமை களைந்து, மனித தர்மத்துக்குப் புதிய பார்வையை, புதிய கோணத்தை கற்றுத்தந்த அவரிடமிருந்து தொடங்கி வேறு இடங்களுக்கு நகர்ந்திருப்பவர்கள்தான் இன்று அவரைக் கடுமையாக விமரிசிப்பவர்களும்கூட. அவர் தயாரித்தளித்த ஆயுதங்களை அவர் மீதே பிரயோகிப்பது குறித்து அவர் கவலைப்பட்டதும் இல்லை. ஒருவேளை உள்ளூரப் பெருமைப்பட்டிருக்கக்கூடும். இவற்றையெல்லாம் வெளிக்காட்டிக்கொள்பவர் அல்ல அவர். அவர் அணிந்திருந்த பாதுகாப்புக் கவசங்கள்தான் அவர் பயன்படுத்திய பேராயுதங்க ளாகவும் இருந்திருக்கின்றன.

அவர் எழுதத் தொடங்கிய 1945ஆம் ஆண்டிலிருந்து ஏறக் குறைய முதல் ஆறு வருடங்களுக்கு *சரஸ்வதி, சாந்தி, ஹனுமான், மனிதன்* போன்ற சிற்றிதழ்களில்தான் எழுதிவந்திருக்கிறார். அதன் பிறகு, முக்கியமாக *ஆனந்த விகடன்* உள்ளிட்ட வெகுஜன இதழ்களில் எழுதத்தொடங்கிய பிறகுதான் அவரது பெயர் தமிழகமெங்கும் தீயாகப் பரவியிருக்கிறது. கேளிக்கை இதழ்களில் எழுதிவந்தாலும், அந்தப் பொது நீரோட்டத்தில் எதிர்நீச்சல் அடித்தவையாகவே அவரது எழுத்துக்கள் இருந்திருக்கின்றன. சமூகச் சீர்திருத்தம் என்ற ஒற்றைப்படையான சிந்தனைக்குள் அடங்கியிருக்கும் பல்வேறு பரிமாணங்களை அவரது கதைகள் அநாயாசமாக சித்தரிக்கின்றன. பற்பல 'புரட்சி'க் கருத்துக்களை, அந்த அளவுக்கு அலட்டிக்கொள்ளத் தேவையில்லாத சாராரண விஷயங்கள்தான் என்று அழுத்தம் திருத்தமாகக் காட்டியிருக்கின்றன. தூய இலக்கியவாதிகளாக அறியப்பட்ட அகிலனும் நா. பார்த்தசாரதியும் வெகுஜன இதழ்களில் எழுதிவந்ததைப் போல வாசகர்களின் விருப்பத்திற்காக ஜெயகாந்தன் எழுதியதில்லை. தான் எதைச் சொல்ல வேண்டும், யாருக்குச் சொல்ல வேண்டும் என்பதில் எப்போதுமே அவர் மிகத் தெளிவாக இருந்திருக்கிறார்.

அடித்தட்டு மக்களை, அவர்களின் வாழ்வை, அவர்களின் மேன்மையை ஜெயகாந்தன் எழுதியிருப்பதைப் பற்றி நிறையவே சொல்லப்பட்டிருக்கிறது. முன்னேறிய சமூகத்தினருக்குத் தயக்கமாக இருக்கக்கூடிய பல முன்னெடுப்புகளை அவர்கள் எவ்வளவு எளிதாக, இயல்பாகச் செய்துகாட்டுகிறார்கள் என்பதை சித்தரித்திருப்பதுதான் அவர் கதைகளின் சிறப்பு. அடித்தட்டு மக்கள் மீது வாசகர்களுக்குப் பரிதாபம் தோன்றச்செய்யும் உத்திகளை அவர் கட்டோடு வெறுத்திருக்கிறார். அவர்களது சுயமரியாதைக்கு மிகப்பெரிய கௌரவம் அளிக்கும் மேன்மை அவர் எழுத்தில் இருந்தது.

ஆரம்பகாலச் சிறுகதைகளிலும் குறுநாவல்களிலும் அடித்தட்டு மக்களைச் சொல்லிவந்த ஜெயகாந்தன், ஆனந்த விகடனில் எழுதத் தொடங்கியதற்குப் பிறகுதான் பிராமண சமூகத்தை தனது கதைகளில் கொண்டுவரத் தொடங்கினார். பழைய மதிப்பீடுகளைத் தமக்கு மிச்சம் வைக்கப்பட்டிருக்கும் ஆதார கௌரவங்களாக நினைத்து, நடைமுறை வாழ்வை எதிர்கொள்ளத் திண்டாடிவரும் உயர்குடி மக்களின் அநேகமாக எல்லா சிக்கல்களும் ஜெயகாந்தனின் கதைப்பொருட்களாகி யிருக்கின்றன. சில கதைகளில் பழைய காலத்தின் பிரதிநிதிகளே புதிய தலைமுறையினருக்கு, அதிகமும் அலட்டிக்கொள்ளாமல் மாறுதல்களை ஏற்றுக்கொள்ளவும் தகவமைத்துக்கொள்ளவும் கற்றுத்தருகின்றனர் ('அக்கினிப்பிரவேசம்', 'யுகசந்தி', 'ரிஷிமூலம்'). இத்தகைய 'சீர்திருத்தக் கதை'களை பிராமண சமூகத்தை மட்டுமே வைத்து அவர் எழுதியதும் நன்கு யோசித்துச் செயல்பட்ட உத்தியாகத்தான் தெரிகிறது. பல நூற்றாண்டுகளாக முன்னேறியிருந்த அச்சமூகம்தான் இப்புதிய மாற்றங்களையும் திறந்த மனதோடு தாங்கிக்கொள்ளவும், ஏற்றுக்கொள்ளவும் செய்யும் என்றறிந்து செய்த உத்தி. கங்கா ஒரு பிராமணப் பெண்ணாக இல்லாமல் ஏதேனும் ஒரு இடைநிலைச் சாதிப் பெண்ணாக சித்தரிக்கப்பட்டிருந்தால் ஜெயகாந்தன் ஒன்று தாக்கப்பட்டிருப்பார், அல்லது அச்சிறுகதை எவ்வித அறிவார்ந்த விவாதங்களுக்கும் உட்படுத்தப்படாமல் வெற்றுக் கூச்சல் களால் மூழ்கடிக்கப்பட்டிருக்கும். 'ஈடிபஸ் காம்ப்ளக்ஸ்' பற்றி எழுதப்பட்ட 'ரிஷிமூலம்' குறுநாவலிலும் பிராமண சமூகத்தைத் தவிர்த்து வேறு எந்தச் சமூகப் பிரிவையும் சொல்லிவிட்டுத் தப்பித்திருக்க முடியாதென்றுதான் தோன்றுகிறது.

"வாழ்க்கையை உருவாக்குகிறதும், நிறைவைத் தருகிறதும் எது என்கிற விஷயம் சூழ்நிலைக்கும் வாழ்கின்ற சமூகத்துக்கும் ஏற்ப மாறும். அந்த மாற்றத்தால் விளையும் ஒரு குறிப்பிட்ட மனிதனின் செயல், நான் கடைப்பிடிக்கும் கொள்கைக்குப் புறம்பு என்பதை உத்தேசித்து, அதை நான் மறுக்காமல், அந்த மனிதனின் அந்தச் செயலில் பொதிந்துள்ள மனித தர்மத்தைக் காண்பதையே கடமையாகக் கொள்கிறேன்." ஜெயகாந்தனின் இந்தப் பிரகடனம் அநேகமாக அவரது எல்லா கதைகளுக்கும் முன்பாகக் குறிப்பிட்டாக வேண்டிய அடையாள வாசகம் என்றே சொல்லலாம்.

சமூகச் செயல்பாடுகள் அனைத்திலும் உள்ள நேர்மறையான அம்சங்களை மட்டுமே தனது எழுத்துக்களில் பரிந்துரைப்பது என்பதைத் தனது இலக்கியக் கொள்கையாகவே வைத்திருந்த இவர், பிழைகள் எல்லாவற்றிற்குள்ளும் நேராக நுழைந்து,

ஜி. குப்புசாமி

அடித்தளம்வரை சென்று அலசி, அந்த விலகல்களை நேர்க்கோட்டில் இணைப்பதையும், முரண்பாடுகளை இயல்பாக மாற்றுவதையும் தொடர்ந்து நிகழ்த்திவந்திருக்கிறார். அவரை வெகுவாகக் கவர்ந்திருந்த 'அன்னா கரீனினா'வைக்கூடத் தனது நாவலின் வழியே தண்டனையை விலக்கி இயல்பாக நகர்ந்து செல்ல வைக்கிறார். அவரது 'பாரீசுக்குப் போ', அம்மகத்தான படைப்பின் பாதிப்பிலிருந்தே எழுந்தது என்பதை எளிதாக ஊகிக்க முடியும். அதற்கான தடயங்களையும் அந்நாவலிலேயே விட்டுவைத்திருக்கிறார். ஆனால் அன்னா செய்த 'தவறு'க்கு தல்ஸ்த்தோய் ரயிலில் அடிபட்டுச் சாகும் தண்டனையைத் தந்திருக்க, ஜெயகாந்தன் அந்த வழுவலைக் குற்றவுணர்வின்றி இயல்பாக ஏற்றுக்கொண்டு, வாழ்வின் அடுத்த கட்டத்துக்கு நகர்ந்துவிடும் நேர்மறையான மார்க்கத்தைக் காட்டி விடுகிறார். மானுடத்தின் மீது பேரன்பு கொண்டிருக்கும் 'வெளிச்ச சொரூபிக்கு' மட்டுமே வாய்க்கக்கூடிய படைப்பு மனம் இது.

இக்கதையைத் தவிர வேறு சில சிறுகதைகளிலும் அயல்மொழிக் கதைகளின் பாதிப்பு தெரிந்திருக்கிறது. சில சிறுகதைகளில் மாப்பசானின் வாசனை தென்பட்டிருக்கிறது. அத்தகைய கதைகளுக்கான தூண்டுதல்களை எங்கிருந்து பெற்றார் என்பதை அவர் ஒருபோதும் சொன்னதில்லை. அவரது புகழ்பெற்ற ஹென்றியும் தனது படைப்பில் அவர் உருவாக்க நினைத்த இயேசு கிறிஸ்து என்று சிலர் சொல்லியிருக்கின்றனர். ஆனாலும் மக்ஸீம் கார்க்கியின் *The Life of Matvei Kozhemyakin* நாவலின் பாதிப்பு ஹென்றியில் காணப்படுவதை எங்கள் ஊர்க் கூட்டத்தில் நண்பர் ஒருவர் குறிப்பிட்டுக் கேட்டபோது, ஆமோதிக்கவும் செய்யாமல் மறுக்கவும் இல்லாமல் கேள்வி கேட்டவரை உற்றுப் பார்த்தார். "ம்..ம்..ம்.." என்ற ஆழமான செருமல் மட்டும் அவரிடமிருந்து வந்தது.

○

அவரது சிறுகதைகளை ஒட்டுமொத்தமாக வாசிக்கும்போது, சமூகத்தில் சீர்செய்தாக வேண்டிய சிக்கல்களை வரிசையாக எழுதிவைத்துக்கொண்டு, ஒவ்வொன்றைச் சுற்றியும் ஒரு கதையை உருவாக்கி ஒட்டவைத்து, அப்பிரச்சினையை எல்லாத் திசைகளிலிருந்தும் அணுகி அலசி ஆராய்ந்து தனது தீர்ப்பைச் சொல்லும் விதமாகக் கதைகளை 'உண்டாக்குகிறாரோ' என்று தோன்றும். இது ஓரளவுக்கு உண்மையாகவும் இருக்கக்கூடும். 'யுகசந்தி', 'சுயதரிசனம்', 'சமூகம் என்பது நாலுபேர்', 'தவறுகள் குற்றங்கள் அல்ல' போன்ற கதைகளில் கடிதங்கள் அவருக்கு உசிதமான உத்திகளாகிவிடுகின்றன. அவற்றில் எல்லா 'பாயின்ட்'டுகளையும் குறிப்பெடுத்துக் கொண்டுவந்து பாடம்

எடுத்துவிடுகிறார். 'திரஸ்காரம்' போன்ற கதைகளில் கதை முடிந்த பிறகும் ஒரு பக்கத்துக்குக் கதாசிரியர் பேசுகிறார். 'ஒரு நடிகை நாடகம் பார்க்கிறாள்'இல் கதாசிரியர் வேலையைப் பாத்திரங்களே மேற்கொண்டு பேசித் தீர்க்கிறார்கள்.

இந்தக் கதை சொல்லும் உத்தியை வைத்து ஜெயகாந்தனின் கதைகளை, அவற்றின் இலக்கிய அந்தஸ்தை மதிப்பிடுவதோ புறந்தள்ளுவதோ அவை எழுதப்பட்ட நோக்கத்திற்கு நாம் செய்யும் துரோகமாகிவிடும். அவர் தனது கதைகளின் வழியே தமிழ்ப்பொது சமூகத்தை நோக்கியே உரையாடிவந்திருக் கிறார். அப்பெருங்கூட்டத்தில் உள்ள ஒவ்வொருவரிடமும் தெள்ளத்தெளிவாகத் தனது கருத்துக்கள் சென்றடைய வேண்டுமென்பதற்காக *loud and clear*ஆக அவர் முழங்க வேண்டியிருந்திருக்கிறது. ஆனால் இது மட்டுமே ஜெயகாந்தன் அல்ல என்பதுதான் அவரது பலம். அவரது 'குருகுலம்', 'பிணக்கு', 'எங்கோ – யாரோ – யாருக்காகவோ' போன்ற சிறுகதைகளும் 'கோகிலா என்ன செய்துவிட்டாள்?', 'ரிஷிமூலம்', 'ஆடும் நாற்காலிகள் ஆடுகின்றன' போன்ற குறுநாவல்களும் 'ஒரு மனிதன் ஒரு வீடு ஒரு உலகம்', 'பாரீசுக்குப் போ', 'சில நேரங்களில் சில மனிதர்கள்' போன்ற நாவல்களும் அவரை ஒரு நித்தியக் கலைஞனாக நிலைநிறுத்தி வைக்கின்றன.

அவரிடம் பொதிந்திருக்கும் உன்னதக் கலைஞன் பல கதைகளுக்குத் தீர்மானமான முடிவை, தீர்வைச் சொல்லாமல் திரிசங்கு சொர்க்கத்தில் நிறுத்திவிடுகிறார். 'நான் என்ன செய்யட்டும் சொல்லுங்கோ' சிறுகதையில் வைதீக தர்மத்துக்கும் சாஸ்திரங்களுக்கும் கட்டுப்பட்ட வேதாந்தியின் மனைவிக்கு லாட்டரிச் சீட்டில் லட்சரூபாய் விழுந்துவிடுகிறது. "நீ வேண்டு மானால் இன்னார் சகதர்மிணின்னு சொல்லிக்காம லட்சம் ரூபாயை வாங்கிண்டு தனியா காலம் தள்ளிக்கோ. எனக்கு வேண்டாம் இந்தப் பாவம்," என்று போய்விடுகிறார். மனைவிக்கு வேதவிற்பன்னரான கணவரின் பேச்சை மீறவும் மனமில்லாமல், அவர் காலத்துக்குப் பிறகு கையில் பணமும் இல்லாவிட்டால் நிராதரவாக நிற்போமோ என்ற பயமும் சேர்ந்து கொண்டு என்ன முடிவெடுப்பது என்று தெரியாமல் நம்மிடம் 'நான் என்ன செய்யட்டும் சொல்லுங்கோ' என்று கேட்கிறார். இக்கதை அந்தப் பெண்மணி எடுத்திருக்கக்கூடிய முடிவைப் பற்றிய கதையல்ல என்பதை தெளிவாக உணர்ந்திருக்கும் ஒரு படைப்பாளியை எப்படி 'பிரச்சாரகர்' என்று சொல்ல முடியும்? 'சீசர்' கதையில் அந்த மனைவி தவறு செய்தவளா இல்லையா என்பதைப் பற்றி விளக்க அவர் முயற்சிக்கவேயில்லை. 'அவனவன், அவனவன் பெண்டாட்டியை நம்பினால் போறும். அதைச்

செய்யுங்கோ' என்பதுதான் அவர் சொல்ல வேண்டிய ஆதார அம்சமாக இருக்கிறது. 'அந்தரங்கம் புனிதமானது' கதையில் அம்மா, மகனிடம் தன் கணவரின் அந்தரங்கத்துக்குள் நுழைய எவருக்கும் உரிமையில்லை என்கிறாள். கணவனை அவள் நியாயப்படுத்தவில்லை. ஆனால் கடைசி வரியில் "இன்னுமா... நீங்கள்... நீங்கள்...?" என்று தழுதழுப்பதோடு மட்டும் நிறுத்திக்கொள்கிறார்.

பல நேரங்களில் கதைகளுக்கு நிகராக அவரது முன்னுரைகள் உன்னதமாக அமைந்துவிடுவதுண்டு. உதாரணம் 'ஒரு நடிகை நாடகம் பார்க்கிறாள்' நூலுக்கு எழுதிய முன்னுரை. ஏற்கெனவே 'கோகிலா என்ன செய்துவிட்டாள்?' என்று கச்சிதமான அளவில் மிகச் சிறப்பான ஒரு குறுநாவலை எழுதியிருந்தாலும் இந்த விஷயத்தில் விரிவாகச் சொல்வதற்கு இன்னும் நிறைய இருக்கிறது என்று நாவலாக எழுதிவிட்ட பின்பும் முன்னுரையில் சொல்வதற்கு அவருக்கு மிச்சம் இருக்கிறது. எழுதிய முன்னுரைகள் மட்டும் தனி நூலாக வந்ததும் ஜெயகாந்தனுக்கு மட்டுமே இருக்கும். ஆனாலும் அவருக்குத் தனது படைப்புகளிலேயே தனிப்பட்ட அபிமானப் படைப்பென்று குறிப்பிடும் 'ஒரு மனிதன் ஒரு வீடு ஒரு உலகம்' நூலாக வந்தபோது எழுதிய முன்னுரை அலாதியானது: "'ஒரு மனிதன்' என்ற தலைப்பில் ஒரு பெரிய கதையை என்னுள் நான் காதலித்துக்கொண்டிருந்தேன். அந்தக் கதையின் ஆரம்பமும் முடிவும், இடையில் நடப்பனவும் மிகத்தெளிவாக என்னுள் அடிக்கடி முகிழ்த்து சரம்சரமாகப் பெருகும். இந்தப்புவனம் முழுவதும் மலர்க்காடாய்த் தெரியும். ஒவ்வொரு இதழும் மிகத்தெளிவாகத் தென்படும். பிறகு எல்லாம் கனவுகள் போல மறந்துபோகும். கண்ட கனவை நினைவுகூர்வதற்காக கண்களை மூட, மறுபடியும் ஓர் அற்புதக் கனவு தொடரும். இப்படி ஓர் தன்னிலை மயக்கமாக சுயானுபூதியாக இந்தக் கதை இன்னும் நிறைய என்னோடு இருக்கிறது" என்ற இம்முன்னுரை அற்புதமான வாசிப்பனுபவம்.

ஜெயகாந்தனின் மிகப்பெரும் பலம் அவரது உரைநடை. தமிழில் மிகச் சிறப்பான உரைநடைக்கு உதாரணமாக அவரைச் சுட்டிக்காட்ட முடியும். அலங்காரமற்ற, தெளிவான, சீரான மொழி அவருக்கு. தனித்துவமான நடை என்ற பெயரில் தப்பும் தவறுமாக எழுதும் இன்றைய இளம் எழுத்தாளர்கள் ஜெயகாந்தன் சொல்வதைக் கவனிக்க வேண்டும்: "இலக்கணத்தை மீறியும், இலக்கணத்துக்குப் புறம்பாகவும் நவீன தமிழ் இலக்கியம் படைக்கிறவர்கள் எழுதுவதிலே தவறில்லை என்கிற கொள்கை உடையவன் நான். ஆனால் அந்த இலக்கணத்தை மாற்றுகிற

காரியமும், இலக்கணத்தை உடைக்கிற செயலும் இலக்கணம் அறியாத பலவீனத்திலிருந்து எழுந்து அமைதல் கூடாது. பிழையெனத் தெரியாமல் செய்கிற பிழைகளையெல்லாம் திருத்திக்கொள்கிற முறைமையை மறுத்து, அதுவே சரியென்று ஆள் சேர்த்துக்கொண்டு நிலைநிறுத்தும் பேதமையைப் படைப்பாளியின் சுதந்திரம் என்று வளர்த்துவிடலாகாது."

அவர் எழுதிய எண்ணற்ற கட்டுரைகளை வாசிக்கும் போதுதான் அவரது உரைநடையின் செறிவு புலப்படும். அவரது புனைவெழுத்துக்களுக்கு நிகரான வாசிப்பனுபவத்தைத் தருபவை அவை. அவரது புனைவற்ற எழுத்துக்களின் உச்சம் 'அவர்கள் உள்ளே இருக்கிறார்கள்', 'சிலர் வெளியே இருக்கிறார்கள்' என்ற தலைப்புகளில் எழுதிய கட்டுரைகள். குறிப்பாக 'வெளியே' இருப்பவர்களின் சித்திரங்கள் மிக அலாதியான அனுபவத்தைத் தருபவை.

❍

"எழுதுவதற்கு முன் ஒரு திரைப்படமாக என் மனக்கண்ணில் ஓட்டிப் பார்த்துவிட்டுப் பின் எழுதும்போது அதில் முப்பது சதவீதம் வந்தால் வாசிக்கும் உங்களுடைய அதிருஷ்டம்" என்று ஒரு கூட்டத்தில் பேசியதைக் கேட்டிருக்கிறேன்.

காட்சிப்படுத்தலில் அவருக்கிருக்கும் திறமை 'யாருக்காக அழுதான்?' போன்ற குறுநாவல்களில் புலப்படும். தமிழில் எடுக்கப்பட்ட முதல் பரிசோதனைத் திரைப்படமும் அவரிடமிருந்ததே வந்ததும் ஆச்சரியமில்லை. யாரிடமும் பயிற்சி எடுத்துக்கொள்ளாமல், திறமையான ஒளிப்பதிவாளர் ஒருவரை துணைக்கு வைத்துக்கொண்டு அவர் எடுத்த 'உன்னைப்போல் ஒருவன்' இந்திய சினிமாவில் ஒரு முக்கியப் படம். அவர் இயக்கிய 'யாருக்காக அழுதான்?' 'புதுச் செருப்பு கடிக்கும்' பரவலான திரையிடலுக்கு கிடைக்காதவை. அதன் பிறகு அவரது சில கதைகள் பீம்சிங், லெனின் போன்றவர்களால் திரையாக்கப்பட்டிருந்தாலும் அவை அவரது கதைககளைப் போலவே 'பேசும்' படங்களாகத்தான் இருந்திருக்கின்றன.

❍

ஜெயகாந்தன் மீது வைக்கப்படும் சில வழக்கமான விமரிசனங்களின் சப்த அளவு அவர் மறைவுக்குப் பிறகு அதிகரித்திருக்கிறது. அதில் முக்கியமானது, காஞ்சி மடத்துடன் அவர் ஏற்படுத்திக்கொண்ட உறவு. ஜெயேந்திரர் மீது கொலைக்குற்றம் சுமத்தப்பட்டுத் தமிழ்நாட்டில் பரவலாக வெறுப்பு பரவியிருந்த நேரத்திலும்கூட,

ஜெயகாந்தனுக்கு சங்கராச்சாரியார் மீதிருந்த 'பிரீதி' குறைய வில்லை. ஜெயகாந்தனின் இந்த நிலைப்பாட்டைப் பெரும் முரண்பாடாகப் பலர் கருதுவதற்கு முக்கியக் காரணம் அவரை பரிபூர்ண கம்யூனிஸ்டாகக் கற்பனை செய்து வைத்திருந்ததுதான் என்று தோன்றுகிறது. "மீசை அரும்பும் பருவத்தில், தோள்களில் பலமேறி, புரட்சிக்கான வேட்கையோடு கம்யூனிஸ்ட் கட்சியில் சேர்வதற்கு மற்றவர்கள் வந்துகொண்டிருந்த வயதில் நான் கம்யூனிஸ்ட் கட்சியை விட்டு வெளியேறினேன்", என்று 1998ஆம் வருடம் திருவண்ணாமலையில் நடந்த தமுஎச கூட்டத்தில் பேசினார். "அப்போது எனக்குக் கிடைத்த பெயர் என்ன தெரியுமா? தீட்டிய மரத்தில் கூர் பாய்ச்சினவன்...! தீட்டுவதே கூர் பாய்ச்சுவதற்குத்தானே?" என்று அவருக்கே உரித்தான வெடிச்சிரிப்போடு கேட்டபோது, குழுமியிருந்த தோழர்கள் சிரிப்பை அடக்கிக்கொண்டு, இறுக்கமான பாவத்தை வரித்து அமர்ந்திருந்தது ஞாபகமிருக்கிறது. கம்யூன் வாழ்க்கை அவரைச் செதுக்கியதென்றாலும், மனதளவில் அவர் முழுமையான கம்யூனிஸ்ட்டாக ஒருபோதும் இருந்ததில்லை. உண்மையான கலைஞன் எந்த சித்தாந்தத்திற்கும் கட்டுப்பட்டு இருக்க முடியாது என்பதற்கு அவர் ஒரு சிறந்த உதாரணம்.

மேலே குறிப்பிட்ட கூட்டத்தில் அவர் சொன்ன மற்றொரு வாசகம்: "You can call me a non-communist. But I can never be an anti-communist". ஒரு லிபரல் சோஷலிஸ்ட்டாகவே தன்னை வைத்துக்கொண்டிருந்த அவரது நெடுநாளைய அவாவே மார்க்ஸியமும் காந்தியமும் இணைந்து செயல்படுவதுதான் என்று குறிப்பிட்டிருக்கிறார். நெருக்கடிநிலையை அவர் ஆதரித்ததையும் இதனோடு தொடர்புபடுத்தித்தான் பார்க்க வேண்டும். அவரது தேசியவாதம், இந்து மரபு நாட்டம், ஆன்மீகத் தேடல் மீதிருந்த மனச்சாய்வு – இவற்றின் நீட்சியாகத்தான் சங்கராச்சாரியார் மீதிருந்த பிரியத்தையும் கருத வேண்டியிருக்கிறது. திராவிடக் கட்சிகளைத் தனது ஜென்ம எதிரிகள் என்றே பிரகடனம் செய்துவந்தவருக்கு, கடைசிக்காலத்தில் கலைஞரிடம் இணக்கம் ஏற்பட்டதையும் அப்படியேதான் புரிந்துகொள்ள வேண்டும். இதைப்பற்றி அவரிடம் கேட்டதற்கு, "நான் கனிந்திருக்கிறேன்" என்றுதான் குறிப்பிட்டார்.

❍

தமிழ் எழுத்தாளர் என்ற பிம்பத்திற்கு ஜிப்பா, வேட்டியணிவித்து, ஒட்டி உலர்ந்த, அப்பாவியான தோற்றம் தந்திருந்ததை அதிரடியாக மாற்றிக் காட்டியவர் ஜெயகாந்தன். அவரது ஞானச்செருக்கும், அடாவடித்தனமான பேச்சும், தன்னை நோக்கி எழுப்பப்படும்

அபத்தமான கேள்விகளுக்குச் சீறியெழுந்து கடித்துக் குதறும் ரௌத்திரமும் அவருக்கு மட்டுமே இயல்பாகப் பொருந்தியிருந்தது. அவருக்குப் பின், அவரைப் போலவே சீற்றம் காட்டிப் போலி செய்த 'கலக' எழுத்தாளர்களுக்கு அந்த வேடம் சற்றும் பொருந்தியிருக்கவில்லை.

சமத்காரமான பதிலடிகளால் எதிராளியின் வாயை அடைப்பதில் அவர் சமர்த்தர். முதலமைச்சரும் உயர் நீதிமன்ற நீதிபதியும் அமர்ந்திருந்த மேடையில் "தமிழ்நாட்டில் சட்டமும் நீதியும் சீர்கெட்டிருப்பதற்கு இவர்கள் இருவரும்தான் சாட்சி" என்று கைநீட்டிப் பேசிய ஜெயகாந்தனின் சாகசக் கதைகள் பலவும் இன்றுவரை உலவிக்கொண்டிருக்கின்றன. அவற்றில் எத்தனை உண்மையாக நடந்தவை என்று தெரியாது. அவரது 'இலக்கியச் சிங்கம்' பிம்பத்துக்கு வலு சேர்த்துவந்த அக்கதைகளை அவர் மறுத்ததேயில்லை. ஜெயகாந்தனை படித்தேயிராதவர்களுக்கும் அவரைப் பற்றிய ஒரு மனத்தோற்றத்தை ஏற்படுத்தியிருந்த இக்கதைகள் அவர் எழுதிய கதைகளைவிடச் சுவையானவை.

இந்த மேற்பூச்சுகளைத் தாண்டி, தமிழ் வாசகப் பரப்பில் தீவிரமான விவாதங்களை அறிவார்ந்த தளத்தில் எழுப்பியவர் என்ற வகையில் ஜெயகாந்தன் ஒரு மறுக்க முடியாத பேரியக்கம். அவரது சிந்தனைத் தெளிவினால் தமது கண்ணோட்டங்களையே மாற்றிக் கொண்ட பெருங்கூட்டம் ஒன்று முந்தைய தலைமுறையில் இருந்தது. அந்தச் சீடர்கள் அவரது பாதங்களைத் தொழுதவர்கள் அல்லர். ஜெயகாந்தனால் சஹிருதயர்கள் என்று சமமாக மதிக்கப்பட்டவர்கள். நவீன வாழ்வின் சகல மூலைகளிலும் புகுந்து, எல்லாத் தரப்பினரின் குரல்களையும் கணக்கில் எடுத்துக்கொண்டு, தெளிவாக விவாதித்து வெளிச்சம் பாய்ச்சியவை அவரது படைப்புகள். இன்றைக்கு அவற்றை மறுவாசிப்பு செய்யும்போது, அவர் அப்போது புதிதாக முன்வைத்த பல பரிந்துரைகள் பழசாகித் தெரியலாம். சில காலாவதியாகியிருக்கலாம். ஆனால் அவை பழையதாகிப் போனதற்குக் காரணம் அக்காலகட்டத்தின் பொதுச்சிந்தனையை அவரது அதே எழுத்துக்கள் தூக்கி உயர்த்தி நகர்த்தி வைத்திருந்ததுதான் என்பதை மறுக்க முடியாது. அந்த வகையில் இன்று காலாவதியாகியிருக்கும் அந்தச் சில கதைகள்தான் அவர் அடைந்த பூரண வெற்றிக்கான சாட்சிகள் என்றும் கொள்ளலாம்.

◆

காலச்சுவடு, மே 2015

7

தமிழ்நாடு: கூட்டத்தில் தனித்தீவு

ஆ.இரா.வேங்கடாசலபதி வெறும் வரலாற்றாய்வாளர் மட்டுமல்ல, அவருடைய பரிமாணங்கள் பலதரப்பட்டவை என்பதை நேற்றிலிருந்து பல அறிஞர்கள் எடுத்துக்காட்டிக் கொண்டிருப்பதைக் கேட்டு வருகிறோம். தமிழிலும் ஆங்கிலத்திலும் கிட்டத்தட்டச் சம அளவில் எழுதிவருபவர் சலபதி. அகில இந்திய அளவில் சலபதியின் எழுத்துகள் பரவியிருப்பதற்கும் பல நாட்டு அறிஞர்களும் அவரை, அவர் எழுத்தை மரியாதையுடன் தொடர்ந்து வருவதற்கும் அவருடைய ஆங்கிலக் கட்டுரைகளே காரணமாக இருக்கின்றன. தனது இலக்கு வாசகர்கள் யார் என்ற தெளிவான புரிதலுடன் அவர் தமிழிலும், ஆங்கிலத்திலும் எழுதிவருகிறார். உதாரணத்திற்கு, நான் பேசுவதற்கு எடுத்துக்கொண்டிருக்கும் *Tamil Characters: Personalities, Politics, Culture* என்ற இந்நூலை அவர் தமிழில் எழுதியிருக்க மாட்டார். இது தமிழகம் குறித்தும் தமிழகத் தலைவர்கள் மற்றும் முக்கிய ஆளுமைகளைக் குறித்தும் தமிழகத்துக்கு வெளியே நிலவிவரும் அறியாமை, தவறான புரிதல்களைக் களைவதற்காக ஆங்கிலத்தில் எழுதப்பட்ட நூல்.

ஆய்வு நூல்கள் பொதுவாக இருவகைப் பட்டவை. வல்லுநர்களால் வல்லுநர்களுக்காக எழுதப்படும் கல்விப்புல ஆய்வு நூல்கள்; பொது வாசகர்களுக்காக அறிஞர்களால் எழுதப்படும் கல்விப்புல அறிவுத் தேடலுக்கான நூல்கள்.

சலபதி பேராசிரியராக இருந்தாலும் அவர் தனது ஆய்வுகளைப் பொது வாசகர்களுக்குக் கொண்டு சேர்ப்பதில்தான் கவனம் செலுத்துபவராக இருக்கிறார். தமிழ்நாட்டுக்கு வெளியே இருப்பவர்களையும், தமிழகத்தின் இன்றைய இளைய தலைமுறையினரையும் இலக்காகக் கொண்டு எழுதப்பட்ட நூல் இதுவென்று முன்னுரையிலேயே தெளிவாகச் சொல்லிவிடுகிறார். மற்ற மாநிலத்தவர்களுக்குத் தமிழ்நாடும் தமிழர்களும் விளங்காப் புதிர்கள், அவர்களுடைய பொதுப்புத்திக்குத் தமிழ்நாடு எப்போதுமே சவாலாக இருந்து வருகிறது. தமிழகத்தின் பொதுக்காட்சியும் (Contours) சிக்கலான அரசியலும் கலாச்சாரமும் அவர்களுக்குத் தலைசுற்றலை ஏற்படுத்துவன. தமிழ்நாடு அவர்களுடைய எளிய பார்வைக்குப் பிடிபடாமல் இருப்பதற்குக் காரணம் தமிழின் மிக நீண்ட வரலாறும், அதற்கென்றிருக்கும் தனித்துவ குணாம்சங்களும் ஆகும். மற்றவர்களுக்குப் பொறாமையையும், ஒருவித அச்சத்தையும், மதிப்பையும் அளிப்பது இதுவே.

இந்தியாவின் தென்மூலை அதற்கென்று தனியானதொரு வரலாற்றைக் கோருவதாக இருந்து வருகிறது. இந்தியாவின் பொது நீரோட்டத்தில் தமிழகம் கலந்திருந்தாலும் அதன் தனித்துவத்தை இழந்துவிடாமல் இருப்பதற்குக் காரணமே அதன் நெடிய வரலாறும் கலாச்சாரத்தின் வலிமையுமே. தமிழ்நாடு ஏன் தமிழ்நாடாக இருக்கிறது என்பதை மற்றவர்கள் இந்நூலின் மூலம் அறிந்துகொள்ளலாம். இந்தியாவில் சமீபத்தில் தோன்றியுள்ள பல இயக்கங்கள், கோரிக்கைகள் பல ஆண்டுகளுக்கு முன்பாகவே, நாட்டில் முதல் முறையாகத் தமிழகத்தில்தான் தோன்றியிருக்கின்றன என்பதை அவர்களுக்கு எடுத்துச் சொல்லும் நூலாக இது அமைந்திருக்கிறது.

பிராமணரல்லாதோர் இயக்கம்

தலித் இயக்கம்

இந்தி எதிர்ப்பு இயக்கம்

இவையெல்லாவற்றிலும் முதல் அடி எடுத்து வைத்திருப்பது தமிழகமே.

பக்தி இயக்கம் தோன்றிய இந்த நிலத்தில்தான் பகுத்தறிவு / கடவுள் மறுப்பு இயக்கமும் தோன்றியிருக்கிறது.

பல அகில இந்திய அறிவுஜீவிகளாலும், பொருளாதார அரசியல் அறிஞர்களாலும் 'கவர்ச்சித் திட்டங்கள்' என்று எண்ணி நகையாடப்பட்டுவரும் 'இலவச மக்கள் நலத்திட்டங்கள்'தான்

தமிழ்நாட்டை நாட்டிலேயே முதன்மையான 'மக்கள் நல அரசாக' மாற்றியிருக்கின்றன. இந்த ஆக்கப்பூர்வ நலத்திட்டங்கள்தான் தற்போது மற்ற மாநிலங்களிலும், தேசிய அளவிலும் பின்பற்றப்படத் தொடங்கியுள்ளன.

மதிய உணவுத் திட்டம், இலவச அரிசி, மாணவர்களுக்கு மடிக்கணினி, சீருடை, காலணிகள், சைக்கிள் வழங்குவது போன்ற திட்டங்களைப் பார்க்கின்ற கண்ணோட்டம் தேசிய அளவில் இப்போது மாறியிருக்கிறது.

'பிராமணரல்லாதார்' இயக்கங்கள் மகாராஷ்டிரம் போன்ற சில மாநிலங்களில் எழுச்சிபெற்று இயங்கியிருந்தாலும் தமிழ்நாட்டில் இவ்வியக்கம் இந்து மதத்தில் பிராமணர்களின் ஆதிக்கத்தை எதிர்ப்பதாக மட்டும் இல்லாமல் சாதிகளுக்கிடையே சமத்துவத்தைக் கோருவதாகவும், மொழிப்பற்றை ஊட்டுவதாகவும், இந்தித் திணிப்பை எதிர்ப்பதாகவும், ஒற்றைப் பண்பாட்டு தேசியம் என்பதைத் தீவிரமாக மறுப்பதாகவும் இருந்தது. இந்துத்துவ மதவாத சக்திகளைக் காலூன்ற விடாமல் தடுத்துக்கொண் டிருக்கும் மாநிலமாகவும் தமிழகம் மட்டுமே இருந்து வருகிறது.

ஐம்பது வருடங்களாகத் தமிழகத்தை வளரவிடாமல் முடக்கிவைத்திருப்பதாகத் தேசியக் கட்சிகளால் விமர்சிக்கப்பட்டு வரும் திராவிடக் கட்சிகளின் ஆட்சிகளில் தமிழ்நாடு எல்லாத் துறைகளிலும் பெரும் வளர்ச்சியடைந்து முன்னணி மாநிலங்களில் ஒன்றாக உயர்ந்துள்ளது. 1960கள்வரை மிகவும் வறிய நிலையில் இருந்த இம்மாநிலத்தின் தனிநபர் வருவாய் நாட்டிலேயே மிக அதிகமான அளவுகளில் ஒன்றாக எட்டியிருக்கிறது. இயற்கை வளங்களில் தன்னிறைவு பெற்றிடாமல் இருந்தாலும் நாட்டிலேயே ஏழ்மை மிகக்குறைவாக உள்ள மாநிலம் தமிழகமே. கல்வி, சுகாதாரம், தகவல் தொடர்பு, சாலைகள், போக்குவரத்து, நகரக்கட்டமைப்பு – எல்லாவற்றிலும் தமிழ்நாடு உயர்நிலையை அடைந்திருக்கிறது.

இவையனைத்தும் அரசியல் ஆதாயத்தைக் கருத்தில் கொண்ட இலவசத் திட்டங்களால் மட்டும் சாத்தியமானவையல்ல. அடிமட்டத்திலிருந்து எழுந்த அழுத்தத்தின் காரணமாக – ஜனநாயக அரசியலின் விளைவாக – உண்டான மாற்றம் என்பதை இந்நூலின் ஒவ்வொரு கட்டுரையிலும் புலப்படுத்துகிறார் சலபதி.

தமிழ்நாட்டைப் பற்றியும், தமிழக ஆளுமைகள் சிலரைப் பற்றியும் பொதுவாகப் பரவியிருக்கும் மேம்போக்கான, தவறான அபிப்ராயங்களும், குழப்பங்களும் இந்தப் புத்தகத்தால் விலகும். எந்தக் கட்டுரையிலும் பொது வாசகர்களுக்காக எழுதப்படும்

அறிமுகக் கட்டுரைகளில் சாதாரணமாகக் காணப்படும் மேம்போக்கான தகவல் தெளிப்புகள் இல்லை. மிக ஆழமாக, எல்லாத் தரப்புகளையும் விவாதத்துக்குள் கொண்டுவந்து ஒரு முழுமையான சித்திரத்தையே பார்வைக்கு வைக்கிறார். இது சலபதியின் குறிப்பிடத்தக்க சிறப்பம்சம். அவர் தொட்டுச் செல்லும் தகவல் சரடுகளை, தேவைப்படுகிற வாசகர்கள் ஆழ்ந்து அறிந்துகொள்வதற்கான கதவுகளையும் சுட்டிக்காட்டியபடியே செல்கிறார். எளிய வாசகன் மீது அவர் காட்டுகின்ற மதிப்பும் அக்கறையும் அசாதாரணமானது, அது கல்விப்புலம் சார்ந்த பேரறிஞர்களிடம் பொதுவாகக் காணக் கிடைக்காதது.

பாரதியார்: மகாகவி பாரதியாரைப் பற்றி இந்தியா முழுக்கவும் தெரிந்திருக்கும். ஆனால் அந்தப் புரிதல், அவர் ஒரு தேசியக் கவி, சுதந்திரத்துக்காகப் பாடுபட்டவர் என்ற அளவில் மட்டுமே ஒரு பொதுச்சித்திரம் தமிழரல்லாதோரிடம் இருக்கக்கூடும். பாரதியின் முக்கியமான வேறொரு பரிமாணத்தைச் சலபதி அறிமுகப்படுத்துகிறார். தமிழில் நவீனத்துவத்தைப் புகுத்தியவர்; புரட்சிக் கருத்துக்களை வலுவாக எடுத்துரைத்தவர், சீர்திருத்தவாதி என்பவற்றையெல்லாம் விளக்கிவிட்டு, நாடறிந்த நட்சத்திரக் கவிஞர் ரவீந்திரநாத் தாகூருக்கு இணையானவர் என்பதை ஆணித்தரமாக நிறுவுகிறார்.

அயோத்திதாசப் பண்டிதர் அம்பேத்கரின் முன்னோடி என்பதும், புதுமைப்பித்தன் தமிழில் தோன்றிய மாபெரும் இலக்கிய மேதை என்பதும் மற்றவர்களுக்குப் புதிய கண் திறப்பாக இருக்கக்கூடும்.

பெரியார்: தமிழ்நாட்டைச் சாராதவர்கள், இன்றைய தமிழ்நாட்டு இளைஞர்கள் பலருக்கும் பெரியார் வெறும் நாத்திகவாதம் பேசியவர், பிராமண துவேஷி என்ற இரண்டு அடையாளங்களைத் தாண்டி அவருடைய உண்மையான பரிமாணங்கள் தெரிந்திருப்பதில்லை.

பெரியார் தனது ஆரம்பக் காலத்தில் காங்கிரஸில் இருந்ததையும், சுதந்திரப் போராட்டங்களில் ஈடுபட்டதையும், திருவிதாங்கூர் சமஸ்தானத்தில் உள்ள வைக்கம் நகரில் ஈழவ சாதியைச் சேர்ந்தவர்கள் கோயிலை ஒட்டிய தெருக்களில் நடப்பதற்கு விதிக்கப் பட்டிருந்த தடையை எதிர்த்துப் போராடி வெற்றி கண்டவர் என்பதையும் சொல்லிவிட்டு, பெரியார் காங்கிரஸை விட்டு எதற்காக விலகினார், ஜஸ்டிஸ் கட்சியில் சேர்ந்து, பிறகு எப்படித் தனி இயக்கம் கண்டார் போன்ற தகவல்களைத் தெளிவாக விளக்குகிறார்.

பெரியாருக்கு இருந்த முதன்மையான குறிக்கோள், சாதி சமத்துவம் மட்டுமல்ல, ஆதிக்கச் சாதி எதிர்ப்பு, பகுத்தறிவு, சுய மரியாதை என முக்கியமான கண்ணிகள் சேர்ந்து பிணைக்கப்பட்ட ஒரு முற்போக்குப் பார்வையாகும். அம்பேத்கரை ஆரம்ப நிலையிலேயே அடையாளம் கண்டு அவருடைய முக்கியத்து வத்தை வெளிச்சமிட்டுக் காட்டியவர். அம்பேத்கரின் பிரசித்தி பெற்ற நூலான 'சாதியை அழித்தொழித்த'லை இந்தியாவிலேயே முதன்முறையாக மாநில மொழியில் (தமிழில்) மொழிபெயர்த்து கொண்டு வந்தது பெரியார்தான்.

அண்ணாதுரை: அண்ணாதுரை பற்றிய முழுமையான சித்திரம் ஆச்சரியமாக வெறும் பன்னிரெண்டு பக்கங்களில் விவரிக்கப்படுகிறது. இக்கட்டுரையைக் கிட்டத்தட்ட திமுகவின் வரலாறாகவே பார்க்கலாம்.

புதிய தமிழகத்தை உருவாக்கியிருக்கும் திராவிடக் கட்சிகளின் அரசியல் அண்ணா அமைத்திருந்த அடித்தளத்தி லிருந்தே கட்டியெழுப்பப்பட்டது. மாநில சுயாட்சி என்பதன் உண்மையான பொருள் அண்ணாவின் நாடாளுமன்ற உரைகளில், அவரது கட்டுரைகளில் வெளிப்படுவதை இக்கட்டுரையில் காண்கிறோம்

கலைஞர்: வெறும் தகவல் தொகுப்பாக இல்லாமல், விமர்சனப் பார்வையோடு கலைஞரின் பங்களிப்புகளைத் தொலையணிமைத் தன்மையோடு விவரிக்கிறார். பெரும்பாலும் நடுநிலையோடு எழுதப்பட்ட கட்டுரைகளின் நடுவே கருணாநிதி குறித்த கட்டுரையில் மட்டும் சற்று மனச்சாய்வு தெரிகிறது. அறிமுகச் சித்திரம் என்பதைத் தாண்டி மெலிதான விமர்சனம் வெளிப்படுவதைக் குறையாகப் பார்க்க முடிய வில்லை என்பதற்குக் காரணம், கட்டுரையில் கருணாநிதியின் சாதனைகள் ஒன்று விடாமல் சொல்லப்பட்டிருப்பதே.

எம்.ஜி.ஆர். வெறும் நடிகர் மட்டுமல்ல, அவருடைய வீட்டு நூலகத்தில் குடி அரசு இதழ்கள் ஆரம்பத்திலிருந்து சேகரிக்கப்பட்டிருந்ததைச் சலபதி பதிவு செய்து நம்மை வியப்புக்குள்ளாக்குகிறார். எம்.ஜி.ஆருக்குப் பேரிலக்கியங்கள் தெரியாவிட்டாலும் அரசியல் இதழ்களைத் தொடர்ந்து வாசித்து வந்திருக்கிறார்.

சுந்தர ராமசாமி பற்றிய கட்டுரை இத்தொகுப்பின் ஆகச்சிறந்த ஒன்று. சு.ரா. பற்றிய ஆழமான அலசல். அவரது ஆரம்பகால இடதுசாரிப் பார்வை கொண்ட எழுத்துகளிலிருந்து ஆரம்பித்து,

அவர் அடைந்த மாற்றங்கள், அவர் முன்வைத்த உன்னத ரசனை, செறிவான சிந்தனை, மொழியின் மீது அவர் செலுத்திய தாக்கம் எனத் தமிழின் உன்னதமான படைப்பாளியின் இலக்கியப் பயணத்தின் ஒவ்வோர் அடியும் அழுத்தமாகப் பதிவு செய்யப்பட்டிருக்கிறது.

அசோகமித்திரனை அயல் வாசகனுக்கு அறிமுகப்படுத்துவது ஒருவகையில் மிகக்கடினம், இன்னொரு வகையில் மிக எளிது. அடுத்த தெருவில் நடக்கும் தினசரி யதார்த்தங்களையே சரியாகச் சித்திரிக்க முடியாமல் பல எழுத்தாளர்கள் திணறும்போது, அசோகமித்திரன் தொலைதூரப் பிரதேசங்களையும், அதன் வாழ்வியலையும் தனது சென்னை தி. நகர் மத்திய வர்க்கத்தினர் வாழ்க்கையைச்சித்திரிக்கும் அதேநுட்பத்தோடும்,காத்திரத்தோடும் படம்பிடித்துக்காட்ட முடிவதை சலபதி வியந்தோதுகிறார். குறைவு நவிற்சி (under statement) தமிழ்மொழியின் பலமான அம்சம் அல்ல. ஆனால் அசோகமித்திரனின் அடையாளம் அது. அசோகமித்திரனை அறிந்த தமிழ்வாசகனுக்கு இத்தகைய மதிப்பீடுகள் எவ்வளவு சரியானவை என்று ரசித்து வாசிக்க முடியும். ஆனால் இந்த நூல் யாருக்காக எழுதப்பட்டதோ அந்த அயலக வாசகனுக்குப் பெரும் வியப்பையும், அசோகமித்திரனை முழுதாக அறிந்துகொள்ளும் ஆர்வத்தையும் தூண்டும் என்பது நிச்சயம்.

அசோகமித்திரனைப் போலவே, **ம.இலெ. தங்கப்பா** என்ற அற்புதமான மொழிபெயர்ப்பாளரையும், **ஜெயகாந்தனையும்** பரிபூரண சித்திரங்களாக வடித்தெடுக்கிறார்.

தற்போது இந்தியாவில் மட்டுமல்ல உலகெங்கும் (சர்ச்சைக்குரிய காரணங்களுக்காக) பிரபல்ய வெளிச்சத்துக்குத் தள்ளப்பட்டுள்ள **பெருமாள்முருகனின்** எழுத்துவன்மை சலபதியின் கட்டுரையில் சிறப்பாகப் பதியப்பட்டுள்ளது.

மிக எளிய பின்னணியிலிருந்து வந்த பெருமாள்முருகனின் கதைகள் அசலான கொங்கு நிலப்பரப்பையும், அதன் மனிதர்களையும் வெளிப்பூச்சின்றிச் சித்திரிப்பதையும், பெருமாள்முருகனின் கதாபாத்திரங்கள் செயற்கையாக உருவாக்கப்படாமல் உயிர்த்துடிப்போடு எழுந்து வாசகனைப் பீடிப்பதையும் துல்லியமாகச் சொல்லியிருக்கிறார். 'மாதொரு பாகன்' சர்ச்சைக்குப் பின்னால் இருந்த இந்துத்துவ, ஆதிக்கச் சாதி சூழ்ச்சியரசியலையும் தெளிவாக விவரிக்கிறார். 'பெருமாள் முருகன் என்ற எழுத்தாளன் இறந்துவிட்டான்' என்ற அறிக்கைக்குப் பின்னாலிருந்த பெருமாள்முருகனின் மனவேதனையையும், நீதிமன்றம் அந்த அற்புதக் கலைஞனை

உயிர்ப்பிக்கவைத்ததையும் உணர்ச்சிகரமாகச் சொல்கிறது இக்கட்டுரை.

ஜல்லிக்கட்டு குறித்த கட்டுரை மிகச் சிறப்பானது. ஏறு தழுவுதல் என்ற ஜல்லிக்கட்டுக்குக் 'கலித்தொகை'யிலிருந்து ஆதாரங்கள் கிடைக்கத் தொடங்குகின்றன. ஜல்லிக்கட்டு எனும் தமிழர் கலாசாரத்தோடு பின்னிப் பிணைந்திருக்கும் வீரவிளையாட்டு தமிழ் இலக்கியங்களில் தொடர்ந்து இடம் பெற்று வருவதை சலபதி வரிசைப்படுத்திக் கொண்டு வருகிறார்.

'விலங்கு நேசர்கள்' என்ற பெயரில் ஜல்லிக்கட்டுக்குத் தடைவிதிக்கக்கோரும் 'வட இந்திய' மேட்டுக்குடியாளர்களுக்கும், உலக மயமாக்கலின் முகவர்களுக்கும் எர்னெஸ்ட் ஹெமிங்வேவின் மேற்கோளைச் சுட்டிக்காட்டுகிறார். "இவர்களின் உண்மையான அக்கறை விலங்குகள் மீதல்ல. இதைவிட மோசமான கொடுமைகள் இழைக்கப்படுகிற மனிதர்கள் மீது இவர்கள் எந்த அக்கறையும் காட்டுவதில்லை."

இக்கட்டுரைகளில் நான் மிகவும் ரசித்த அம்சம், முத்தாய்ப்பாக அமைந்திருக்கும் கடைசி வரிகள்.

ஜெயலலிதா: இந்திய ஜனநாயகம் பலவிதமான அசாதாரண நிகழ்வுகளையும் வியத்தகு ஆளுமைகளையும் கண்டிருக்கிறது. ஜெயலலிதாவின் கதை இந்த வரிசையில் இன்னும் சில காலத்துக்கு முதல் இடத்தில் இருக்கும். அந்தக் கதையைச் சரியாகச் சொல்வதற்கு நாவலாசிரியரின் நுண்ணாற்றலும், உளப்பகுப்பாய்வாளனின் உள்முகப் பார்வையும், அரசியல் ஆய்வாளனின் பகுத்தாய்வுத் திறனும் இருக்க வேண்டும். ஒரு வரலாற்றாய்வாளனால் முடிந்தது இவ்வளவுதான்.

சோ: தமிழக பிராமண சமூகத்திலிருந்து சுப்பிரமணிய பாரதி முதல், அ. மாதவையா, சுந்தர ராமசாமி, ஞாநி, டி.எம். கிருஷ்ணாவரை சுய விமர்சன அறிவுஜீவிகள் எத்தனையோ பேர் தோன்றிச் சமூக வாழ்வையும் அறிவுத் தளத்தையும் செறிவூட்டியிருக்கின்றனர். ஆனால் சோ அளவுக்குத் திறமை மிகுந்த ஒருவர் அந்த வரிசையில் சேராமல் இருந்தது வருந்தத்தக்கதுதான்.

அயோத்திதாசர்: அயோத்திதாசரை 1898ஆம் வருடம் விசாரணை செய்து அறிக்கை சமர்ப்பித்த அந்த போலீஸ் இன்ஸ்பெக்டர், அவர் பிற்காலத்தில் தலித் இயக்கத்துக்கான தொடக்கப்புள்ளியாக விளங்கப் போகிறார் என்பதை உணராமலிருந்ததற்காக மன்னித்து விடலாம். வரலாற்றாசிரியர்கள் இதைவிட மோசமாகத் தவறிழைத்திருக்கிறார்கள்.

பாரதி: *பாரதி, தமிழகத்துக்கு மட்டும் ஏகபோகச் சொத்தாக இருக்க முடியாது. பாரதி நூற்றாண்டு நினைவு தினம் வரும் இச்சமயத்தில் அவரது படைப்புகள் முழுவதும் ஆங்கிலத்தில் சிறப்பாக மொழிபெயர்த்துச் செல்ல வேண்டியது அவசியம். அதுவே அவரது மேதமைக்கு நாம் செலுத்தும் காணிக்கையாக இருக்கும்.*

ஆ. இரா. வேங்கடாசலபதி என்ற பெயர் தமிழ்நாட்டிலும் இந்திய அளவிலும் கடந்த இருபத்தைந்து ஆண்டுகளாகத் தவிர்க்க முடியாத பெயராக இருந்துவருகிறது. வெறும் கல்விப் புலத்திலும் அறிவுசார் விவாதக் களங்களிலும் மட்டுமல்லாமல் பொதுப்பரப்பிலும் சலபதியின் பங்களிப்புகள் விரிவான ஆழமான பார்வையையும் புரிதலையும் கொண்டுவந்திருக்கின்றன. அந்த விதத்தில் இந்நூல் தமிழ்நாட்டுக்கான சாளரமாக விளங்கும்.

◆

(பிப்ரவரி 9, 2019 அன்று தமிழ்இணையக் கல்விக்கழக அரங்கில் நடைபெற்ற ஆ.இரா. வேங்கடாசலபதியின் பங்களிப்புகள் குறித்த 'விரிவும் ஆழமும்' கருத்தரங்கில் வாசித்த கட்டுரை)

8

சன்னதம் கொண்ட கவிதைகள்

[அண்டங்காளி–கவிதைத் தொகுப்பு: ஆசை]

கவிதை பிறப்பது பெரும்பாலும் உளத் தூண்டலாலும், மனவெழுச்சியாலும் என்பதால் கவிஞனின் மனதில் அது உருவாகும் கணத்தைத் துல்லியமான சொற்களால் விவரிக்க முடிவதில்லை. தூண்டல், எழுச்சி இவற்றோடு பீடித்தலும் கவிதையைக் கொண்டுவரும் என்பதற்கு சமீபத்தைய சான்று ஆசையின் 'அண்டங்காளி' தொகுப்பின் கவிதைகள்.

தனக்குச் சிறுவயதிலிருந்தே கடவுள் நம்பிக்கை இருந்ததில்லை என்று முன்னுரையில் குறிப்பிடும் ஆசை, காளியின் உக்கிரத்துக்கு ஆட்பட்டு, அருள்வயப் பட்ட நிலையில் இக்கவிதைகளை எழுதி முடித்த பின்பும் கடவுள் நம்பிக்கை வரவில்லை என்றே சொல்கிறார். காளியைப் போலவே கண்ணனும் தெய்வ உருக்கள் என்பதைமீறி *cultish phenomenon*களே. அவர்களால் பீடிக்கப்படுவதற்குக் கடவுள் நம்பிக்கை வேண்டுமென்பதில்லை. இத்தாலியின் ராபர்டோ கலாஸ்ஸோவும் ஜெர்மனியின் குந்தர் கிராஸும் உதாரணங்கள்.

தமிழின் மகத்தான கவிஞன் ஒருவனையும் இதற்கு முன்பு காளி ஆக்கிரமித்திருக்கிறாள். 'யாதுமாகி நின்றாய் காளீ... பூதமைந்தும் ஆனாய்... போதமாகி நின்றாய்... இன்பமாகி நின்றாய்... என்னுள்ளே புகுந்தாய்... பின்பு நின்னையல்லால் பிறிது நானும் உண்டோ காளீ...' என்று தனக்குள்

வியாபித்திருக்கும் ஒரு பெரும் சக்தியை உன்மத்த நிலையில் பாரதி உபாசிக்கிறான். மந்தமாருதத்தில் கரையும்போதும், வானத்தை நோக்கும்போதும், மலையுச்சியில் நிற்கும்போதும், சிந்தை எங்கெங்கோ செல்லும்போதும் அங்கெல்லாம் அவனுக்கு யாதுமாகி நிற்கிறாள் காளி. இது பக்தி என்ற வகைப்பாட்டில் அடங்குமாவென்று சந்தேகமாக இருக்கிறது. மனம் சாதாரண லௌகீக வாழ்வுநிலையிலிருந்து விடுபட்டு தன்னிச்சையாக ஓர் அதீத உயர்நிலைக்குச் சென்றுவிடுவது எல்லோருக்கும் வாய்ப்பதில்லை. உன்னதமான கவிமனம் கொண்டிருப்பவர்களுக்குத்தான் அது நிகழ்கிறது. ஆசையின் இக்கவிதைகளில் அந்தக் கவிமனம் புலப்படுகிறது.

'வெறி கொண்ட தாய்' எனும் கவிதையில் பாரதி, 'பேயவள் காணெங்கள் அன்னை – பெரும் பித்துடையாள் எங்கள் அன்னை' என்று தொடங்கி அடுத்து வரும் வரிகளில் 'வேதங்கள் பாடுவள் காணீர் – ஓதருஞ் சாத்திரங்கோடி உணர்ந்தோதி உலகெங்கும் விதைப்பாள் – பாரதப் போரெனில் எளிதோ – விறல் பார்த்தன் கை வில்லிடை ஒளிர்வாள்' என்று அவளை பாரத தேவியாகவே உருவகிக்கிறார்.

ஆனால் இங்கு ஆசைக்கு காளி அவரை ஆட்டுவிக்கும் கருவியாகவே இருக்கிறாள். தாவும் மனமேறி தாளமிடும் மந்தியாக, சீறும் ஒளி சொடுக்கி சீழ்க்கை அடிப்பவளாக, ஏறும் ஒலி முடக்கி ஏகாந்தம் செய்பவளாக, ஆடும் நிலை விரித்து அண்டமிடும் அற்புதமாக இருக்கிறாள்;

பேயவள்காண் எங்கள் அன்னை
பிறப்பறுக்கும் பெருஊழி
தாவும் மனமேறி
தாளமிடுமொரு மந்தி
ஊறும்சுவை விரட்டி
முன்சென்று நுகர்பவள்
பாயும்நதி மூடும்
பாழ்வெளிப் போர்வையவள்
சீறுமொளி சொடுக்கி
சீழ்க்கை அடிப்பவள்
நாறும்மலர் தெறிக்கும்
நர்த்தங்கள் காட்டுபவள்
ஏறுமொலி முடக்கி
ஏகாந்தம் செய்பவள்
தூறும்விதி ஒழுகும்
தூமைதரு பேரெழிலாள்
ஆடும்நிலை விரித்து அண்டமிடும்
அற்புதமே தேடும் விழிகளைத்
தேய்க்கும் ஒளி அருள்வாயே. (பக்.26)

காளி என்பவள் அசையாமல் சமைந்திருப்பவள் அல்ல. அவளிடம் எப்போதும் துடிப்பும் துள்ளலும் குதித்துக்கொண் டிருக்கின்றன. அந்த குதிப்புக்கேற்றவாறு ஆசையின் சொற்கள் தாளகதியில் வந்து விழுகின்றன.

    காலைப் பிடித்திழுத்துச்
    சுற்றியேறி குறி படரும் கொடியே
    யட்சி யட்சி யட்சி
    கொவ்வைக் குறுமுலையின்
    குமிழ் வெடிப்பே
    யட்சி யட்சி யட்சி... ... (பக்.27)

    காளியவள் களிநடனம்
    காட்டிவிட்டாள்
    ஆழிதனை ஊஞ்சலென
    ஆட்டிவிட்டாள்
    பாழிருளைப் படம்பிடித்து
    மாட்டிவிட்டாள்   (பக்.83)

    குறியடியில்
    உன் ஆட்ட மேடை
    போட்டது யார்
    அதுவும் வெட்கங் கெட்டு
    நீ ஆடும் ஆட்டத்துக்குக் கூட
    மண்டை ஆட்டுது
    பார்
    எந்தத்தாளம்
    கேட்டது
    என்ன ஆட்டம்
    கண்டது
    அதன் நாவில்
    எச்சில் ஊறி
    படியிறங்கி
    ஏன் கோலம்
    போட்டது.   (பக்.73)

O

ஓசை லயம் தேவையற்ற சொற்களைத் தந்துவிடும் என்பது நவீன சிந்தனை. யாப்பிலக்கணத்தின் அடிப்படையிலும் ஓசையும் தாளமும் உள்ளன. இன்றைய கவிதைகள் தாள லயத்தைத் துறந்து சொற்சிக்கனத்தோடு வருபவை. ஆனாலும் ஆசையின் இந்த 'காளி' கவிதைகள் இப்போது மரபாகியிருக்கும் நவீன கவிதை முறைக்கு அடங்குவதாக இல்லை. பிரக்ஞை மீறி, அருள்வயப்பட்ட அதீத நிலையில் இக்கவிதைகள் அவரிடமிருந்து வெடித்துக்கொண்டு வருகின்றன.

கண்ணாடிச் சொற்கள்

இருமுனை முடிவின்மையின்
நடுவெளி நர்த்தனம் நீ
தொடுஊழி தரையிறக்கும்
தத்தளிப்பு நீ
கடல்புரியும்
தாண்டவத்தின் தெறிப்பும் நீ
எரிஜோதி இடைபறக்கும்
கொடும்பறவை நீ
அனலுமிழும் கனல் மயக்கும்
பேய்சிரிப்பு நீ
நாத்திகனின் கனவில் வரும்
நடனக்காளி நீ (பக்.38)

என்ற கவிதையை மண்ணில் காலூன்றி ஸ்திரமாக நின்றிருக்கும் போது ஒரு கவிஞனால் எழுதியிருக்க முடியுமா என்று சந்தேகமாக இருக்கிறது.

காலவரையறைகளைத் தாண்டி முதலும் முடிவுமற்ற அண்டப் பெருவெளியிலிருந்து உருவாகிவந்தவை போல ஒரு *eternity* இக்கவிதைகளில் இருக்கின்றன. முன்பே சொன்னதைப் போல ஒரு அதீத சக்தியின் பீடிப்பில் கட்டுண்டு இருக்கையில் மட்டுமே இத்தகைய வரிகளைக் கவிஞனால் எழுத முடியும் என்று தோன்றுகிறது. அப்படிப் பார்க்கும்போது இக்கவிதைகளுக்கு முழு பிரக்ஞையில் இருக்கின்ற ஆசை சொந்தம் கொண்டாட முடியாதென்றும் தோன்றுகிறது.

நோபல் பரிசு பெற்ற ஜெர்மானிய நாவலாசிரியரும், கவிஞரும், ஓவியருமான குந்தர் கிராஸ் 1960களில் கல்கத்தா நகருக்கு முதன்முறையாக வருகிறார். அந்நகரம் அவருக்கு ஒரு மகத்தான மனத்திறப்பை ஏற்படுத்துகிறது. அந்த நகரத்தில் இருக்கும் ஏதோ ஒரு மாயசக்தி அவரை மீண்டும் மீண்டும் வருகைதர வைக்கிறது. உலகின் மிகவும் செல்வச் செழிப்பான நாட்டிலிருந்து வந்தவரான குந்தர் கிராஸுக்கு கல்கத்தா நகரின் சேரியும் குப்பை மேடுகளும் அழுக்கும் அசூயை அளிப்பதாக இருந்தாலும் அவற்றை எழுத்தில் பதிவு செய்ய முற்படுகிறார். இவ்வளவு ஏழ்மையிலும் வங்காளிகள் பெரும் கொண்டாட்டத்துடன் வழிபடும் காளி பூஜையைப் பார்த்துவிட்டு வந்தவருக்கு எழுத முடியாமல் போய்விடுகிறது. எவ்வளவு முயன்றாலும் ஒரு வரிகூட எழுத முடியவில்லை. ஆனால் திடீரென அவர் கை வரையத் தொடங்குகிறது. எழுத வேண்டிய நோட்டுப் புத்தகத்தில் கோட்டுச் சித்திரங்களாக தன்நிலை மறந்து வரைந்து கொண்டேயிருக்கிறார். பின்னர் அதைப்பற்றிக் குறிப்பிடும்போது "நானாக யோசித்து வரையவில்லை. ஏதோ எனக்குள்ளிருந்து என் விரல்கள் மூலமாக வரையவைத்தது"

என்கிறார். வரிசையாகப் பல சித்திரங்களை வரைந்து முடித்ததும் அவர் 'விடுபடுகிறார்'. எழுத நினைத்த வரிகளை வரைந்திருந்த படங்களின் மீதே எழுதுகிறார். படங்களோடு அவர் கையெழுத்திலேயே அந்த நூல் வெளிவந்திருக்கிறது. புத்தகத்தின் பெயர்: 'SHOW YOUR TONGUE'.

>எனைப் பாதியிலே
>கொண்டுவந்து
>பாழ்வெளியில்
>தள்ளிவிட்டாய்
>முட்டித்திறப்பேனோ நான்
>நீ மூடிவிட்ட பெருங்கதவை (பக்.28)

என்ற வரிகள் குந்தர் கிராஸின் 'நாக்கை நீட்டு' புத்தக அனுபவத்தைத்தான் நினைவூட்டுகின்றன.

இக்கவிதைகளில் திரும்பத் திரும்ப வருகின்ற காமமும் யோனியும் குறியும் அவற்றின் நேரான பொருளில் குறிப்பிடப் படுவதாக நினைக்கத் தோன்றவில்லை. இச்சொற்களுக்கு இணையாக – ஏன் அதிகமாகவே, உடலின் மற்ற பாகங்களும் உணர்ச்சிகளும் வந்துகொண்டே இருக்கின்றன. உடலை யும் உணர்ச்சிகளையும் முன்னுரையில் சபரிநாதன் குறிப்பிடுவதைப்போல அண்டத்தின் நுண்வடிவ மாதிரிகளாகவே இக்கவிதைகள் முன்வைப்பதாகத் தோன்றுகிறது. உடல் அவயங்கள் சார்ந்த கவிதைகளிலும் அவை கவிஞனுக்குத் தொந்தரவு தருவதாகவே இருக்கின்றன. அது பொறுக்காமல் கவிஞர் காளியிடம் முறையீடு செய்துகொண்டே இருக்கிறார். ஆனால் ஆடும் கூத்தைக் காளி நிறுத்துவதாகத் தெரியவில்லை. அவஸ்தையின் உச்சத்தில் இதே அவயங்களைக் கொண்டு கவிஞர் காளியை வணங்கவும் செய்கிறார்.

>குறியால் நினைக்கிறேன்
>உன்னை
>குறியால் தொழுகிறேன்
>உன்னை
>குறியால் உணர்கிறேன்
>உன்னை
>குறிகோடி படைத்துத்
>தறி நெய்பவளே
>குறிபிடித்துக் கூட்டிச் செல்லடி
>என்னை
>உன் குறியாளும்
>பெருமேடைக்கு.   (பக்.40)

○

இந்த உன்மத்த நிலை ஒரு சித்திரவதைதான். அருள்பாலித்த நிலையில் பரவசமும் பரிதவிப்பும் சமமாக வந்துகொண்டே இருக்கின்றன. இந்நிலையிலிருந்து தன்னை விடுவித்துவிடவும் வேண்டிக்கொள்கிறார். அண்டங்காளி இப்போது அண்டங்களவாணியாகிவிடுகிறார்:

> அண்டங்களவாணி
> எங்கிருந்து எடுத்து வந்தாய்
> என்னை
> எடுத்த இடத்தில்
> வைத்துவிடடி
> என்னை.   (பக்.79)

கவிஞரை அண்டப் பெருவெளிக்குக் கூட்டிச்சென்று அலைக்கழித்துவந்த அண்டங்காளி இறுதியில் மலையேறி விடுகிறாள்:

> காளியவள் களிநடனம்
> காட்டிவிட்டாள்
> ஆழிதனை ஊஞ்சலென
> ஆட்டிவிட்டாள்
> ஊழிமனக் காட்சிதனை
> நாட்டிவிட்டாள்
> பாழிருளைப் படம்பிடித்து
> மாட்டிவிட்டாள் (பக்.83)

என்று காளியம்மை ஆடிய கூத்து நிறைவடைகிறது.

கொஞ்சம் திகைப்பையும் சற்று சிலிர்ப்பையும், மிகவும் பயத்தையும் ஒரே நேரத்தில் உண்டாக்கி ஓர் அலாதியான வாசிப்பனுபவத்தைத் தந்திருக்கும் காளியம்மைக்கும், அவள் ஆசிபெற்ற ஆசைக்கும் நமஸ்காரங்கள்.

♦

(கவிஞர் ஆசையின் 'அண்டங்காளி' கவிதைத் தொகுப்புக்கான
விமர்சனம் – ஃபேஸ்புக் பதிவு, 14 பிப்ரவரி, 2021

9

சங்கீத எழுத்தின் பெருமயக்கு

சில நூல்களைப் பற்றிய நினைவு வரும்போது, அந்நூலுக்கு வேறொருவர் எழுதிய முன்னுரையும் சேர்ந்தே ஞாபகத்துக்கு வரும் – புதுமைப்பித்தன் சிறுகதைத்தொகுப்புக்கு ரா.ஸ்ரீ. தேசிகனின் முன்னுரையைப்போல. தி. ஜானகிராமனின் தேர்ந்தெடுத்த சிறுகதைத் தொகுப்பான சிலிர்ப்புக்கு பிரபஞ்சன் எழுதிய முன்னுரையும் அத்தகைய ஒன்று. ஜானகிராமனின் ஒட்டுமொத்த படைப்புகளுக்கும் சேர்த்தளித்த அற்புதமான அஞ்சலி அது.

'ஜானகிராமனின் உலகம் நீரினால் ஆனது' என்று பிரபஞ்சன் தொடங்குகிறார். 'அவர் மனதில் எப்போதும் அருவி கொட்டிக்கொண்டே இருக்கிறது. அருவியின் ஊடாகத்தான் மனிதர்களைப் பார்க்கிறார் அவர். தலையில் தங்கித் தயங்கி உடம்பு முழுக்கப் பரவி வழியும் நீர் வாய்க்காலோடு கூடிய மனிதர்களையே அவர் பாத்திரமாக்கியிருக்கிறார்.' எவ்வளவு சத்தியமான வர்ணனை!

தி. ஜானகிராமனைப் பற்றி தமிழ் இலக்கிய உலகில் எழுகின்ற விமர்சனங்கள், பாராட்டுகள், வாசக அனுபவங்கள் எல்லாமே பெரும்பாலும் அவரது அற்புதமான நாவல்களைச் சுற்றியே அமைந்துவிடுகின்றன. இன்றளவும் அவரது சிறுகதைகள் பெருமளவுக்கு – அதாவது நாவல்களின் அளவுக்கு – வெளிச்சத்துக்குக் கொண்டு வரப்படவில்லை என்றே சொல்ல முடியும். ஆனால் அவருடைய அத்யந்த வாசகனுக்கு முன்னணியில் நிற்பது தி. ஜானகிராமன் என்ற சிறுகதையாசிரியரே.

நாவலுக்கு முக்கியமாக அதன் வடிவம் சார்ந்து ஒரு பெரிய கவனம் ஈர்க்கப்பட்டுவிடுகிறது. 'மோக முள்' போன்றதொரு நாவல் மாபெரும் கேன்வாஸில் தீட்டப்படுகிறது. 'அம்மா வந்தாள்', 'நளபாகம்', 'மரப்பசு', 'உயிர்த் தேன்' என அவருடைய நாவல்கள் பெருவாழ்வின் சித்திரங்களாக பரந்து விரிந்து செல்கின்றன. பல்வேறு மனிதர்களின் வாழ்க்கைகளும் நாவலில் பின்னிப் பிணைந்து பேரனுபவமாக வாசகனுக்கு வழங்கப்படுகிறது. மகத்தான நாவல் ஒன்றை ஒருவன் வாசித்து முடிக்கும்போது அவனே ஒரு வாழ்க்கைப்பாதையைக் கடந்து முடிக்கிறான்.

ஆனால் சிறுகதைகள் வாழ்வின் துணுக்குகள். ஜானகிராமனின் பனித்துளியில் காணக்கிடைப்பது பேரண்டம். சிறுகதைகளின் வடிவ எல்லையைத் தாண்டி அந்த அனுபவம் வாசகனின் உள்ளத்தில் விரிந்துகொண்டே செல்கிறது. கண்டாமணி அடித்து ஓய்ந்த பிறகும் வெளியெங்கும் விரவி நிற்கும் ரீங்காரம் போல ஜானகிராமனின் சிறுகதைகளின் கடைசி வரிகளுக்குப் பிறகு எழுதப்படாமலிருக்கும் வாழ்க்கை வாசகனின் மனவெளிக்குள் நிரம்பி விடுகின்றன.

ஜானகிராமன் என்ற சங்கீத இலக்கியவாதிக்கு விஸ்தாரமாக ராக ஆலாபனையோடு நாவல்களில் முழுக் கச்சேரியை நடத்த முடிவதைப் போலவே, தன்னளவில் முழுமைபெற்ற துக்கடாக்களையும் சிறுகதைகளில் நிகழ்த்திவிட முடிகிறது. பல நேரங்களில் ஒரு பெரும் வாழ்வைச் சிறிய சாளரத்தின் வழியே காட்டிவிடுகிறார். சில கதைகளில் அரண்மனை வாசலைப்போலக் கதையின் முடிவைத் திறந்துவிட்டு பிரமாண்டத்துக்குள் பிரவேசிக்க வைக்கிறார்.

'அழகுக்கு, சர்வ அழகுக்கு, எல்லாம் அழகு என்கிற ஸ்திதிக்கு, அழகே எங்கும் வியாபித்த அண்ட அழகுக்கு அவாவியவர் அவர்' என்கிறார் பிரபஞ்சன். 'சண்பகப்பூ' கதையில் வருகிற அந்தப் பேரழகு இளம்பெண் தி.ஜா.வின் எழுத்தில் மேலும் அழகாகத் தெரிகிறாள். தாயும் தந்தையும் தோற்றத்தில் சாதாரணர்கள். 'அவர்களுக்குத்தான் இந்தப் பெண் பிறந்திருக்கிறது. தேங்காய்க்கும் பூவன்பழத்திற்கும் நடுவில் நிற்கிற குத்துவிளக்கைப் போல' என்று படைப்பின் எட்டாத மாற்றத்தைக் கண்டு மாய்ந்து மாய்ந்துபோகிறார் அந்தப் பெண் வீட்டுவேலை செய்யும் வீட்டுக்காரக் கிழவர்.

'மலர்ந்து இரண்டு நாளான கொன்னைப்பூவைப் போல வெண்மையும் மஞ்சளும் ஒன்றித் தகதகத்ததையும் நீரில் மிதந்த கருவிழியையும் வயசான துணிச்சலுடன் கண்ணாரப் பார்த்துப் பூரித்துக் கொண்டிருந்தார்: அது என்ன பெண்ணா? முகம் நிறைய

கண்; கண் நிறைய விழி; விழி நிறைய மர்மங்கள்! உடல் நிறைய இளமை; இளமை நிறையக் கூச்சம்; கூச்சம் நிறைய இளமுறுவல் நெளிவு; நெளிவு நிறைய இது பெண்ணா? மனிதனாகப் பிறந்த ஒருவன் தன்னது என்று அனுபவிக்கப்போகிற பொருளா?' என்று கிழவரின் வழியாக ஜானகிராமனும் மாய்ந்துபோகிறார்.

தி.ஜா.வின் பல கதைகளிலும் நாவல்களிலும் இதைப்போன்ற மனிதப் பிறவியில் சேர்க்க முடியாத தேவதைப் பெண்கள் வருவதைப் பார்க்கிறோம். ஆனால் அவர்களுக்கெல்லாம் தவறாமல் மிகச் சாதாரணமான, சில நேரங்களில் அவலட்சணமான, சில நேரங்களில் வயதான, எந்தவிதத்திலும் இப்பெண்களுக்குத் தகுதியில்லாத கணவர்களே வாய்க்கிறார்கள். இந்தக் கதையிலும் இந்தப் பெண்ணுக்கு ஒல்லியான, ஒடிந்துவிழும் உடல்; கூனல், சராசரிக்குக் குறைந்த புஷ்டி, கை, கால், மூஞ்சி, விரல், மூக்கு எல்லாம் நீளம் என்று ஒரு குமாஸ்தா பையன் கணவனாக வாய்க்கிறான். ஒரே வருடத்தில் செத்தும்போகிறான்.

'கிழம் அழுதது. "இது ஏன் பிறந்தது? இவ்வளவு அழகாக ஏன் பிறந்தது? எதற்காக இத்தனை அழகு? நாசமாகப் போகவா? கல்யாணம் ஏன் செய்துகொண்டது? சந்தியில் நிற்கவா? 'புருஷனை முழுங்கிவிட்டது' என்று தோசிப்பட்டம் கட்டிக்கொள்ளவா?" என்று கேள்வி மேல் கேள்வியாகக் கேட்டுக்கொண்டது. "எனக்கு அப்போதே தெரியும். சண்பகப் பூவை மூந்து பார்த்தால் மூக்கில் ரத்தம் கொட்டும். வாசனையா அது? நெடி. அதை யார் தாங்க முடியும்? சாதாரணமாயிருந்தால் சரி. மோகினியைக் கட்டிக்கொண்டால் கபால மோட்சம்தான். தொலைந்தான்" என்று பதிலும் சொல்லிக்கொண்டது'.

அந்தப் பெண்ணும் முதலில் அழுகிறாள்.

ஆனால் ஏழாம் நாள் தலையை இழையச் சீவி, பிடியில் அடங்காப் பின்னலைப் பின்னந்தலையில் எடுத்துச் செருகி, சிவப்பு வெல்வெட்டு ரிப்பன் வளைந்து தொங்க மூஞ்சியில் சந்தன சோப்பைத் தேய்த்துக் குளித்துக் கொண்டிருக்கிறாள்.

குளித்துவிட்டு பனாரஸ் பச்சைப் பட்டுப் புடவை கட்டிக்கொண்டு ஒன்றுமே நடக்காதது போல, வாசனைத்தேங்காய் எண்ணெய் தடவி இழைய தலை வாரிக்கொண்டிருக்கிறாள். எல்லோரும் எதிர்பார்க்கிற மாதிரி அழவில்லை, மோட்டுவளையை, சூன்யத்தை வெறித்துப் பார்த்து உட்கார்ந்திருக்கவில்லை.

இறந்துபோன கணவனின் சகோதரன் ஒரு மாதம் கழித்து வந்து, அவளுக்கு ஒரு பள்ளிக்கூடத்தில் வேலை பார்த்துவைத்திருப்பதாகச் சொல்கிறான்.

கண்ணாடிச் சொற்கள்

அந்தப் பெண்ணும் மறுப்பேதும் சொல்லாமல், மிக மிகச் சாதாரணமாக, துயரத்தின் சாயல் ஏதுமின்றி அவன் கொண்டு வந்த ஒற்றை மாட்டு வண்டியில் ஏறிக்கொள்கிறாள். முன்னால் இருந்த மூட்டையை நகர்த்தி இடம் பண்ணித்தருகிறான் அவன். நாணம் புன்னகை பூக்க, அவள் அமர்ந்து கொள்ள, அவனும் ஏறி ஓரத்தில் ஒட்டி உட்கார்ந்துகொள்கிறான்.

"போயிட்டு வரேன் தாத்தா," என்று விடைபெற்றுச் செல்கிறது.

இத்தோடு முடிகிற கதையில் ஜானகிராமன் காட்டுகிற சித்திரம் அலாதியானது. ஜெயகாந்தனிடமிருந்து ஜானகிராமன் வேறுபடுகின்ற இடமும் இதுதான். சொல்லாமல் பூடகமாகப் பொதித்து வைத்திருப்பவை ஏராளம். அவர் எதையும் உரத்த, தெளிவான குரலில் விளக்குவதில்லை. வாசிப்பவனின் மனதில் கதை முடிந்த பிறகும் அந்தப் பாத்திரத்தின் வாழ்க்கை தொடர்ந்து வளர்ந்துகொண்டிருக்கிறது.

ஜானகிராமன் மரணத்தைக் கொண்டாடுபவரல்ல. 'மனித சிருஷ்டியின் நிரந்தரத் தன்மை'தான் அவருள் நிறைந்திருப்பதாக அசோகமித்திரன் குறிப்பிடுகிறார். அவரது கதைகளில் மரணங்கள் நிகழ்ந்தாலும்கூட அவை புதிய கதவுகளைத் திறந்துவைப்பதாகவே அமைகின்றன. 'அக்பர் சாஸ்திரி'யில் 68 வயதான கோவிந்த சாஸ்திரிகளின் மரணமும் சோக முடிவாக இருப்பதில்லை. வயதை மீறிய உற்சாகியாக, எதிரே இருப்பவர்களுக்கு இலவச வைத்திய ஆலோசனைகள் தருபவராக, மடிசஞ்சி விவகாரங்களை வெறுப்பவராக, முற்போக்கான நடைமுறையாளராக, இதுவரை எந்த வைத்தியரிடமும் சென்றதேயில்லையென்று பெருமைப்படுபவராக இருக்கும் அவர் திருவிடைமருதூர் ஸ்டேஷனில் வண்டி நிற்கும்போது ஸ்விட்சை நிறுத்தியதைப்போல கணநேரத்தில் மரணமடைந்துவிடுகிறார். ஒரு துளி வலி, வேதனை இல்லாமல். அந்த உடனடி மரணம் அக்பர் சாஸ்திரி என்ற கோவிந்த சாஸ்திரிகளின் நேர்மறையான வாழ்க்கை நெறிகளுக்கு மகுடம் சூட்டியதைப் போலிருப்பதே அச்சிறுகதையில் அவர் சொல்லும் சங்கதியாக இருக்கிறது.

அவர் கதைகளில் சித்தரிக்கப்படும் எல்லாமே அழகானவையே; வெளிச்சம் நிரம்பியவையே. அவர் கதைகளிலும் மனிதர்கள் ஏமாற்றுகிறார்கள், துரோகமிழைக்கிறார்கள், பலரிடமும் தந்திரம், வன்மம், மூடத்தனம் இருக்கின்றன. ஆனால் இதுபோன்ற கீழ்மைக் குணங்கள் மட்டுமே கொண்டவர்களாக அவர்கள் இருப்பதில்லை. அவர் அவர்களை வெறுக்கக்கூடிய பாத்திரங்களாகப் படைப்பதில்லை. அவர்களிடமும் இருக்கின்ற வெளிச்ச மூலைகளை, இடுக்கில் புகுந்து காட்டிவிடுகிறார்.

இதற்கு மிகச்சிறந்த உதாரணம் 'கள்ளி'. கதையின் முதல் வரியிலிருந்தே சென்னையின் புழுக்கம், வியர்வை என கிருஷ்ணன் எரிச்சலிலும் சலிப்பிலும் இருக்கிறான். கடன் கேட்டு வருகிற சுப்பண்ணா அவனை மேலும் கடுப்பேற்றுகிறார். சுப்பண்ணாவுக்கு உண்மையிலேயே பணத்தேவை இருக்கிறது. அவர் ஓர் இசைக்கலைஞர். அபாரமான வயலின் வித்வான். குடியினால் வித்தையையும், வாய்ப்புகளையும், மற்றவர் அனுதாபங்களையும் இழந்து நிற்கும் பரிதாப ஜீவன். கிருஷ்ணனிடம் பணம் இல்லாமல் இல்லை. கொடுக்க மனம்தான் இல்லை. மொட்டைமாடியில் நின்றுகொண்டு, அதோ அந்த பணக்கார காண்டிராக்டரிடம் போக வேண்டியதுதானே, அங்கே போயிருக்கலாமே, இங்கே போயிருக்கலாமே என்று தன் மறுப்புக்கு நியாயம் கற்பித்துக்கொண்டு குரோதத்தை அவனுக்குள் வளர்த்துக்கொண்டிருக்கும்போது, தி.ஜா. என்ற மகா கலைஞன் கதைக்குள் மழையைக் கொண்டுவருகிறார். சாதாரண மழை அல்ல. இடியும் மின்னலுமாக அடைமழை. மொட்டை மாடி அறையின் இருட்டுக்குள் மின்னல் ஒளித்தீற்றுகள் விட்டுவிட்டு வெளிச்சத்தை நிரப்பி அணைந்துகொண்டிருக்கின்றன. மொட்டைமாடியில் அழகுக்காக வைத்திருக்கும் கள்ளிச்செடி மழையில் நனைந்தால் அழிந்துவிடுமென்று அவனுடைய மகள் ஓடிவந்து தொட்டியை எடுத்துப் போகிறாள்.

கிருஷ்ணனுக்கு அந்த மழையும், இருட்டறைக்குள் பளிச்சிடும் மின்னல் வெளிச்சமும், ஈரத்தில் நனைந்த கள்ளிச்செடியும் ஏதோவொரு திடீர் மாற்றத்தை உண்டாக்குகின்றன. இந்த ரசவாதத்தை ஜானகிராமன் சொற்களால் விளக்குவதில்லை. பணத்தை எடுத்துக்கொண்டு, குடையைப் பிடித்தபடி மழையில் சுப்பண்ணாவின் வீட்டைத் தேடிச்சென்று, கதவைத் தட்டி, பணத்தை அவரிடம் கொடுப்பதை மட்டுமே ஜானகிராமன் எழுதுகிறார். அந்த அற்புதக் கணத்தை, சொற்களற்ற மாயத்தை வாசகரின் மனதுக்குள் புகுத்திவிடுகிறார். ஆனால் அத்தோடு கதையை முடித்துவிடவும் அவரால் முடிவதில்லை.

சுப்பண்ணா திகைத்து, உடைந்து பெருமூச்செறியும்போது லேசாக 'அந்த' வாசனை வீசுவதை கிருஷ்ணன் கவனிக்கிறான். பட்டணத்துக்கு வந்து வெகுவாக மாறியிருக்கும் தன் வாயிலிருந்து வரும் வாடைக்கு ஏற்ற வாசனைதான் என்று கிருஷ்ணனுக்கு கடைசி வரியில் தோன்றுகிறபோது ஜானகிராமனின் அற்புதக் கலைப்படைப்பு பூர்த்தியடைகிறது.

'கோதாவரிக் குண்டு' கதையிலும் கங்காபாய் அந்தப் பாத்திரத்தை தமது வீட்டில் அடகு வைத்து காசு வாங்கிக்கொண்டு சென்றது மல்லிகைப்பூ வாங்கவும், சினிமாவுக்குப் போகவும்தான்

என்று தெரிகிறபோது கதைசொல்லிக்கு உண்டாகும் திகைப்பு வெறுப்பாக மாறுவதில்லை. வீட்டுக்குப் போனபோது 'மனைவியின் தலையில் மல்லிகைச்சரம் வேடு கட்டியிருந்தது. "உங்களுக்குன்னு கொண்டு வந்தேன் மாமி" என்று கங்காபாய் கொடுத்துவிட்டுப் போனாளாம்' என்று எழுதியதோடு கதை முடியவில்லை. மேலும் இரண்டேகால் வரிகளை எழுதி முடிக்கிறார்: 'ரெட்டிப்பாளையம் மல்லிகைப்பூவின் வாசனை உலகத்தில் வேறு எந்த மல்லிகைக்கும் கிடையாதே, அப்பா! என்ன மணம்!' ஜானகிராமனின் எல்லா பாத்திரங்களுக்குள்ளும் எவரையும் வெறுத்து ஒதுக்காத, எல்லோரிடமும் மகத்துவத்தைக் கண்டுவிடுகிற ஜானகிராமன் என்ற மகோன்னத மானிடன் இருக்கிறார். களங்கமில்லாத மானுடக் கரிசனமே இவரது கதைகளின் பொது இயல்பு எனலாம்.

அத்தகைய பாத்திரங்கள் ஜானகிராமனின் எல்லாக் கதை களிலும் தவறாமல் வந்துகொண்டிருந்தாலும் 'கொட்டுமேளம்' கதையின் டாக்டர் துரைசாமி மறக்க முடியாதவர். டாக்டருக்கு ஆரம்பம் முதலே நியாயமாகக் கிடைக்க வேண்டிய வாய்ப்புகள் கூடி கிடைப்பதில்லை. அதிர்ஷ்டங்கள் தவறாமல் தவறிப் போகின்றன. உரிமையோடு பணம் கேட்டு வாங்கிச் செல்பவர்கள் துரோகம் செய்கின்றார்கள். ஏமாற்றிய குற்றவுணர்வு இல்லாம லேயே அவரிடம் சகஜமாக பேசிக்கொண்டிருக்கிறார்கள். வாழ்க்கை முழுக்க சறுக்கல்களும் தோல்விகளுமாகவே இருந்தாலும் அவையெதுவும் அவரை விரக்திக்குத் தள்ளுவதில்லை. இந்த லௌகீகத் தாழ்வுகள் எதனையும் பொருட்படுத்தாத உயரத்தில் தன்னை நிறுத்தி வைத்திருக்கிறார். எல்லாத் தோல்விகளும் திரண்டுவந்து வெற்றியாகவே காட்சியளிக்கின்றன. ஏமாற்றிய விசுவலிங்கம் ஐயரிடம் போய் 'உங்களுக்கு எவ்வளவு பணம் வேண்டுமானாலும் தருகிறேன், கவலைப்படாதீங்க' என்று அவருக்கு சொல்லத்தோன்றுகிறது. 'எடுத்த காரியம் யாவினும் வெற்றி; விடுத்த வாய்மொழிக்கெங்கணும் வெற்றி' என்று பிலகரி ராகத்தில் வீரரசத்துடன் பாடுகிறார்.

இவரையொத்த மற்றொரு பாத்திரம் 'கடன் தீர்ந்தது' கதையில் சுந்தர தேசிகர். ஊர்ப்பெரியவராக, நல்ல ஸ்தானத்தில் இருக்கும் அவரை ராமதாஸ் நயவஞ்சகமாக ஏமாற்றி அவருடைய நிலபுலன்களை விற்கவைத்துவிடுகிறான். கடைசியில் ராமதாஸ் கடுமையாக நோய்வாய்ப்பட்டு படுத்த படுக்கையாக சாவின் விளிம்பில் கிடக்கும்போது சுந்தர தேசிகர் அவரைத்தேடிக் கொண்டு வருகிறார். "ராமதாஸ், உனக்கு உடம்பு சரியா இல்லை, கவலைக்கிடமாயிருக்கு என்று சொன்னாங்க, பார்த்துவிட்டு போகலாம்னு வந்தேன். அதுமட்டும் இல்லை, உன்னிடம் ஒரு முக்கியமான சேதி பேசணும்," என்கிறார்.

அடுத்து அவர், தன்னை மிக லாவகமாக ஏமாற்றியவனிடம் பேசுவதைப் படிக்கையில், இக்கதையை எத்தனை முறை படித்தாலும் அத்தனை முறையும் நெஞ்சு விம்மி, கண்ணை நிரப்பும் கண்ணீர் உலகம் முழுவதையும் அன்பால் மூழ்கடிக்க வைத்துவிடும்:

“ராமதாஸ், உன்னைப்போல ஒரு கெட்டிக்காரனை நான் பார்த்திருக்கேன்னு நினைக்கலெ. இந்த உலகத்திலே சுகம் அடையறத்துக்காகப் பாடுபடறாங்க. உழைக்கிறாங்க. ஆனா உன்னைப் போல இவ்வளவு சுலபமாக அதை அடைஞ்சவர்கள் ரொம்ப ரொம்பக் கொஞ்சம். ஆனா கடைசியில் மாட்டிக்கவும் மாட்டிக்கிட்டே. எனக்கு ஜயிச்சுதுன்னா உனக்கு தண்டனை கொடுப்பாங்க. ஆனா, எனக்கு ஜயிக்கும்னு நான் நம்பவில்லை. அவ்வளவு சாமர்த்தியமா நீ என்னை ஏமாத்திப்பிட்டே. ஆனா, கேஸ் உனக்கு ஜயச்சுதுன்னா உன்னைப் போல துர்பாக்கியசாலி ஒருத்தரும் இருக்க முடியாதுன்னுதான் எனக்குத் தோணுது. எந்தத் தப்பு, குத்தம் பண்ணினாலும் அதுக்குப் பிராயச்சித்தம் பண்ணி இந்த உடம்பையும் நெஞ்சையும் வருத்தித்தான் ஆகணும், மனுஷன். இல்லாட்டா பாவம் பின்னாலே வந்து வந்து அறுக்கும். ஆனா இப்ப உன் நிலையைக் கேட்டுதான் ஓடி ஓடி வந்தேன். கேஸ் யாருக்கு ஜயிச்சா என்ன ? இப்ப உன் பிராணன் போயிக்கிட்டிருக்கு. நீ நல்ல வழி தேடிக்காமெ போயிடப் போறேன்னு நான் ஓடி வந்தேன். நம்ம சாஸ்திரங்களிலே வாங்கின கடனைத் திருப்பிக் கொடுக்காமே செத்துப்போகக் கூடாதுன்னு சொல்லியிருக்கு. இப்ப உன் கடனை நீ தீத்துப்பிடணும், நானும் பாக்கி இல்லேன்னு குறையில்லாமெ மனசாரச் சொல்லிடணும். இப்பொ அதுக்குத்தான் நான் வந்தது. நீ என் பணத்தை வச்சுக்கிட்டுப் பழைய கடனெல்லாம் அடச்சே. சுகமாகவும் இருந்தே. எல்லாம் கேள்விப்பட்டேன். எனக்கு ரொம்பத் திருப்திதான். ஆனா கடனை அடைக்காமெ போகக் கூடாது. அக்கம் பக்கத்திலே விசாரிச்சேன். டாக்டருக்குக்கூட பணம் உன்னாலே கொடுக்க முடியலேன்னு சொன்னாங்க. அதனாலே ஒண்ணே ஒண்ணு கேக்கறேன். உன் கையிலே இருக்கிறது ஏதாவது கொடு, போதும். அஞ்சு அல்லது ஒரு ரூபா கொடுத்தாலும் போதும். நான் சந்தோஷமா வாங்கிக்கிட்டு, உன் கடன் தீந்து போச்சுன்னு என் தேவார ஆணை, லோகமாதா ஆணையாச் சொல்லிப்பிடறேன். என்ன ? அதுக்குத்தான் நான் வந்தது” என்று தேசிகர் நிறுத்தி, பதிலுக்குக் காத்துக் கொண்டிருந்தார்.

மனிதர்களில் தெய்வ குணங்களைக் கண்டெடுத்துச் சொல்வதே ஜானகிராமனின் இயல்பாக இருக்கிறது.

தி.ஜா.வின் சிறுகதைகளிலேயே மிகமுக்கியமான கதைகளில் ஒன்றாக ‘பாயசம்’ சிறுகதையை பல எழுத்தாளர்களும்

குறிப்பிட்டிருக்கின்றனர். அன்பும் ஈரமும் நிறைந்திருக்கும் நேர்மறையான மனிதர்களையே முதன்மைப் பாத்திரமாகக் காட்டி வந்த ஜானகிராமன் இக்கதையில் அத்தகைய பாத்திரத்தை முதலிலிருந்து கடைசிவரை கதை வரிகளுக்கடியில் ஒளித்தே வைத்திருக்கிறார். நமக்கு வெளிப்படையாகக் காட்டுவது பொறாமையும் குரோதமும் அழுக்கும் மனமெங்கும் நிரம்பி யிருக்கிற சாமநாதுவை. சுப்பராயன் என்ற அபூர்வ மனிதனின் சித்தப்பா அவர். சுப்பராயனை படிக்கவைத்தவர் என்றோ, வளர்த்தவர் என்றோ சாமநாதுவைச் சொல்ல முடியாது. மனம்போல வாழ்வு என்பதற்கிணங்க அழுக்காறையே முழுகுணமாகக் கொண்டிருக்கும் சாமநாதுவுக்கு வாழ்க்கை முழுக்க துரதிருஷ்டங்களும் சோதனைகளுமே சூழ்ந்திருக்கின்றன. அவர் பெற்ற பெண்கள் இளவயதில் மரணமடைந்தும், கணவனை இழந்துமிருந்தாலும் அவர் மனதின் வன்மங்கள் வடிவதாக இல்லை.

சுப்பராயன் தானாக கஷ்டப்பட்டு முன்னுக்கு வந்து, தன் சம்பாத்தியத்தில் பாதியை சித்தப்பா சாமநாதுவுக்குத் தருகிறான். ஆனாலும் அவருக்குத் திருப்தி இல்லை. அவனை வெறுப்புடன் நினைத்து நினைத்து சபித்துக் கொட்டிக்கொண்டிருக்கிறார். சுப்பராயன் அடைந்திருக்கும் உயரம் அவருக்கு எரிச்சலைத் தருகிறது. அவன் தன் பெண்ணுக்கு விமரிசையாக நடத்தும் திருமணம் எரிச்சலைத் தருகிறது. எவ்வளவுதான் அவர் அவனை அவமதித்தாலும் சுப்பராயன் அவருக்குத் தரும் மரியாதை எரிச்சலைத் தருகிறது. அவர்தான் முன்நின்று அவன் மகள் திருமணத்தை நடத்தி வைக்க வேண்டும் என்கிறான். அவர் வேண்டாவெறுப்பாக வருகிறார். கல்யாண வீட்டுக்குக் கொல்லையில் விருந்து தயாராகிக் கொண்டிருக்கிறது. கோட்டையடுப்புகள் அவர் உள்ளத்தைப் போலவே 'மொலா மொலா'வென்று எரிகிறது. கூட்டம் கூட்டமாக நெருப்பு எரிகிறது. தவலை தவலையாகக் கொதிக்கிறது. மேடைமீது வைத்திருக்கும் பாரி ஜோட்டுத் தவலையில் பாயசம் மணக்கிறது, திராட்சையும் முந்திரியும் மிதக்கிறது. இரண்டு பேராகத்தான் தூக்கி வைத்திருக்க முடியும். அறுநூறு பேர் குடிக்கிற பாயசம்.

சாமநாது பலசாலி, அவ்வளவு பெரிய தவலையை அவரால் ஒண்டியாகவே கவிழ்த்துவிட முடியும். கவிழ்த்தும் விடுகிறார்!

எல்லோரும் ஓடிவந்து திகைக்கிறார்கள். "படவாக்களா எங்கே போயிட்டேள் எல்லோரும் – இத்தனை பெரிய எலியைப் பாயசத்திலே நீஞ்ச விட்டுவிட்டு" என்று கத்துகிறார்.

இவர் ஒருத்தராக இவ்வளவு பெரிய பாத்திரத்தை எப்படி சாய்த்தார் என்று நம்பமுடியாமல் பார்க்கிறார்கள்.

அவருடைய விதவைப்பெண் அவர் சொல்லும் கதையை நம்பாமல் கண்ணில் முள்ளோடு பார்க்கிறாள்.

அந்த நேரத்தில் ஜானகிராமன் நாயன சங்கீதத்தை உள்ளே நுழைக்கிறார்.

ஆனந்த பைரவியில் ஊஞ்சல் பாட்டை வாங்கி நாயனம் ஊதுகிறது.

காலமாகிவிட்ட அவர் மனைவி வாலாம்பாள் பாடுகிற மாதிரி அவருக்குத் தோன்றுகிறது.

இக்கதையின் நாயகன் ஒவ்வொரு வரியிலும் இடம்பிடித்திருக்கும் அழுக்கு மனிதரான சாமநாதன் அல்ல, இதற்குக்கூட அவரைக் கோபித்துக் கொள்ளாமல் இருக்கப்போகிற சுப்பராயன்தான் என்பதை ஊஞ்சலுக்கு வாசிக்கும் நாயனம் வழியாக உணர்த்தி விடுகிறார்.

ஜானகிராமனின் கதைகளில் எப்போதும் மனதில் நிலைத்து நின்றிருப்பவை முக்கியமாக இரண்டு கதைகள். வீட்டுக்குப் போனதும் அம்மாவிடம் கொடுத்து உரித்துச் சாப்பிட வேண்டும் என்று அவருடைய ஆறு வயதுப் பையன் ஆசையாகக் கேட்டு வாங்கியிருக்கும் ஆரஞ்சுப் பழத்தை ரயிலில் எதிர் இருக்கையில் உட்கார்ந்திருக்கும் கல்கத்தாவில் வீட்டு வேலைக்காக தனியாகச் செல்லும் ஒன்பது வயசுப் பெண்ணுக்குத் தருவதைக் கண்டு, உள்ளம் பொங்கி வழிய உடல் சிலிர்த்துப்போகும் அப்பாவைப் போலவே நம்மையும் சிலிர்க்க வைக்கிற 'சிலிர்ப்பு'ம், ஒவ்வொருமுறை வாசிக்கும்போதும் தாங்கமுடியாமல் மனதை விம்ம வைக்கிற 'சாப்பாடு போட்டு நாற்பது ரூபாய்' கதையும்தான். கதைகளால் மனதை உய்விக்க முடியுமா என்ற கேள்விக்குச் சான்றளிக்கும் கதைகள் இவையிரண்டும். ஜானகிராமனைப் புதிதாக வாசிக்க வருபவர்களிடம் நான் பரிந்துரைக்கும் இவ்விரு கதைகளின் சிறப்புகளையும் இங்கே விவரிக்காமல் வாசகர்களே தேடியெடுத்துப் படித்துக்கொள்ள விட்டுவிடுவதே சிறப்பு என்று நினைக்கிறேன். எந்தவொரு அறிமுகமும் இவ்விரு கதைகளின் ஜ்வலிப்பை வாசிப்பில் சற்றுக் குறைத்துவிடக் கூடுமென்ற என் தயக்கமும் இவ்விலகலுக்கு ஒரு காரணம்.

ஆனால் 'கோபுர விளக்கு' கதையை எந்தவொரு ஜானகிராமனின் அபிமானியாலும் சிலாகித்து உருகாமல் விலகிவிட முடியாது. வாசிக்கும்போதே நம் மனதுக்குள் சலனப்படமாக ஓடத் தொடங்கிவிடுகிற கதை அது.

சன்னதித் தெரு இருட்டில் மூழ்கியிருக்கிறது. கோபுர விளக்கும் எரியவில்லை. தெற்குத் தெருவில் விலைமகள்

ஒருத்தி இறந்துவிட்டாள் என்பதற்காக கோயிலில் பூஜை நிறுத்தப்பட்டிருக்கிறது. அதற்காக கோபுர விளக்கைக் கூடவா நிறுத்தி வைத்திருக்க வேண்டும் என்று கோயில் மானேஜரைப் பார்க்கச் செல்கிறார் கதை சொல்லி.

அவருக்கு இறந்து போன அந்தப் பெண்ணைத் தெரியும். முந்தாநாள் கூட அவளைக் கோயிலில் பார்த்தார். இவரைப் பார்த்ததும் உடனே வேதனையையும் வெட்கத்தையும் ஒரு புன்சிரிப்பில் புதைத்துக்கொண்டு வேகமாகக் கடந்துவிட்டாள்.

'என்னைக் கண்டுவிட்டு அவள் வெட்கி ஓடியதற்குக் காரணம் இது. இரண்டு மாதத்துக்கு முன் இரண்டாங்காலப் பூஜைக்குப் பிறகு கோவிலுக்குப்போனபோது நடந்தது. பிரகாரத்தை வலம் வருவதற்காகச் சென்றேன். துர்க்கை அம்மனுக்கு முன்னால் நின்று இந்த தர்மு வேண்டிக் கொண்டிருந்தாள். அழும் குரலில். நான் வந்ததை கவனிக்காத அளவுக்கு அவ்வளவு சோகம் அவள் மனதையும் புலன்களையும் மறைத்திருக்கத்தான் வேண்டும்.

"ஈச்வரி! இரண்டு நாளாக வயிறு காயுறது. இன்னிக்காவது கண்ணைத் திறந்து பார்க்கணும். தாராள மனசுள்ளவனா ... ஒருத்தனைக் கொண்டுவிட்டுத் தொலைச்சா என்னவாம்?"

கேட்டுக்கொண்டே போனேன். இரண்டு விநாடி கழித்துச் சட்டென்று என்னைப்பார்த்தவள், மருண்டு நின்றாள். என்ன செய்ய? வேண்டுமென்று ஒற்றுக் கேட்கவில்லையே!'

வீட்டுக்கு வந்து மனைவியிடம் தான் கண்டதைச் சொல்லிப் புலம்புகிறார்.

"தெய்வம் நல்ல புத்தி கொடுக்கும், ஞானம் கொடுக்கும், விவேகம் கொடுக்கும், இப்ப இதுவும் கொடுக்கும்னு தெரியறது" என்று என் படபடப்பைக் கிண்டல் செய்தாள் கௌரி.

"ஏன், கொடுக்கப்படாதா?"

"கொடுக்கணும்னுதான் சொல்றேன். எந்தக் காரியத்துக்கும் தெய்வபலம் வேணும். திருடனுக்குக்கூட ஒரு தெய்வம் வேண்டாமா! நல்ல ஆளா கொண்டுவந்து விடுன்னா விடத்தானே வேணும் அது!"

ஆனால் இதுவரை கதையில் நுழைந்திராத கோயில் மானேஜர் பாத்திரம் கதையின் கடைசியில் நுழைந்து கதையை தெய்வாம்ச நிலைக்குக் கொண்டுசென்றுவிடுகிறது.

வேண்டுமென்றேதான் கோபுரவிளக்கை அணைத்து வைத்திருப்பதாகச் சொல்கிறார் மானேஜர்.

“...எனக்கு என்னவோ இந்த சாவுக்குதுக்கம் கொண்டாடணும் போல் இருக்கு ... நீங்ககூட பார்த்திருப்பீங்களே. கோயிலுக்கு வருமே, அந்தப் பொண்ணுதான். சிரிச்சுப் போன குடும்பம்தான், ஒப்புத்துக்குறேன். ஆனால் செத்துப் போனதுக்கு அப்புறம் தூக்கறதுக்கு ஒரு ஆள்கூட இல்லைன்னா இது என்ன மனுஷன் குடி இருக்கிற தெருவா? காக்காகூட ஒரு காக்கா செத்துப்போச்சுன்னா கூட்டம் கூட்டமா அலறி தீத்துப்பிடும்கள். மத்தியானம் மூணு மணிக்குப் போன உசிரு. ஒரு பய எட்டிப் பாக்கலை. வீட்டிலே இருக்கிறது அத்தனையும் பொம்பளை. எல்லாம் சின்னஞ்சிறுசு. அப்படி என்ன இப்ப குடி முழுகிப் போச்சு? அவங்க கெட்டுப் போயிட்டாங்க – நாதன் இல்லாம கெட்டுப்போன குடும்பம். பசிக்கு பலியான குடும்பம். என்ன அக்கிரமம் சார்? இந்த மாதிரி மிருகங்களைப் பார்த்ததில்லை நான். நானும் நாலு ஊரிலே இருந்திருக்கேன்.”

மானேஜரின் உதடு துடித்தது. கரகரவென்று கண்ணில் நீர் பெருகிற்று. பேச முடியாமல் நின்றார். சற்று கழித்து கண்ணைத் துடைத்துக்கொண்டு ஒரு பெருமூச்சில் துக்கத்தை இறக்கிக்கொண்டார்.

“இன்னிக்கு கடவுள் வெளிச்சம் கேட்பானா? கேட்க மாட்டான். ஊருக்கு மட்டும் என்ன வெளிச்சம்? எத்தனை வெளிச்சம் போட்டால் என்ன, நம்ம இருட்டு கலையப் போவதில்லை. இப்படித்தான் தவிக்கட்டுமே, ஒரு நாளைக்கு.”

இதற்குமேல் இக்கதையைப் பற்றி மேலதிகமாக சொல்வதற்கு என்ன இருக்கிறது? ரகசியமாகக் கண்களைத் துடைத்துவிட்டுக்கொள்வதைத் தவிர வேறு என்னதான் செய்ய முடியும், கதையைப் படித்து முடித்த பிறகு?

ஜானகிராமனின் எழுத்துக்களை வாசிக்கும் எவருக்கும் ஒரு சங்கீதக் கச்சேரியில் அமர்ந்திருக்கும் உணர்வு ஏற்படுவது தவிர்க்க முடியாதது. அவர் சங்கீதத்தை, அதுவும் கர்நாடக சங்கீதத்தை பெரும்பாலான கதைகளில் கலந்திருப்பதால் மட்டுமல்ல; அவரது ஆற்றொழுக்கான நடையிலேயே ஓர் இசைமை இருக்கிறது. அவருடைய சௌந்தர்ய உபாசனையில் நிரம்பித் ததும்பும் இசை வாசகனின் உட்செவிகளில் ரீங்கரித்துக்கொண்டே இருக்கிறது. ‘அவரது படைப்பு மனதை உருவாக்கியதில் இசைக்குப் பெரும்பங்கு’ இருப்பதை தி.ஜா.வின் சிறுகதைகள் முழுத் தொகுப்பின் முன்னுரையில் சுகுமாரன் சுட்டிக்காட்டுகிறார்.

ஜானகிராமனின் ஆகச்சிறந்த சிறுகதைகளில் ஒன்றான ‘செய்தி’, அவருள் நிறைந்திருக்கும் அபூர்வமான இசை ரசனையைப் புலப்படுத்தும். இசை என்பது செவிப்புலனுக்கான கலை வடிவம்.

ஆனால் அவரால் சங்கீத அனுபவத்தை தன் சொற்களில், வாக்கியங்களில், வர்ணனைகளில் கொண்டுவந்துவிட முடிகிறது.

நாதஸ்வரக் கலைஞர் பிள்ளை ஒரு சுத்தமான வித்வான். பாரம்பரிய சங்கீதத்தில் புதுமை செய்வதாக நினைத்துக்கொண்டு ரசக்குறைவான சினிமா பாடல்களை வாசித்து, ஜனங்களிடம் கைத்தட்டல் பெறுவதை அருவருப்பான விஷயமாகக் கருதுபவர். அவருக்கும் அவருடைய மகனுக்கும் இவ்விஷயத்தில் அபிப்பிராய பேதம் ஏற்படுவதில் கதை தொடங்குகிறது. பொதுவாக சாஸ்திரீய சங்கீதத்துக்கு வரவேற்பு குறைந்திருப்பதைப் பற்றி மகன் கவலைப்பட்டாலும் பிள்ளை அவர்களுக்கு சங்கீதம் என்பது கலப்படமற்ற தெய்வாம்ச வடிவமாகவே இருக்கிறது.

அவருடைய நண்பரான வக்கீல் ஐயர் வெளிநாட்டுக்காரர்கள் குழுவை அவரிடம் அழைத்து வருகிறார். அவர்கள் பாரம்பரிய கர்நாடக சங்கீதத்தைக் கேட்க விரும்புவதாகவும், அதற்காகவே அவர்களை அவரிடம் அழைத்து வந்திருப்பதாகவும் சொல்கிறார்.

பிள்ளை நாட்டையை கம்பீரமாக ஓர் ஆலாபனை செய்து கீர்த்தனத்தைத் தொடங்குகிறார்.

அந்த வெளிநாட்டவன், பிலிப் போல்ஸ்காவின் முகத்தில் முதலில் புன்முறுவல் பூக்கிறது. விழிகள் மேலே செருகிக்கொள்கின்றன. அமிருதத் தாரையாகப் பெருக்கெடுத்த நாதப் பொழிவில் தன்னை இழந்துவிட்டான் போலத் தோன்றுகிறது.

பிள்ளை அடுத்ததாக சாமா ராகத்தை ஆரம்பிக்கிறார்.

தன்னை மறந்த நிலையிலிருந்த போல்ஸ்கா எழுந்து விடுகிறான். கையை நீட்டியபடியே நின்றுகொண்டு மெல்லிய காற்றில் அசையும் சம்பங்கி மரம் மாதிரி ஆடுகிறான்.

கீர்த்தனம் முடிந்ததும் போல்ஸ்கா ஓர் எட்டு எட்டி பிள்ளையின் கையைப் பிடித்துக்கொண்டு நிறுத்தாமல் வாசிக்கும்படி கெஞ்சுகிறான்.

பிள்ளை 'சாந்தமுலேகா'வை திரும்பவும் வாசிக்கிறார். ஐந்து ஆறு தடவை திரும்பத் திரும்ப கீர்த்தனத்தை வாசித்து முடிக்கிறார். கடைசியில் நாதம் மௌனத்தில் போய் லயித்தது போல, இசை நிற்கிறது.

போல்ஸ்கா அப்படியே தலையை அசைத்துக்கொண்டே இருக்கிறான். மூன்று நிமிடங்கள் கழித்து, கலைகிறான்.

"... இதில் ஏதோ செய்தி இருக்கிறது. ஏதோ போதம் கேட்கிறது. எனக்கு ஒரு செய்தி; எந்த உலகத்திலிருந்தோ வந்த ஒரு செய்தி கேட்கிறது. அந்த போதத்தில்தான் திளைத்துக்கொண்டிருக்கிறேன்.... உலகத்திலேயே எந்த சங்கீதமும் இந்த செய்தியை எனக்கு அளிக்கவில்லை. இரண்டு கைகளையும் நீட்டி அதை நான் ஏந்தி வாங்கிக்கொண்டுவிட்டேன். நீங்கள் இப்போது என்னை உடலை விட்டுவிடச் சொன்னால் நான் விட்டுவிடத் தயார்" என்கிறான். அவனால் தளும்பலை அடக்க முடியாமல் அடுத்ததாகச் சொல்வதுதான் இக்கதையின் மையப்புள்ளி:

"எனக்கு என்ன தோன்றிற்று என்று கேட்கிறாரா? மிஸ்டர் ஐயர், மிஸ்டர் பிள்ளை! உலகம் முழுவதும் பிணக் காடாகக் கிடக்கிறது. ஒரே இரைச்சல், ஒரே கூச்சல், ஒரே அடிதடி, புயல் வீசி மரங்களை முறிக்கிறது. அலை உயர உயர எழுந்து குடிசைகளை முழுக அடிக்கிறது. இடி விழுந்து சாலையின் மரங்கள் பட்டுப்போகின்றன. கட்டிடம் இடிந்து விழுகிறது. எங்கே பார்த்தாலும் ஒரே இரைச்சல்... இந்தப் போர்க்களத்தில், இந்த இரைச்சலில், நான் மட்டும் அமைதி காண்கிறேன். மெதுவாக இந்த இரைச்சல் தேய்ந்து இந்தப் பிரளயக் கூச்சலும் இரைச்சலும் மெதுவாக அடங்கித் தேய்கிறது. ஓர் அமைதி என் உள்ளத்தில் எழுகிறது. இனிமேல் இந்த இரைச்சலும் சத்தமும் யுத்தமும் என்னைத் தொடாது. நான் எழுந்துவிட்டேன். அரவமே கேட்காத உயரத்திற்கு, மேகங்களுக்கும் புயலுக்கும் அப்பாலுள்ள உயர்விற்கு, எழுந்து, அங்கே அமைதியை, அழியாத அமைதியை கண்டு விட்டேன். இந்த அமைதி எனக்குப் போதும். இப்போதே நான் மரணத்தை வரவேற்று, இந்த அமைதியில் கலந்துவிடத் தயாராயிருக்கிறேன்."

இந்த போல்ஸ்கா வேறு யாருமல்ல. நாம்தான்.

பிள்ளையின் வாசிப்புதான் ஜானகிராமனின் எழுத்துக்களில் எப்போதும் இசைத்துக் கொண்டிருக்கும் நாதம்.

அந்த போதத்தில் திளைத்துவிடுபவர்களால் அவ்வளவு எளிதில் கரையேறிவிட முடிவதில்லை.

•

கனலி, இணைய இதழ், ஆகஸ்ட் 2020

10

சிரத்தையும் நேர்த்தியும் ஒழுங்கும் கொண்ட முன்னுதாரணர்

"எழுத்தாளன் ஒரு சொல்லைப் பயன் படுத்துகிறான் என்றால், அந்தச் சொல்லை எந்த அர்த்தத்தில் பயன்படுத்தியிருக்கிறான் என்பதையும், ஒரு வாக்கியத்தை ஏன் ஒரு தனியான விதத்தில் சொல்கிறான் என்பதையும் சரியாகப் புரிந்துகொள்வதற்கு அவன் எழுதிய எல்லாவற்றை யும் நீங்கள் வாசித்து அவனை முழுசாக உள்வாங்கிக் கொண்டிருக்க வேண்டும். ஒரு வாசகனைவிட ஒரு மொழிபெயர்ப்பாளனுக்கு இது முக்கியமான தேவை."

ஒன்பது மாதங்களுக்கு முன் ஆல்டஸ் ஹக்ஸ்லியின் *BRAVE NEW WORLD* என்ற புகழ்பெற்ற நாவலை மொழிபெயர்ப்பதற்கு என்னைக் கேட்டுக்கொண்டபோது க்ரியா ராமகிருஷ்ணன் சொன்ன மேற்கண்ட வாசகம், அவரைப் பற்றிய ஒரு முழுமையான சித்திரத்தை அளித்துவிடும்.

ஒரு மொழிபெயர்ப்புப் பணியைத் தொடங்கு வதற்குமுன் எவ்வளவு முன்தயாரிப்புகளை மொழிபெயர்ப்பாளன் மேற்கொள்ள வேண்டும் என்பதை அவரிடமிருந்துதான் கற்றுக்கொண்டேன்.

அவர் மொழிபெயர்க்கக் கொடுத்திருந்த அந்நாவலைப் பற்றி அதுவரை நான் அறிந்திராத பல்வேறு விஷயங்களை முதலில் எடுத்துரைத்தார். அவற்றுக்கான இணைப்புகளை அனுப்பிவைத்தார்.

இருபத்தைந்து வருடங்களுக்கு முன் நான் வாசித்திருந்த அந்நாவலை மீண்டும் எடுத்து வாசிக்கச் சொன்னார். "இன்றைய காலகட்டத்துக்கு அது எவ்வளவு பொருத்தமான நாவல் என்று உங்களுக்குப் புரியும்" என்றார். சில போதை மருந்துகளை உட்கொண்டு உயர்நிலை தியான முறைகளை ஹக்ஸ்லி முயன்றுபார்த்ததை விளக்கினார். '*The Doors of Perception*' படித்துப்பாருங்கள், என்றார். மேலும் அவருடைய முக்கியமான நாவலான '*Island*'–ஐ நிச்சயம் படிக்க வேண்டும் என்றார். 1930களில் எழுதப்பட்ட ஒரு துர்க்கற்பனை நாவலான '*BRAVE NEW WORLD*'–ல் முன்யூகித்திருந்தவை எப்படி வெகு சீக்கிரத்திலேயே நடக்கத்தொடங்கியிருக்கின்றன என்று '*Brave New World – Revisited*' என்றொரு புத்தகத்தை முப்பது வருடங்கள் கழித்து எழுதியிருப்பதைச் சொன்னார். நான்கு நாட்கள் கழித்து இந்தப் புத்தகங்கள் அனைத்தும் அவரிடமிருந்து வந்து சேர்ந்தன. ராமகிருஷ்ணன் அவர்களை அழைத்து நன்றி சொன்னபோது, "இந்தப் புத்தகங்கள் எல்லாவற்றையும் முழுசா படிச்சிட்டுத்தான் 'பிரேவ் நியூ வேர்ல்டு' நாவலை மொழிபெயர்க்க ஆரம்பிக்கணும்" என்றார். மேலும் www.wordreference.com என்ற இணைய தளத்தையும் அறிமுகப்படுத்தினார். மொழிபெயர்க்கும்போது நமக்குப் புரியாத நுட்பமான இடங்களுக்கு இந்தத் தளத்தில் விளக்கம் தருவார்கள் என்றார்.

நாவலை மொழிபெயர்க்கத் தொடங்கியதும் அவ்வப்போது அழைத்துப் பேசுவார். இந்நாவல் முழுக்க ஷேக்ஸ்பியர் நாடக வசனங்கள் வந்துகொண்டே இருப்பதைப்பற்றி அவரிடம் குறிப்பிட்டு, அந்த இடங்களை எப்படி மொழிபெயர்க்கலாம் என்று கேட்டேன். "மூல நூலில் அந்த வரிகளைத் தனியா குறிப்பிட்டு இருக்காதே, உங்க ஐடியா என்ன?" என்றார். "நாவலில் இடம்பெறுகிற ஷேக்ஸ்பியர் வரிகளைத் தமிழில் மொழிபெயர்த்துவிட்டு, அந்த வரிக்கு நட்சத்திரக் குறியிட்டு கீழே அடிக்குறிப்பில் ஷேக்ஸ்பியரின் ஆங்கில வரிகளைப் போட்டுவிடலாம் சார்" என்றேன். சற்று நேர அமைதிக்குப் பின், "வெரி குட்" என்றார் மென்மையாக.

"நீங்க ஒவ்வொரு அத்தியாயத்தையும் மொழிபெயர்த்து அனுப்பிக்கிட்டே இருங்க. டிக்ஷனரி வேலை முடியும்வரை நீங்க அனுப்புவதை என்னால் சரிபார்க்கவே முடியாது. நவம்பர் ரெண்டாம் வாரத்தில ஃப்ரீயாயிடுவேன்" என்றார்.

கடைசியாக அவர் பேசியது நோய்த்தொற்று தாக்குவதற்கு ஓரிரு வாரங்களுக்கு முன் இருக்கக்கூடும். "எவ்வளவு முடிச்சிருக்கீங்க?" என்றார். அப்போது கிட்டத்தட்ட அறுபது சதவீதம் முடித்திருந்தேன்.

இனி என் மொழிபெயர்ப்பை மேலாய்வு செய்யவும், செம்மையாக்கவும் அவர் இல்லை. ஆனால் அவருக்கு நான் செலுத்தக்கூடிய உண்மையான அஞ்சலி என்பது 'தீரமிக்க புது உலகம்' மொழிபெயர்ப்பை ராமகிருஷ்ணன் என் அருகில் அமர்ந்திருப்பது போன்ற பாவனையை எனக்குள் உண்டாக்கிக்கொண்டு, ஒவ்வொரு சொல்லையும் ஒவ்வொரு வாக்கியத்தையும் அவரது ஒப்புதலுக்கிணங்க எழுதி முடிப்பது மட்டுமே.

அவர் நிச்சயமாக எனக்கும் ஹக்ஸ்லிக்கும் இடையில் வீற்றிருப்பார் என்று எனக்குத் தெரியும்.

◆

ஃபேஸ்புக் பதிவு, நவம்பர் 20, 2020

11

ஸரமாகோவின் உலகுக்கு ஒரு வழிகாட்டி

கடந்த நூறு ஆண்டுகளாகவே உலக எழுத்தாளர்கள் தமிழில் தொடர்ந்து அறிமுகப் படுத்தப்பட்டு வந்திருக்கிறார்கள். பத்தொன்பதாம் நூற்றாண்டு எழுத்தாளர்களிலிருந்து சமகால படைப்பாளிகள்வரை அவர்களின் சிறுகதைகளும் நாவல்களும் மொழிபெயர்க்கப்பட்டு வந்திருக் கின்றன. ஆனால் ஒன்றிரண்டு நாவல்களையும் சில சிறுகதைகளையும் மட்டும் படித்துவிட்டு ஒரு எழுத்தாளனின் முழு உயரத்தையும் வாசகனால் அளந்துவிட முடியாது. அதற்கு அவனுடைய மொத்த படைப்புகளையும், அவை எழுதப்பட்ட காலம், அந்த எழுத்துக்களில் பொதிந்திருக்கும் பின்னணிச் செய்திகள், ஒளிந்திருக்கும் உட்பிரதி ஆகிய அனைத்தையும் கருத்தில் கொண்டு எழுத்தாளனை அறுதியிட வேண்டியிருக்கிறது.

அத்தகைய இமாலய அலசல் முயற்சிகள் நவீனத் தமிழ் உலகில் அரிதாகவே நடந்திருக்கின்றன. எஸ்ரா பவுண்ட், பெர்டோல்ட் ப்ரெக்ட் ஆகியோரைப் பற்றி பிரம்மராஜனும், காஃப்கா, காம்யூ, கால்வினோ ஆகியோரைப் பற்றி சா. தேவதாஸும் எழுதிய நூல்கள் உண்டு. குறிப்பிட்ட சில நாவல்களை அலசி ஆராய்ந்த பதிவுகளும் நிறையவே உண்டு. ஆனால் தமிழ் உலகம் இதுவரை கண்டிராத பெரும் நிகழ்வாக, மூத்த எழுத்தாளரும் மார்க்ஸிய பெரியாரிய அறிஞருமான எஸ்.வி. ராஜதுரை

(எஸ்.வி.ஆர்) போர்த்துகல் நாட்டைச் சேர்ந்த ஜோஸே ஸரமாகோ என்ற நோபல் பரிசு பெற்ற உன்னதமான எழுத்தாளருக்கு எழுதியிருக்கும் 'ஸரமாகோ: நாவல்களின் பயணம்' என்ற மிக விரிவான 'தனி வரைவு' தொகைநூல் இப்போது வெளிவந்துள்ளது. இதுவரை ஆங்கிலத்தில் மொழியாக்கம் செய்யப்பட்டுள்ள ஸரமாகோவின் 17 நாவல்கள், மற்றும் ஒரு குறுநாவல் ஆகியவற்றின் சுருக்கத்தோடு, ஆழமான அலசல்கள், அந்நாவல்களின் சம்பவங்களோடு தொடர்பு கொண்ட, ஆனால் நாவலில் குறிப்பிட்டிராத சரித்திர நிகழ்வுகள், இடையிடையே தெறித்து விழும் பூடகமான வரிகளுக்குப் பின்னால் அடங்கியுள்ள செய்திகள், சில நாவலின் பகுதிகள் மற்ற சில நாவல்களோடு தொடர்பு கொண்டிருக்கும் மாயவலைப் பின்னல்கள் என ஒரு முழுமையான விமர்சன, மதிப்புத் திரட்டாக வாசகர்களுக்கு அளிக்கப்பட்டிருக்கிறது. இந்நாவல்களின் ஆங்கில மொழிபெயர்ப்பாளர்கள் அளித்த பேட்டிகளின் இணைய இணைப்புகள், நாவலில் இடம்பெற்றுள்ள சரித்திர சம்பவங்களின் பின்னணி, நமக்கு இதுவரை பரிச்சயமாகியிருக்காத அயலக பண்பாட்டு, கலாச்சார அம்சங்கள், நாவலைப்பற்றி ஸரமாகோ தெரிவித்த கருத்துக்கள் என அனைத்தும் தேவைப்பட்ட இடங்களில் அடிக்குறிப்புகளாக வழங்கப்பட்டிருக்கின்றன. கடுமையான உடல் நலிவுக்கு இடையிலும் இப்படிப்பட்ட முனைப்பையும் பேருழைப்பையும் கொட்டியிருக்கும் எஸ்.வி.ஆரின் ஆர்வம் பிரமிக்க வைக்கிறது.

ஸரமாகோ வாசிப்பிற்கு எளிதான எழுத்தாளர் அல்ல. கேள்விக்குறிகள், உரையாடலுக்கான மேற்கோள்குறிகள் போன்ற மரபான நிறுத்தல் குறிமுறையை ஸரமாகோ பயன்படுத்துவதில்லை. இரண்டு அல்லது மூன்று பாத்திரங்கள் ஒருவரோடு ஒருவர் பேசிக்கொண்டிருக்கும்போது எவர் ஒருவரின் வசனங்களையும் தனித்துக் காட்டாமல், இடைவெளியின்றி அடுத்த வசனத்தோடு சேர்த்தே எழுதிக்கொண்டு செல்வார். மேலும் நிகழ்காலம், கடந்த காலம் ஆகியவற்றுக்கிடையில் அவரது எடுத்துரைப்பானது ஒன்றிலிருந்து இன்னொன்றுக்குத் தாவிக் குதிக்கும். 'சொல்லப்படுவது அனைத்தும் கேட்கப்படுவதற்காகவே என்ற நம்பிக்கையில் அமைந்தது ஸரமாகோவின் உரைநடை பாணி' என்கிறார் ஸரமாகோவின் மொழிபெயர்ப்பாளரான பேர்னடிய்ரோ. இந்த அலாதியான எழுத்து முறையைப் பற்றி ஸரமாகோ தனது நோபல் உரையில் இவ்வாறு குறிப்பிடுகிறார்: "படிக்கவோ எழுதவோ தெரியாத விவசாயிகளின் கதைகளை நான் கேட்டுக்கொண்டிருந்தேன். அவர்கள் எனக்குச் சொன்ன கதைகளை அவர்களுக்குச் சொல்வதற்கு எனக்கு நிறுத்தல் குறிகள் தேவைப்படவில்லை."

கவித்துவமான நடையில் எழுதப்பட்ட ஸரமாகோவின் நாவல் 'மண்ணிலிருந்து தோன்றியவர்கள்' (Raised From the Ground). இந்நாவலில் பூடகமாக குறிப்பிட்டுள்ள பல அரசியல் கருத்துக்கள் எஸ்.வி.ஆரின் அடிக்குறிப்புகளின் வழியே துலக்கமாகின்றன. "கோதுமை அப்படிப்பட்டதல்ல; அறுவடை செய்யப்பட்ட பிறகு அதில் கொஞ்சம் உயிர் எஞ்சியிருக்கும். கார்க் ஓக் மரமும் இப்படிப்பட்டதுதான். இறுமாந்திருப்பினும் உயிர் நிறைந்தது; தோல் உரித்தெடுக்கும் போது கதறி அழுவது" என்ற வரிகள் குறிப்பிடுவது பண்ணைத் தொழிலாளிகளைத்தான் என்பது விளங்குகிறது.

உண்மையான இடதுசாரியாக இருந்துகொண்டு, கம்யூனிஸ்ட் கட்சிக்காரர்களை ஸரமாகோ விமர்சிப்பதைவிடவும் அவர் அதிகமாக நையாண்டி செய்வது கத்தோலிக்கத் திருச்சபை யினரையும் கிறித்துவ மதத்தில் உள்ள மூடநம்பிக்கைகளையும். ஆனால் இவற்றை விட அதிகமாக அவர் எள்ளி நகையாடுவது விவிலியத்தில் இடம்பெற்றுள்ள பல கதைகளையும் சம்பவங் களையும். ஏசு கிறிஸ்து எழுதிய சுவிசேடம் (Gospel According to Jesus Christ) நாவல் கடவுளின் மகிமையை உயர்த்திக் காட்டுவதற்காக ஏசு காவு கொடுக்கப்பட்டவராக காட்டுகிறது. மூன்று வயதுக்குக் குறைவான குழந்தைகள் அனைவரையும் கொன்றுவிடும்படி ஏரோது மன்னன் உத்தரவிட்டிருப்பதை அறிந்த ஏசுவின் தந்தை ஜோசப், மற்ற பெற்றோர்களுக்கு அதைத் தெரிவிக்காமல் தன் மனைவி குழந்தை ஏசுவோடு மட்டும் அங்கிருந்து தப்பித்துச் சென்றுவிடுவது பெரும் குற்றவுணர்ச்சியாக மாறி ஜோசப்பை இறக்கும்வரை சித்திரவதை செய்து வருவதாக விவிலியத்தில் இல்லாத ஓர் அம்சத்தை ஸரமாகோ நாவலில் உருவாக்கிக் காட்டுகிறார். இதே நாவலில் விவிலியத்தில் கூறப்படும் ஏசுவின் அதிசயங்கள் பலவற்றையும் ஸரமாகோ விமர்சிக்கிறார். பேய் பிடித்தவரைக் குணமாக்கும்போது, அந்த மனிதரின் உடம்பில் புகுந்திருந்த எண்ணற்ற பேய்களை மலையில் மேய்ந்துகொண் டிருந்த பன்றிகளின் உடம்புக்குள் புகுத்திக் கொன்றுவிடுவதை மேரி மக்தலீனா ஏசுவிடம் குற்றம் சாட்டுகிறாள். பசித்த வயிற்றுக்கு பழம் தராத அத்திமரத்துக்கு ஏசு சாபம் கொடுத்தது நியாயமா என்றும் கேட்கிறாள். இந்நாவலில் மட்டுமன்றி 'சாலமனின் பயணம்'(The Elephant's Journey) 'பல்தஸாரும் பிலிமுன்டாவும்' (Baltasar and Blimunda), 'இடைவெளிகள் விட்டு மரணம்' (Death at Intervals) போன்ற நாவல்களிலும் கத்தோலிக்க திருச்சபை பரப்பிவரும் மூடநம்பிக்கைகளை ஸரமாகோ கிண்டல் செய்கிறார். அவை எல்லாவற்றையும் நுட்பமாகப் புரிந்துகொள்வது நாவலைப் படிக்கும் எளிய வாசகனுக்கு சாத்தியமில்லை. ஆனால் எஸ்.வி.ஆர். அந்த மறைமுகச் செய்திகள் அனைத்தையும் விவிலியம்

மட்டுமன்றிப் பல கிறித்துவ மதநூல்களையும் ஆதாரமாகக் காட்டி, அடிக்குறிப்புகளில் விரிவாக விளக்கங்களும் அளிக்கிறார்.

நான் பல வருடங்களுக்கு முன் ஸரமாகோவின் *Gospel According to Jesus Chirist* (ஏசு கிறிஸ்து எழுதிய சுவிசேடம்) நாவலை வாசித்தபோது, முதலில் என்னைக் கவர்ந்தது அந்த அலாதியான நடையும் கதை சொல்லல் பாணியும். ஆங்கில மொழிபெயர்ப்பிலேயே இந்த அளவுக்கு வசீகரம் இருக்கிற தென்றால் மூலப்படைப்பில் போர்த்துகீஸிய மொழி எப்படி பயன்படுத்தப்பட்டிருக்கும் என்ற வியப்பிலேயே முழுநாவலையும் படித்து முடித்தேன். அது ஒரு முழுமையான வாசிப்பு என்று சொல்ல முடியாது. நாவலின் பல இடங்கள் மூட்டமாக இருந்தன. ஏதோ ஒன்று பூடகமாக இந்த வரிகளுக்குப் பின்னால் ஒளிந்திருக்கிறது என்று தோன்றினாலும் அது என்னவென்று புரிந்துகொள்ள முடியாமலேயே பக்கங்கள் புரண்டன. இந்தச் சிக்கல் மற்ற நாவல்களிலும் இருந்தன. *Stone Raft* (கல்தெப்பம்), *Blindness* (பார்வையிழத்தல்) ஆகிய நாவல்களை நான் முழுமையாக உள்வாங்கியிருக்கவில்லை என்பது எஸ்.வி.ஆரின் இந்நூலைப் படிக்கும் போது புரிகிறது. உத்தேசமாக கற்பனை செய்துவைத்திருந்தவை இப்போது எஸ்.வி.ஆரின் அடிக்குறிப்புகள் சிலவற்றால் உறுதியாகியிருக்கின்றன.

2020ஆம் ஆண்டின் தொடக்கத்தில் கோவிட் பெருந்தொற்று உலகத்தைத் தாக்கிய நேரத்தில் ஸரமாகோவின் ‘பார்வையிழத்தல்’ நாவல் பலரால் நினைவுகூரப்பட்டது. இந்த நாவலில் கற்பனை யாகச் சொல்லப்பட்ட பல விஷயங்கள் உண்மையில் எல்லா நாடுகளிலும் அரங்கேறிவருவது நாவலை வாசித்தவர்களுக்கு திகிலூட்டத் தொடங்கியது.

இது ‘தூய்மையான உலகத்தையும் நல்ல உலகத்தையும்’ உருவாக்குவதற்குத் தேவையான விழுமியங்களுக்கும் அற வொழுக்கங்களுக்குமான தேடலில் ஈடுபட்டுள்ள ஆண்களையும் பெண்களையும் நமக்குக் காட்டும் நாவல். எனவே இதை ‘நற்கற்பனை’ – *utopian* ‘நாவலென்றோ’, ‘தீக்கற்பனை’ – *dystopian* என்றோ கறாராக வரையறுப்பது கடினம் என்று இந்நாவலின் அறிமுகத்தில் எஸ்.வி.ஆர். குறிப்பிடுகிறார்.

பெயர் குறிப்பிடாத ஏதோ ஒரு நவீன நகரத்தில் மக்கள் திடீரெனப் பார்வை இழக்கிறார்கள். பார்வையிழப்பது என்றாலே இருட்டாவது அல்ல. காட்சிகள் மறைந்து எல்லாமே வெள்ளையாகத் தெரிகிறது. போக்குவரத்து நெரிசல் மிக்க சாலையில், சிக்னலில் நின்றிருக்கும் ஒரு காரோட்டி முதலில்

பார்வையை இழக்கிறான். அவனிடம் தொடங்கிய அந்த விநோத நோய் படுவேகமாக நகரத்தில் உள்ள மற்றவர்களுக்கும் பரவுகிறது. முதலில் பார்வையிழந்தவனின் மனைவிக்கு மட்டும் பார்வை பறிபோவதில்லை. இந்த நாவலில் சொல்லப்படும் நகரத்தைப் போலவே கதாபாத்திரங்களுக்கும் பெயர் இல்லை.

பெருந்தொற்றுக் காலகட்டத்தில் ஒவ்வொரு நாட்டிலும் அரசாங்கங்களும் மருத்துவமனைகளும் எப்படி நடந்து கொண்டனவோ, 1995இல் எழுதப்பட்ட இந்நாவலிலும் அப்படியே நடந்துகொள்கின்றன. பாதிக்கப்பட்டவர்களின் குடும்ப உறுப்பினர்கள் தனிமைப்படுத்தப்படுகிறார்கள். அரசின் கட்டுப்பாடுகளை மீறுபவர்கள் ராணுவத்தினரால் சுட்டுக் கொல்லப்படுகிறார்கள். இந்த நாவலிலும் மதக்காவலர்கள் ஸரமாகோவினால் கிண்டல் செய்யப்படுகின்றனர். தேவாலயங் களில் மக்கள் பெருங்கூட்டமாகத் தஞ்சமடைகின்றனர். அங்குள்ள தெய்வீக உருவங்கள், சிலைகள், துறவிகள், கடவுள்களின் கண்கள் வெள்ளைத் துணியால் கட்டி மறைக்கப்பட்டிருக்கின்றன.

போர்த்துகேய இலக்கியப் படைப்புகள் மீதான ஆய்வுகளை மேற்கொண்டுவரும் இலக்கிய விமர்சகர் ஸ்காட் லாலினிடம் ஸரமாகோ இந்நாவலைப் பற்றி இவ்வாறு கூறுகிறார்: "நாம் உண்மையிலேயே பகுத்தறிவுடையவர்களாக இருப்பின், என்னிடமும் என் வாசகர்களிடமும் இந்தப் புத்தகத்தின் மூலம் நமது பகுத்தறிவுத் தன்மையைப் பற்றிக் கேள்வியெழுப்ப விரும்புகிறேன்." இந்த நாவல் சித்தரிக்கும் 'பார்வையின்மை' என்பது 1932இலிருந்து 1968வரை போர்த்துகல்லை ஆண்ட கொடுங்கோலர் அந்தோனியோ தெ ஒலிவராவின் பாசிச ஆட்சிக்கு மட்டுமான குறியீடு அல்ல என்கிறார் எஸ்.வி.ஆர். மேலும் விளக்கும்போது, சாதாரண நாட்களில்கூடத் தன் விகார முகத்தை வெளிப்படுத்தும் ஜனநாயக அரசுகள், இருண்ட காலங்களில் தன் சுயரூபத்தை ஒளிவுமறைவின்றிக் காட்டுகின்றன என்பதை இந்நாவல் சித்தரிக்கிறது என்கிறார். வாழ்க்கையில் ஏற்படும் அதீதமான சூழ்நிலைகளில் அதிகாரம் படைத்தோர் மட்டுமல்ல, அதிகாரமேதுமற்ற சாதாரண மக்களும்கூட விலங்கு நிலைக்குத் தள்ளப்படுகிறார்கள். அதேசமயம் அதீதமான சூழ்நிலையிலும் கூட அன்பு, கருணை, மனிதநேயம், மனிதமாண்பு ஆகியவற்றைத் தக்கவைத்துக் கொள்வது சாத்தியம் என்பதைச் சில பாத்திரங்கள் காட்டுகின்றன.

ஸரமாகோ நோபல் உரையின் ஒரு பகுதி இங்கு எடுத்துக் காட்டப்படுகிறது: "நாம் பார்வையற்றவர்கள்" என இந்த மாணவன் நினைத்தான். பின்னர் உட்கார்ந்து 'பார்வையிழத்தலை'

எழுதினான் – அதைப் படிக்கக்கூடிய வாசகர்களுக்கு இவற்றை நினைவூட்டுவதற்காக: நாம் வாழ்க்கையை அவமதிக்கையில் அறிவு வக்கரித்துப்போகும்படி செய்கிறோம்; நமது உலகில் அதிகாரம் படைத்தோர்களால் மானுட மாண்பு ஒவ்வொரு நாளும் இழிவுபடுத்தப் படுகிறது; பன்முக உண்மைகளுக்கு மாற்றீடாக உலகளாவிய பொய் வந்துவிடுகிறது; மனிதன் ஜீவராசிகளுக்கு உரிய மரியாதையைத் தவறவிடும்போது, அவன் தன்னை மதிப்பதையே நிறுத்திவிடுகிறான்."

ஸரமாகோவின் நாவல் 'பார்த்தல்' (Seeing) 'பார்வையிழத்தல்' நாவலின் தொடர்ச்சி. இதில் பார்வையிழப்பதிலிருந்து மீண்ட மக்கள் தேர்தலில் வாக்களிக்கும்போது எந்தக் கட்சிக்கும் வாக்களிக்காமல், கிட்டத்தட்ட எல்லோரும் செல்லாத வாக்குகளைப் பதிவுசெய்வதும் ஸரமாகோவின் மற்றொரு பகடி. அராஜக அரசுகளுக்கு எதிராக ஒன்றிணைந்த மக்கள் சக்தி எழுவதையே ஸரமாகோ இந்நாவலில் சித்தரிப்பதாக எஸ்.வி.ஆர். குறிப்பிடுகிறார். இந்நாவலில் கவனப்படுத்தப்படும் விஷயங்களைப் பற்றி ஸரமாகோ பல்வேறு நேர்காணல்களில் குறிப்பிட்டுள்ளவை அனைத்தையும் எஸ்.வி.ஆர். தொகுத்தளிக்கிறார். "ஜனநாயகம் என்பதன் மீது எனக்கு சந்தேகம் இருக்கிறது... நான்காண்டுக்கு ஒருமுறை நடக்கும் தேர்தல்களுக்கு இடைப்பட்ட காலத்தில் அரசாங்கம் தான் விரும்புவதைச் செய்துகொள்கிறது," என்ற ஸரமாகோவின் கூற்று ஆழ்ந்து சிந்திக்கக் கோருவது.

எனது சுயத்தேர்வின்படி ஸரமாகோவின் நாவல்களில் மிக முக்கியமானது 'கல் தெப்பம்' (Stone Raft). இந்நாவலைப் பற்றி எஸ்.வி.ஆர். ஏற்கெனவே ஒரு கட்டுரை எழுதியிருந்தாலும், மேலும் விரிவாக்கப்பட்டு இந்நூலில் சேர்க்கப்பட்டுள்ளது.

1986இல் வெளிவந்த இந்நாவலின் அதீதமான கற்பனைக்குப் பின்னால் உலக அரசியலும் அடங்கியிருக்கிறது. ஐரோப்பாவின் தென்மேற்கு மூலையில் ஸ்பெயின், போர்த்துகல், அண்டோரா, பிரான்ஸின் தென் பகுதியைச் சேர்ந்த ஒரு சிறு நிலப்பரப்பு ஆகியவற்றைக் கொண்டிருக்கும் 'ஐபீரிய' தீபகற்பம் ஐரோப்பாவிலிருந்து துண்டித்துக்கொண்டு அட்லாண்டிக் பெருங்கடலில் ஒரு பிரம்மாண்டமான கல்தெப்பம்போல மிதந்து செல்லத் தொடங்குகிறது. இது நகர்ந்துகொண்டே வந்து அஸோரஸ் தீவுகளின் மீது மோதப்போவதாக அனைவரும் கருதுகின்றனர். அமெரிக்கா தனது வழக்கமான அரசியல் சூழ்ச்சிகளைச் செயல்படுத்தத் தொடங்குகிறது. 'மனிதாபிமான' உதவிகள் செய்ய முன்வருகிறது. போர்த்துகல் அரசு உள்நாட்டுக் குழப்பங்களைத் தீர்க்க முடியாமல் திணறுகிறது.

ஜி. குப்புசாமி

திடீர் திருப்பமாக ஐபீரியா தனது பயணத் திசையை மாற்றிக்கொண்டு கனடாவை நோக்கிச் செல்லத் தொடங்குகிறது. அமெரிக்கா அவசர அவசரமாக கனடாவுடன் தனக்குள்ள நட்பை உறுதிசெய்துகொள்கிறது. ஆனால் ஐபீரியக் கல்தெப்பம் திடீரென்று தனது பயணத்தை நிறுத்திக்கொண்டு ஒரே இடத்தில் நிலை கொண்டுவிடுகிறது.

இந்த வினோதமான கற்பனைக்குப் பின்னால் இருக்கும் அரசியல் கருத்தாக்கத்தை எஸ்.வி.ஆரின் மூலம் அறிந்து கொள்கிறோம்: 'ஒரே தீபகற்பத்தைச் சேர்ந்த ஸ்பெயினும் போர்த்துகல்லும் ஒன்றாக இணைந்து ஒரே நாடாக உருவாக வேண்டும் என்ற 'ஐபீரியனிஸம்' என்றழைக்கப்பட்ட கருத்து நீண்டகாலமாகவே இரு நாடுகளிலும் பகிர்ந்துகொள்ளப் பட்டுவந்தது. இக்கருத்துக்கு அண்மைக்காலத்தில் உறுதியான ஆதரவு தந்து அதன் காரணமாகத் தன் சொந்த நாட்டிலேயே எதிர்ப்பைச் சந்தித்துக்கொண்டவர் ஸரமாகோ. இதற்குக் காரணம் அவரது 'ஐபீரியனிஸம்' கம்யூனிசத் தன்மை கொண்டது என்பதே. இரு நாடுகளும் இணைந்த ஒரு புதிய தேசிய அடையாளம் என்று அவர் கூறிவந்தது வழக்கமாகப் பலரும் 'தேசியவாதம்' என்பதற்குக் கொண்டிருக்கும் பொருளைக் கொண்டது அல்ல. (அந்தத் தேசியவாதம் 'ரிக்கார்டோ ரைஸ் இறந்த ஆண்டு' *(The Year of the Death of Ricardo Reis)* நாவலில் கடுமையாக விமர்சிக்கப்படுகிறது.) 'கல் தெப்பம்' நாவலில் இவ்விரு நாடுகளுக்கும் உள்ள பொதுவான பண்புகளைச் சுட்டிக் காட்டுகிறார். கல்தெப்பத்தில் போர்த்துகேயர்களும் ஸ்பானியர்களும் ஒன்றிணைந்து நெருக்கடிக்குத் தீர்வு காண முயல்கிறார்கள். இரு நாடுகளின் ஐக்கியத்தின் மூலம் அவற்றைவிட அரசியல் பொருளாதார பண்பாட்டு வலிமையுடைய மேற்கு ஐரோப்பா, அமெரிக்கா ஆகியவற்றின் ஆதிக்கத்திலிருந்து விடுபட முடியும் என்பதே ஸரமாகோவின் கனவு.'

இருபது ஆண்டுகளுக்கு முன் இந்த நாவலைப் படித்த நாள் முதலாக எனக்குள்ளும் ஒரு கனவு அவ்வப்போது தோன்றி மறைந்துகொண்டிருக்கிறது. ஸ்பெயின், போர்த்துகல் என்ற இரு நாடுகளின் இடத்தில் தமிழகமும் ஈழமும் வந்துவிடும். இந்திய நிலப்பரப்பிலிருந்து தமிழகமும் இலங்கையிலிருந்து ஈழமும் துண்டுகளாகப் பிரிந்து, ஒன்றாக இணைந்துகொண்டு இந்துமாக்கடலில் மிதந்து மிதந்து பூமத்திய ரேகையைத் தாண்டி தெற்கே நகர்ந்து, அண்டார்டிகா வரையில் சென்றுவிடாமல், மிதமான தட்பவெப்பம் நிலவும் ஓரிடத்தில் நிலைபெற்று நின்றுவிடுவதைப்போல அந்தக் கனவு வளரும், புன்னகை மலரும்,

பின் கலையும். உன்னதமான நாவல்களை வாசிப்பதன் உபவிளைவு அதீதக் கனவுகளை உண்டாக்குவதுதானே!

ஜோஸே ஸரமாகோவின் ஆதர்ச எழுத்தாளர்கள் ஆர்ஜென்டைன் நாட்டின் ஜோர்ஜ் லூயிஸ் போர்ஹெஸ்ஸும் போர்த்துகல்லின் ஃபெர்னாண்டோ பெஸ்ஸோவும். இவ்விருவருடைய அரசியல் அல்லது அரசியலற்ற நிலைப்பாட்டை ஸரமாகோ ஏற்றுக்கொள்ளாவிட்டாலும் இந்த இரண்டு இலக்கிய மேதைகளைச் சிறப்பிப்பதற்காக போர்த்துகேய இலக்கிய மரபு, நவீனத்துவ இலக்கிய பாணி இரண்டிலும் காலூன்றி நிற்கும் வகையில் எழுதப்பட்டது 'ரிக்கார்டோ ரைஸ் இறந்த ஆண்டு' நாவல்.

இந்நாவலை அறிமுகப்படுத்தும் கட்டுரையின் ஆரம்பத்தில் போர்ஹெஸ், பெஸ்ஸோவா ஆகிய இரு படைப்பாளிகளின் விசேஷத்தன்மைகளை விரிவாக எடுத்துரைக்கிறார் எஸ்.வி.ஆர். இவர்களின் எழுத்துமுறையை அறிந்துகொள்ளாமல் இந்நாவலை வாசிப்பது முழுமையான புரிதலைத் தராது. சில கற்பனைப் பாத்திரங்களைப் படைத்து, அவற்றை நிஜம் போலவே சித்தரித்து, அவற்றோடு உண்மையான படைப்புகளையும் முன்னிறுத்தும் போர்ஹெஸ்ஸின் 'ஹெர்பெர்ட் க்வெய்னின் படைப்புகளைப் பற்றிய ஆய்வு', 'பியெர் மெனார், டான் கியோட்டே நாவலின் ஆசிரியர்' ஆகிய சிறுகதைகளையும், டேனிஷ் தத்துவவியலாளர் ஸொரென் கீர்க்கெகாடின் கட்டுரை நூல்களையும், பெஸ்ஸோவா பல்வேறு மாற்றுப் பெயர்களில் எழுதிய கவிதைகள், கட்டுரைகள், இந்த மாற்றுப் பெயர்களில் பதினேழு பேருக்குத் தனித்தனியாக எழுதப்பட்ட வாழ்க்கை வரலாறுகளையும் மிக விரிவாக அறிமுகப்படுத்தி பிரமிக்கவைக்கிறார் எஸ்.வி.ஆர். பெஸ்ஸோவாவின் 'மெய்நிகர் நகல்க'ளில் ஒருவர் ரிக்கார்டோ ரைஸ் என்பதையும் எஸ்.வி.ஆர். மூலம் அறிந்துகொள்கிறோம்.

அண்டைநாடான ஸ்பெயினில் ஏற்படும் ஆட்சி மாற்றம், போர்த்துகல்லின் இடதுசாரி இயக்கம், பிரான்ஸின் சோசலிஸ்ட் கட்சியின் ஏற்பாட்டில் நடந்த கூட்டணி அரசாங்க முயற்சிகள், எதியோப்பிய கலவரம் என பல வரலாற்று நிகழ்வுகள் நாவலில் இடம்பெறுகின்றன. இவை ஒவ்வொன்றின் சுருக்கமான வரலாற்றையும் பின்னணியையும் எஸ்.வி.ஆர். அடிக்குறிப்புகளில் விளக்குகிறார். போர்த்துகல்லின் காலனி ஆதிக்கத்தை ஸரமாகோ விமர்சிப்பதும் எதிர்ப்பதும் இந்நாவலில் குறியீடுகளாகவே அமைந்திருப்பது எஸ்.வி.ஆரின் குறிப்புகளிலிருந்து புரிகிறது.

ஸரமாகோவின் மற்றொரு புகழ்பெற்ற நாவல் 'பல்தஸாரும் பிலிமுண்டாவும்' *(Balthasar and Blimunda)*. மேலோட்டமாகப்

பார்த்தால் இது 18ஆம் நூற்றாண்டில் நடக்கும் காதல் கதையைப் போலத் தோற்றமளித்தாலும், அதிகற்பனையும் மாய யதார்த்த உத்தியும் கொண்ட இந்நாவல் உண்மையான வரலாற்று ஆவணங்களை அடிப்படையாகக்கொண்டு எழுதப்பட்ட நிகழ்கால அரசியல் நாவல் என்பது பின்னர் புரிகிறது. இந்நாவலின் முக்கியமான சில பகுதிகளின் மொழியாக்கங்களோடு, கதைச் சுருக்கத்தை பத்து பக்கங்களில் தொகுத்தளிக்கிறார் எஸ்.வி.ஆர்.

'பிலிமுண்டா' என்ற நாவலின் முக்கியமான பெண் கதாபாத்திரத்துக்கு பொருட்களின் உள்ளே இருப்பவற்றைப் பார்க்கும் அதிசய சக்தி இருக்கிறது. அந்த சக்தியைக் கொண்டு மனிதர்களின் உடலுக்குள்ளே இருக்கும் மனத்திட்பத்தை வெளியே எடுத்து சேமித்து வைக்கிறாள். இது ஒரு பறக்கும் இயந்திரத்துக்கான எரிபொருளாகிறது. இவை வெறும் மாய யதார்த்த உத்தி மட்டுமல்ல, மானுடர்கள் தங்கள் மனோதிட்பத்தையும் சங்கற்பத்தையும் கொண்டே விடுதலை பெற முடியும் என்பதே இதன் பின்னால் இருக்கும் செய்தி என்பதை எஸ்.வி.ஆரின் அடிக்குறிப்புகளின் மூலம் அறிந்துகொள்கிறோம். "அரசன், மதகுருக்கள் போன்ற 'உயர்குல' மனிதர்களைப் பற்றிய சித்தரிப்புகளைத் தொடக்கத்தில் கொண்டிருக்கும் இந்நாவல், பின்னர் படிப்படியாக சாமானிய மக்கள் மீதே தன் கவனத்தைக் குவிக்கிறது. மதமும் அரசும் சேர்ந்து சாமானியர்களை எப்படியெல்லாம் வஞ்சிக்கின்றன என்பதைத்தான் இந்நாவல் எடுத்துக்காட்டுகிறது," என்று மதிப்பிடுகிறார் எஸ்.வி.ஆர்.

ஒரு வெளியீட்டகத்தால் கொண்டுவரவிருந்த வரலாற்று நூலை மெய்ப்பு சரிபார்க்கும்போது வேண்டுமென்றே செய்யப்படும் ஒரு தவறு, குறிப்பிட்ட வரலாறு ஒன்றை (அல்லது நாவலை) எழுதுவதற்கான தூண்டுதலாக அமைந்துவிடுவதைச் சொல்கிறது 'லிஸ்பன் மீதான முற்றுகை பற்றிய வரலாறு' *(The History of the Siege of Lisban)* என்ற நாவல்.

மூர்கள் எனும் அல்மோராவிட் முஸ்லிம்களின் ஆட்சி யிலிருந்து லிஸ்பன் நகரைக் கைப்பற்ற அன்று தன்னை போர்த்துகல் அரசன் என்று அழைத்துக்கொண்டிருந்த டோம் அல்ஃபோன்ஸா ஹென்ரிக்ஸின் படைகளோடு இரண்டாம் சிலுவைப் போரில் ஈடுபட்டிருந்த ஐரோப்பியப் படைவீரர்களும் இணைந்து நடத்தியது 'லிஸ்பன் போர்' என்றழைக்கப்படுகிறது. இச்சரித்திர நிகழ்வுக்குப் பின்னால் இருந்த ஏராளமான உண்மைகளை இந்நாவலைப் பற்றிய அறிமுகக் கட்டுரையில் எஸ்.வி.ஆர். நமக்கு விளக்குகிறார்.

ஐரோப்பிய சிலுவைப் போர்வீரர்களிடம் போர்த்துகல் மன்னன் அன்று முஸ்லிம்களின் (மூர்களின்) ஆட்சியின் கீழிருந்த லிஸ்பனை முற்றுகையிட்டுக் கைப்பற்ற உதவி கேட்பதாகவும், அதற்கு அவர்கள் இசைவு தந்ததாகவும் எழுதப்பட்டிருந்த வரியை (அது வரலாற்று உண்மையாக இருந்தபோதிலும்) அவன் 'இசைவு தரவில்லை' என்று மெய்ப்பு சரிபார்ப்பவன் லிஸ்பன் நகர முற்றுகை பற்றிய நாவலை சரிபார்த்துக்கொண்டிருக்கும்போது மாற்றிவிடுகிறான்.

பின்பு அவன் செய்த தவறு கண்டுபிடிக்கப்படுகிறது. அதற்கு தண்டனையாக, அத்தவறான திருத்தத்தை வைத்தே ஒரு நாவலை எழுதும்படி அவனுக்கு உத்தரவிடப்படுகிறது.

மேற்சொன்ன நாவல்களைப்போலவே 'குகை' (The Cave), 'அனைத்து பெயர்களும்' (All the Names), 'அறியப்படாத தீவின் கதை' (The Tale of the Unknown Island), 'நகல் மனிதன்' (The Double) ஆகிய நாவல்களையும் முழுமையாகப் புரிந்துகொள்ள எஸ்.வி.ஆரின் விளக்கங்கள் வழிகாட்டியாக உதவுகின்றன.

ஸரமாகோவின் நாவல்களை ஏற்கெனவே படித்தவர்களுக்கும் எஸ்.வி.ஆரின் மூலம் புதிய வெளிச்சங்கள் கிடைக்கலாம். புதிதாக வாசிக்க முற்படுபவர்கள் இக்கட்டுரைகளைப் படித்துவிட்டு நாவலுக்குள் நுழைவது பலனளிக்கும்.

இந்த அறிமுகக் கட்டுரைகளில் ஒவ்வொரு நாவலின் கதைச் சுருக்கமும் இடம்பெறுவதைக் குறையாகச் சொல்லிவிட முடியாது. ஸரமாகோவின் நாவல்களில் ('நகல் மனித'னைத் தவிர) 'உடைத்துவிடக் கூடாத சஸ்பென்ஸ்' ஏதும் இருப்பதில்லை. மேலும் வாசிப்பின்பத்தைக் கூட்டுவதாகவே எஸ்.வி.ஆரின் விளக்கங்களும் விமர்சனங்களும் அமைந்திருக்கின்றன. 'பொதுப்புத்தி'யின் கூற்றுகளின் வழியாகவும்,எடுத்துரைப்பாளரின் கருத்துக்கள் வழியாகவும் ஸரமாகோ வழங்கும் அறிவு நீரோடையை இந்நூல் வற்றிவிடச் செய்வதில்லை. மாறாகப் புதிய ஊற்றுக்கண்களைத் திறந்துவிடுகின்றன.

இந்நூலை வாசித்து முடித்ததும் இயல்பாகவே நம்முள் எழும் கேள்வி, ஏன் ஸரமாகோவின் மீது எஸ்.வி.ஆருக்கு இவ்வளவு ஆழமான ஈடுபாடு ஏற்பட்டிருக்கிறது என்பதே. உடனே இருவருக்கும் இடையில் உள்ள ஒற்றுமைகள் நமக்குப் புரியத் தொடங்குகின்றன. இருவரும் இடதுசாரிகள், கம்யூனிஸத்தில் அசையாத நம்பிக்கை கொண்டிருப்பவர்கள் என்பவை மட்டும் முதன்மையான காரணமல்ல. இவர்கள் இருவருமே சுதந்திரச் சிந்தனையாளர்கள்; கம்யூனிஸ்ட் கட்சியின் வழுவல்களையும்

ஜி. குப்புசாமி

கம்யூனிஸ்ட்டுகளின் முரண்பாடுகளையும், அவர்களின் தேர்தல் தந்திரங்களையும் வெளிப்படையாக விமர்சிப்பவர்கள்; நவீன சிந்தனைகளை முழு மனதையும் திறந்துவைத்துக்கொண்டு அணுகுபவர்கள். இந்த பொதுத்தன்மைகள்தாம் ஸரமாகோவிடம் தனது அம்சங்களை எஸ்.வி.ஆருக்கு அடையாளம் காட்டியிருக்கக்கூடும். அதனால் நம்மைப் பொறுத்தவரையில் ஸரமாகோவைப் படிப்பதென்பது எஸ்.வி. ராஜதுரையையும் சேர்த்து வாசிப்பதே.

◆

உயிர்எழுத்து, ஜூலை 2022

12

சில ஆச்சரியங்கள் சில முறுவல்கள் சில அதிர்வுகள்

அ.முத்துலிங்கம் அவர்களின் எழுத்து முதன் முதலாக எனக்கு அறிமுகமானது இரண்டா யிரங்களின் தொடக்கத்தில்தான் என்று சற்றுக் கூச்சத்துடன் ஒப்புக்கொள்ள வேண்டியிருக்கிறது. அதற்கு நாற்பது ஆண்டுகளுக்கு முன்பாகவே எழுதத் தொடங்கியிருந்தவர் அவர். 'அக்கா', 'திகட சக்கரம்', 'வம்ச விருத்தி', 'வடக்கு வீதி' என நான்கு தொகுப்புகளும் வெளிவந்திருக்கின்றன. ஆனால் இந்த ஆச்சரியகரமான எழுத்தாளரைப் பற்பல வருடங்கள் கழித்து, ஒரு சிறுகதையின் மூலமாக அல்லாமல் ஒரு கட்டுரையின் மூலமாகவே எனக்குத் தெரியவந்திருக்கிறது. அதற்கு அவர் பொறுப்பல்ல. தமிழக வாசகர்களுக்கு இலங்கை எழுத்துக்களின் மீது இரண்டாயிரத்துக்கு முன்பிருந்த பரவலான அசட்டைதான் காரணம்.

நான் முதலில் வாசித்த அவருடைய கட்டுரை எனக்கு ஏற்படுத்திய வியப்பு இன்னும் நினைவில் இருக்கிறது. வியப்பு என்றுகூடச் சொல்ல முடியாது, மிக இனிமையான அதிர்ச்சி என்றே சொல்ல வேண்டும். அதுகாறும் டென்னிஸ் விளையாட்டை, டென்னிஸ் வீரர்களை (வீராங்கனைகளை) அந்தளவுக்கு நிபுணத்துவத்தோடு, நுட்பமாக, இலக்கியத் தரத்தோடு தமிழில் எழுதியவர்கள் இல்லை. அக்கட்டுரை ஸெரினா வில்லியம்ஸுக்கும் ஜெனிஃபெர் கேப்ரியாட்டிக்கும் இடையே நெருப்புப்

பொறிபறக்க நடந்த ஒரு போட்டியைப் பற்றியது. விளையாட்டு என்றாலே ஆர்வம் காட்டக் கூடாத, எழுதக்கூடாத 'சப்ஜெக்ட்' என்று நம்புகிறவர்கள் பெரும்பாலான தீவிர தமிழ் எழுத்தாளர்கள். ஆனால் இவர் அதுவரை மகளிர் டென்னிஸ் எப்படி ஆடப்பட்டு வந்தது, இப்போது புதிதாக வந்திருக்கும் பெண்கள் எப்படி முரட்டுத்தனமாக விளையாடுகிறார்கள் என்றெல்லாம் ஒரு தேர்ந்த விளையாட்டு விமர்சகர்போல, அதுவும் இவ்வளவு ரசனைபூர்வமாக எழுதியிருக்கிறாரே என்பதால் உண்டான அதிர்ச்சி அது.

இப்படிப்பட்ட சுவாரஸ்யமான எழுத்தாளர் நிச்சயமாக தமிழ்நாட்டைச் சேர்ந்தவராக இருக்க முடியாது என்று அப்போது எனக்குத் தோன்றிய எண்ணம் சீக்கிரத்திலேயே உறுதியானது. அதற்கடுத்துக் கொஞ்ச நாட்களிலேயே 'மகாராஜாவின் ரயில் வண்டி' வெளியானது. அவர்மீது ஏற்பட்டிருந்த வியப்பு ஒவ்வொரு சிறுகதையிலும் கூடிக்கொண்டே சென்றது. எதை எழுதினாலும் அதை மிக உயர்ந்த தளத்தில் சுவாரஸ்யமாக எழுதுவதென்பது நவீன இலக்கியவாதிகள் எல்லோருக்கும் கைவருகிற விஷயமல்ல. கதை விவரிப்புகளில் மிக நுட்பமான நகைச்சுவை, சற்று அப்பாவித்தனமான தொனியில் எங்கும் விரவியிருப்பது மிகவும் ரசமாக இருந்தது. இரண்டு வருடங்கள் கழித்து 'அ. முத்துலிங்கம் கதைகள்' என்ற 'பாரிய' தொகுப்பு வெளியானதும், இதற்காகவே சென்னை சென்று 'தமிழினி'யில் வாங்கினேன். அலுவலகத்துக்குச் செல்லும்போது புத்தகத்தைக் 'காவியபடியே' சென்றேன். போய்வருகிற மூன்று மணிநேர பஸ் பிரயாணத்தில் ஒரே வாரத்தில் (உடன் வரும் பயணிகளுக்குத் தெரியாமல் அவ்வப்போது வாய்க்குள் சிரித்துக்கொண்டும், சில நேரங்களில் ஜன்னலுக்கு வெளியே தலையைத் திருப்பி வாயைத் திறந்து சிரித்தபடியும்) படித்து முடித்தேன். முத்துலிங்கத்தின் கதைகள் ஒன்றும் நகைச்சுவைக் கதைகள் அல்ல. சுந்தர ராமசாமியிடம் பளிச்சிடும் பகடியும் அசோகமித்திரனில் வெளிப்படும் உள்ளடங்கிய கிண்டலும் முத்துலிங்கத்திடம் வேறு வடிவம் பெறுகின்றன. இவர் வாசகனிடம் எழுப்புவது 'அயற்பாணியிலான முறுவல்'. *Stoic humour* என்று சொல்லலாம்.

தமிழின் 'சர்வதேச' எழுத்தாளர் என்ற அடைமொழி அதன் உண்மையான பொருளில் அ. முத்துலிங்கத்தைப் போல வேறு யாருக்கும் பொருந்தாது. பணி நிமித்தமாக அவர் சென்ற பல்வேறு நாடுகளின் – பெரும்பாலும் மூன்றாம் உலக நாடுகள், குறிப்பாக வறுமைக் குறியீட்டின் உச்சத்தில் இருக்கும் பாவப்பட்ட நாடுகளின் யதார்த்தங்கள் அ.மு.வின் கதைகளில் காணக் கிடைக்கின்றன. அந்நாடுகளில் புழங்கும் விநோத

வழக்கங்களும் நாம் இதுவரை அறிந்திடாத கலாச்சார நிகழ்வுகளும் அம்மனிதர்களின் குணவிசேஷங்களும் தமிழ் வாசகனுக்குப் புதிய வாசல்களைத் திறந்து காட்டுகின்றன.

எல்லாக் கதைகளிலும் ஏதோவொரு அம்சம் நம் புருவங்களை உயர்த்துகிறது. ஒரு கதையில் வேரோடு பிடுங்கிய சோளப்பயிரை அசைத்துத்தான் அயலூர்க்காரர்களை சோமாலியர்கள் வரவேற்பார்கள் என்று தெரியவருகிறது. இன்னொன்றில் பிள்ளையை அடகு வைக்கிறார்கள். யூதர்களின் சம்பிரதாயப்படி உடையின் கிழிசலைத் தைத்து அணியக் கூடாது என்பதையும், அவர்கள் வெள்ளி இரவு தொடங்கி சனி இரவுவரை அடுப்பு பற்றவைப்பதில்லை என்றும் தெரிந்துகொள்கிறோம். ஒரு கதையில் கனடா நாட்டின் சூப்பர் மார்க்கெட் வாயிற்காவலனாக இருப்பவர் சோமாலியாவில் மந்திரியாக இருந்தவர் என்ற வரியில் திடுக்கிட வைக்கும் அ.மு., அடுத்த வரியில் 'சோமாலியாவில் மந்திரியாகஇருந்தவர்களின் தொகை ஏறக்குறைய சோமாலியாவின் சனத்தொகையில் பாதியாக இருக்கும்' என்று எழுதும்போது புன்னகைக்க வைக்கிறார்.

அ.மு.வின் கதைகளில் இடம்பெறுகின்ற புலம்பெயர்ந்த இலங்கைத் தமிழர்களில், உரிய அனுமதி பெற்று, குடியுரிமை வாங்கி, ஓரளவுக்கு – அல்லது நல்ல வசதியாக இருப்பவர்களும் இருக்கிறார்கள், ஒரு நாளில் காலை ஏழு மணியிலிருந்து மாலை நான்கு மணிவரை ஒரு தொழிற்சாலையிலும், ஐந்திலிருந்து இரவு ஒன்பது மணிவரை சூப்பர் மார்க்கெட்டில் வேலை பார்க்கும் எளியவர்களும் வருகிறார்கள். நல்ல வேலையில் அமர்ந்து, அந்நாட்டைச் சேர்ந்தவரையே மணந்து மேலைநாட்டினராகவே எண்ணத்திலும் செயலிலும் வாழத் தொடங்கிவிட்டவர்களும் வருகிறார்கள். அயற்சூழல் அவர்களின் குணாம்சங்களை விநோதமாக மாற்றியிருப்பது தெரிகிறது; ஐந்து வயதுக் குழந்தையைப் பொறுப்பேயில்லாமல் சூப்பர் மார்க்கெட்டுக்கு வெளியே விட்டுவிட்டு நிதானமாக அவர்களால் ஷாப்பிங் செய்ய முடிகிறது. தாயைக் காணாமல் அழுகின்ற குழந்தையைத் தேற்றி, அவளை வெளியே வரவழைத்து ஒப்படைப்பவன்மீது பிள்ளைக் கடத்தல்காரன் என்று குற்றம் சுமத்த முடிகிறது. குடியேறிய நாட்டில் யூதன் ஒருவனை மணந்துகொண்டு வாழ்பவளுக்குத் தன்னுடைய தாய் யூத சம்பிரதாயங்கள் தெரியாமல், தள்ளிவைக்கப்பட்ட உணவை மகனுக்குக் கொடுத்துவிட்டதால் அவரை வீட்டில் வைத்துக்கொள்ள ஒப்பாமல் முதியோர் இல்லத்தில் குற்றவுணர்ச்சி இல்லாமல் சேர்த்துவிட முடிகிறது.

ஈழப்போர் தொடர்ந்த வருடங்களில் அனாதைகளாக்கப் பட்டவர்கள், வீடிழந்தவர்கள், உயிரிழந்தவர்களின் கதைகள்

அவ்வப்போது வந்து தமிழக வாசகனுக்கு இயலாமையையும், குற்றவுணர்வையும் அடிக்கோடிட்டுக் காட்டிச் செல்கின்றன, கதையை மேலே தொடரவிடாமல் ஸ்தம்பிக்கவைக்கின்றன – 'மண்ணெண்ணெய் கார் காரன்' கதையைப் போல.

ஈழப்போராளிகள் அ.மு.வின் பல சிறுகதைகளில் வந்தாலும், 'எல்லாம் வெல்லும்' சிறுகதையில் ஒரு சைனியமே வருகிறது. அனைவருமே பெண்புலிகள். துர்க்கா, அகிலா, சோதியா, நித்தியா, அபிராமி, சுகன்யா, கன்னிகா, குழலி, சுவர்ணலதா, அருள்மதி, மாலதி, சிரிதேவி, அகல்மதி, செவ்வானம், மொழியரசி, விதுஷா, தமிழ்ச்செல்வி, மோகனா ... இவர்களில் சிலர் அங்கங்களை இழந்தவர்கள், மருத்துவம் படித்தவர்கள், பறவையியல் அறிந்தவர்கள், மிகத் திறமையாக ஆயுதங்களைக் கையாளத் தெரிந்தவர்கள், அச்சமென்பதை அறியாதவர்கள், ஒரே இலக்கைக் குறிவைத்து உயிரைப் பணயம் வைத்து போராடியவர்கள். சூழ்ச்சிகளாலும், கைவிடல்களாலும், துரோகங்களாலும் இவர்கள் வீழ்ந்திருந்தாலும், இவர்களின் வீரமும், இலட்சியதாகமும் இக்கதையில் சாஸ்வதமடைந்திருக்கின்றன.

ஆனால் என்னை எப்போதும் வேதனையில் ஆழ்த்தும் சிறுகதை 'கறுப்பு அணில்'. இக்கதையில் குண்டு எதுவும் வெடிக்கவில்லை, யாருக்கும் ரத்தம் வழியவில்லை, யாரும் செத்துப்போகவில்லை, கதை நிகழ்வதே இலங்கையில் அல்ல; ஆனால் வாசிப்பவர் மனதில் மௌனமாக அறைகிற கதையாக இருக்கிறது இது. துப்புரவுப் பணியாளனாக இருப்பவன் அவன். வாக்குவம் கிளீனரால் அலுவலகங்கள், வீடுகளை சுத்தம் செய்யும் வேலை. அவனை அலட்சியமாக நடத்தும் மேலதிகாரிகள், அவன் குடியிருக்கும் ஒற்றை அறை, பிரிக்கப்படாமல் கிடக்கும் அவன் அம்மாவின் கடிதம் என்று உணர்ச்சிவசப்படாத தொனியில் அவன் சூழலை அ.மு. சித்தரித்துவருவது உலகெங்கும் புலம்பெயர்ந்து ஒண்டியிருக்கும் ஆயிரக்கணக்கான துரதிருஷ்டர்களின் கதை. 'அம்மாவின் கடிதத்தில் இருக்கும் தகவல்களைத் தாங்கிக்கொள்ளும் பலத்தை அவன் இன்னும் சேகரிக்கவில்லை' என்ற வரியின் *nonchalant* தொனி உண்டாக்கும் அதிர்வு சாதாரணமானதல்ல. மிகக் கடுமையான பனிப்பொழிவு. வேலைக்குச் செல்ல முடிவதில்லை. அவனது சீட்டு கிழிக்கப்படலாம். சன்னலுக்கு வெளியே கார்கள் உறைபனியால் வெள்ளித் தொப்பிகள் அணிந்திருக்கின்றன. தரை உயர்ந்துகொண்டே வருகிறது. அவனுக்கும் உலகத்துக்கும் இருந்த ஒரே தொடர்பான அந்தச் சன்னலும் அரைவாசிப் பனியில் மூழ்கி, இன்னும் சிறிது நேரத்தில் கல்லறை போல ஆகிவிடப்போகிறது அவனது அறை. 'அவனுக்கு மூச்சு முட்டியது. வாய்விட்டுக் கத்த வேண்டும் அல்லது கூரையைப் பிய்க்க வேண்டும்

என்று தோன்றியது' என்ற வரியும், பக்கத்து வீட்டு சீனர்களின் அந்தஸ்தைக் காட்டும்படியாக இருக்கும் கறுப்பு பாலித்தீன் குப்பைப் பைகளை அவன் அறைக்கு எடுத்து வந்து அதன் மீது ஏறிக் குதித்து குப்பைகளை சிதறடிக்கும் காட்சியும் எப்போதும் ஞாபகத்தில் பளிச்சிட்டுக்கொண்டிருக்கின்றன.

போராளியாக இருந்து அகதியாக வந்தவனின் துயரம் 'நிலம் எனும் நல்லா'ளில் வலுவாகப் பதிவாகியிருக்கிறது. இயக்கத்தில் சேர்ந்து, தனி நாட்டுக்காகப் போராடி, போரில் தோற்று, பெற்றோர் வாழும் கனடாவுக்கு குடியேறினாலும் புதிய தேசத்தில் அவனால் ஒட்ட முடிவதில்லை. பெற்றோரின் புதிய செல்வச் செழிப்பு அருவருக்கச்செய்கிறது. பனிச்சேற்றில் புதைந்து மடிகிறான். தன் இனத்தின் சுதந்திர நிலத்துக்காகப் போராடியவனுக்கு அயல்தேசத்தில் ஆறடி நிலம் சொந்தமாகிறது.

'சூனியக்காரியின் தங்கச்சி'யிலும் ஓர் அகதி வருகிறான். போர்வீரனாக இருந்தவன் என்று எழுதுகிறார். இயக்கத்தைச் சேர்ந்தவனாக இருப்பான் என்று நினைத்தால், அவன் இலங்கை ராணுவத்திலிருந்து தப்பி வந்த சிங்களன் என்பதை அறியும்போது திடுக்கிடுகிறது. "நான் சம்பளத்துக்காக அரச படையில் சேர்ந்து போர் புரிந்தேன். என் எதிராளி ஓர் இலட்சியத்துக்காகப் போராடினான். அவனுக்கு உயிர் ஒரு பொருட்டில்லை. நானோ கேவலமாக இன்னொரு நாட்டில் தஞ்சம் புகுந்திருக்கிறேன்," என்கிறான். உண்மைக் கலைஞனால் எதிலும் இன்னொரு பக்கத்தையும் பார்க்க முடியும் என்பதற்குச் சான்று இக்கதை.

தமிழில் எழுதப்பட்ட உன்னதமான கதைகளைத் தொகுத்தால் முத்துலிங்கத்தின் பல கதைகள் இடம்பெற்றுவிடும். ஒரு நல்ல சிறுகதை வாசகனின் கற்பனையில்தான் முழுமை அடைகிறது. அ.மு.வின் பல கதைகளின் முடிவுகள் பல வாசல்களைத் திறந்து வைத்துக்கொண்டிருக்கின்றன. 'தீர்வு' கதையில் அவன் என்ன முடிவெடுத்தான் என்று தெரிவதற்கு ஒரு வரி முன்பாகவே கதை முடிந்துவிடுகிறது. 'அது நான்தான்' என்ற கதையின் முடிவில் எது பொய் எது உண்மை என்று வசந்தகுமாரனைப் போலவே நமக்கும் உறுதியாகத் தெரிவதில்லை.

○

எவ்வளவு காத்திரமான கதை என்றாலும் அ.மு.வின் வரிகளில் பளிச்சிடும் கவித்துவமிக்க, அலட்டிக்கொள்ளாத நகைச்சுவை அந்த வரிகளை எப்போதும் மறக்கவிடாமல் செய்துவிடுகிறது.

‘மிஸஸ் ஜோர்ஜ் கண்டிப்பானவர் – அவருடைய கண்கள் மூக்குக்குக் கீழே தென்படுவதைப் பார்த்துப் பழக்கப்படாதவை.’ (மகாராஜாவின் ரயில் வண்டி)

‘உருளைக்கிழங்குகளை எடுத்துவிட்ட உருளைக்கிழங்கு சாக்கு போல அவர் உடம்பு சுருங்கி இருக்கும்.’ (தொடக்கம்)

‘அவர் பேசத் தொடங்கும்போது அவருடைய குரல் சுத்திகரிக்கப்பட்ட பின்பே வெளியே வரும். அவனுக்கு எங்கே தான் விடும் சுவாசக்காற்றின் மிச்சத்தை அவர் சுவாசித்து விடுவாரோ என்ற பயத்தில் மூச்சு முட்டும்’. (கறுப்பு அணில்)

‘பெரிய விருட்சம் ஒன்று சுருங்கிச் சுருங்கி மறுபடியும் விதையானது போல, நாலு அறை, நிலவறை, மாடி கொண்ட பெரிய வீட்டுச் சாமான்களை சுருக்கி 20 கிலோவாக சூட்கேஸில் அடைத்து வைத்திருந்தார்.’ (இலையுதிர் காலம்)

‘அம்மாவுக்கு மூன்று மொழிகள் தெரியும். அவருடைய கிராமத்து ஃபுலானி மொழி. குறுக்கு மூளை அப்பாவிடம் பேசும் ரிம்னி மற்றும் கிரியோல். அம்மா மூன்று மொழிகளிலும் அவனிடம் மௌனம் சாதித்தார்.’ (தீர்வு)

‘கூழாங்கற்களை வாய்க்குள் நிறைத்துக்கொண்டு “குலேபகாவலி” என்று சொன்னால் ஒரு சத்தம் உண்டாகுமே, அதுதான் அவர் பெயர். அது என் வாயில் நுழையாது, எழுத்திலும் எழுத முடியாது.’ (புளிக்கவைத்த அப்பம்)

‘ஒரு வேலைக்காரனுக்குக் கொடுக்கும் புன்னகை அவளிடமிருந்து வெளியே வந்தது.’ (நிலம் எனும் நல்லாள்)

‘மீன் வெட்டும் பலகை போல அவள் முகத்தில் தாறுமாறாகக் கோடுகள்.’

○

எந்தப் பத்திரிகையைப் பிரித்தாலும் அ. முத்துலிங்கத்தின் கதையோ, கட்டுரையோ வெளிவந்திருந்தால், முதலில் படிக்கத் தொடங்குவது அதைத்தான் என்றாகியிருக்கிறது. அவரிடமிருந்து இன்னும் பற்பல ஆண்டுகளுக்குப் பல நூறு கதைகள் வந்துகொண்டே இருக்க வேண்டும். அவற்றை வாசித்து நாங்கள் முறுவலித்துக்கொண்டும் நெகிழ்ந்துகொண்டும் அதிர்ந்து கொண்டும் ரகசியமாகக் கண்ணீர் உகுத்துக்கொண்டும் இருக்க வேண்டும்.

◆

13

ரோஜர் ஃபெடரர்: ஓர் அபூர்வக் கலையனுபவம்

உலகின் முதன்மையான டென்னிஸ் வீரர்களில் ஒருவரான ஸ்வீடனைச் சேர்ந்த ரோஜர் ஃபெடரர் டென்னிஸ் ஆடுவதிலிருந்து ஓய்வுபெறுவதாக செப்டம்பர் 15 அன்று அறிவித்தார். இந்த அறிவிப்பு வந்ததும் இப்பூவுலகம் தன் சுழற்சியை ஒன்றும் நிறுத்திவிடவில்லை. வழக்கம் போலவே வாகனங்கள் விரைந்து கொண்டிருந்தன. சாலையோர கையேந்தி பவன்களில் கூட்டம்கூட்டமாக பானிபூரி சாப்பிட்டுக்கொண்டிருந்தார்கள். குழந்தை நல மருத்துவமனையில் தாய்மார்கள் அழுகின்ற சேய்களோடு காத்திருந்தார்கள். எவர் ஒருவருக்கும் ஒரு மகத்தான விளையாட்டு வீரன் ஓய்வை அறிவித்திருப்பதைப் பற்றிக் கவலை இருப்பதாகத் தெரியவில்லை. ஆனாலும் ஃபெடெரர் ஆடுவதை நிறுத்திக்கொண்டது ஒரு சாதாரண நிகழ்வு அல்லதான். கலைஞன் ஒருவன் தனது இயக்கத்தை நிறுத்திக்கொள்வதில் இந்த உலகம் ஏதோவொரு விதத்தில் பின்னடைவுபட்டுத்தான் போகிறது. உலகாதய நடைமுறைகளில் ஆழ்ந்திருக்கும் பெரும்பாலோருக்கு நமட்டுச் சிரிப்பை வரவழைத்தாலும், சிறுபான்மை கலாரசிகர்களுக்கு இது துக்க நிகழ்வுதான்.

எத்தனையோ விளையாட்டு வீரர்கள் ஒவ்வொரு காலகட்டத்திலும் நாயக வழிபாடுகளுக்கு உள்ளாகியிருக்கிறார்கள். ஆடுகளத்தைத் தாண்டி செல்வாக்கு படைத்தவர்களாக இருந்திருக்கிறார்கள்.

பாகிஸ்தானில் ஒரு கிரிக்கெட் வீரரை அந்நாட்டின் பிரதமராக்கி யிருக்கிறார்கள். தென் அமெரிக்க நாடுகளில் கால்பந்தாட்ட வீரர்கள் உப கடவுள்களாக வழிபடப்படுகிறார்கள். நம் நாட்டில் கிரிக்கெட் நட்சத்திரங்களுக்கும் கிட்டத்தட்ட அதே மதிப்பு இருக்கிறது.

ஆனாலும் பொதுவாக விளையாட்டு வீரர்களை கேளிக்கை யாளர்களாகத்தான் உலகம் மதிக்கிறது. விளையாட்டு வீரர் களின் புகழ் வெளிச்சம் மின்மினிப்பூச்சிகளுக்கு ஒப்பானதுதான். இன்று விளையாட்டு உலகம் மாபெரும் வர்த்தகச்சந்தை. கற்பனைக்கும் எட்டாத அளவுக்குப் பரிசுத் தொகைகள், விளம்பர வருவாய் என வீரர்கள் ஈட்டுவது ஒருபுறம் இருக்க, அவர்களை வைத்து பின்னணியில் இயங்கும் சூதாட்ட வலைப்பின்னல்கள், வீரர்களை ஏலத்தில் எடுத்து நடத்தும் 'கிளப்' போட்டிகள், என எல்லாமே பணத்தைக் குறி வைத்து நடத்தும் வர்த்தக செயல்பாடுகள்தான். சமீப காலமாக மதவெறியையும் தேசியவாதத்தையும் விளையாட்டோடு இணைக்கும் அரசியல் சித்துவிளையாட்டுகளும் சேர்ந்திருக்கின்றன. என்னதான் நாட்டுக்காக ஆடுவதாக இருந்தாலும், உலக சகோதரத்துவத்தை அடையாளப்படுத்துவதாகச் சொல்லும் ஒலிம்பிக் போட்டிகளில் பதக்கங்கள் வெல்வதாக இருந்தாலும், விளையாட்டுப் போட்டிகள் தேசியப் பெருமிதத்தை பறைசாற்றுவதற்கே உதவுகின்றன.

ஆனாலும் சில விளையாட்டு வீரர்கள் இந்த அவசர வர்த்தக உலகின் கண நேர வெளிச்சத்தைத் தாண்டி, தமது மகத்தான திறமைக்கு மேலாகச் சில உன்னத குணாம்சங்களால், காலகாலத்துக்கும் மறக்க முடியாத நாயகர்களாகிவிடுகின்றனர். அமெரிக்கக் குத்துச் சண்டை வீரர் முகமது அலி தனது நாடு வியட்நாமின் மீது அநியாயமாக போர் தொடுத்ததை எதிர்த்து, அவர் வென்ற ஒலிம்பிக் தங்கப் பதக்கத்தைத் திருப்பி அளித்தார்; கட்டாய ராணுவ சேவைக்குச் செல்ல மறுத்ததால் சர்வதேசப் போட்டிகளில் பங்கெடுக்கத் தடை விதிக்கப்பட்டார்; ஆனாலும் பணிந்துவிடாமல் அமெரிக்க நிற வெறிக்கும் ஏகாதிபத்தியத்துக்கும் எதிராகத் தொடர்ந்து குரல் எழுப்பி வந்தார். ஜிம்பாப்வே நாட்டின் கிரிக்கெட் வீரர் ஹென்றி ஓலங்கா கருப்பினத்தவராக இருந்தாலும் ராபர்ட் முகாபேவின் அராஜகங்களுக்கு எதிராகப் போராடி தனது கிரிக்கெட் வாழ்வையே இழந்தார். 68ஆம் வருட மெக்ஸிகோ ஒலிம்பிக்ஸில் தங்கமும் வெள்ளியும் வென்ற அமெரிக்க ஓட்டப் பந்தய வீரர்கள் டாமி ஸ்மித், ஜான் கார்லோஸ் இருவரும் பதக்க மேடையில் அமெரிக்க நிற வெறியை எதிர்த்துத் தலையைக் குனிந்து 'Black power salute' செலுத்தித் தண்டனைக்குள்ளானார்கள்.

இன்னும் பற்பல நட்சத்திர வீரர்கள் சமூக அக்கறை சார்ந்து பல விதங்களில் போராடியிருக்கின்றனர், தமது பிரபல்யத்தை மூலதனமாக வைத்து மக்களிடையே விழிப்புணர்வை ஏற்படுத்தி யிருக்கின்றனர். இப்போது ஓய்வு பெற்றிருக்கும் ரோஜர் ஃபெடரர் அத்தகைய அரசியல் போராளியல்ல. மனித உரிமைக்காக குரல் கொடுத்தவரோ ஜனநாயகப் படுகொலைகளைக் கண்டித்தவரோ அல்ல. ஆனால் ரோஜர் ஃபெடரரை உலகின் மகத்தான விளையாட்டு வீரர்களில் ஒருவர் என்றும், டென்னிஸ் சரித்திரத்திலேயே உன்னதமான வீரர் என்றும் உலகம் மதிக்கிறது.

மக்கள் நலனுக்காகப் போராடிய விளையாட்டு வீரர்கள் மட்டும்தான் மகத்தானவர்கள் என்று மதிப்பிடுவது அரசியல் பார்வை.

டென்னிஸ் போட்டிகளில் வெற்றிபெற்ற புள்ளிவிவரக் கணக்குகளின் அடிப்படையில் பார்த்தாலும் ஃபெடரரை விட முன்னணியில் சிலர் இருக்கிறார்கள். 'கிராண்ட் ஸ்லாம்' என்றழைக்கப்படும் மிக முக்கியமான டென்னிஸ் போட்டிகளான விம்பிள்டன், ஃப்ரெஞ்ச், யுஎஸ், ஆஸ்திரேலிய ஓப்பன் டென்னிஸ் போட்டிகளில் ஃபெடெரர் 20 போட்டிகளில் வென்றிருந்தாலும் அவரை விட ஜோகோவிக்கும் (21) நடாலும் (22) அதிகமாக வென்றிருக்கிறார்கள், இவ்விருவரும் மேலும் வெல்வதற்கும் வாய்ப்பிருக்கிறது. உலகின் நம்பர் 1 இடத்தில் ஃபெடெரரைவிட அதிக வாரங்கள் இடம் பிடித்திருந்தவர்கள் உண்டு. ஃபெடெரரை விட அதிகப் போட்டிகளில் வென்றவர் ஜிம்மி கானார்ஸ். விளையாடிய மொத்த ஆட்டங்களில் வெற்றியடைந்த சதவீதம் ஃபெடெரருக்கு 86.2% . ஆனால் பியோர்ன் போர்க்குக்கும் (89.3%) நடாலுக்கும் (87.3%) அதிகம்.

புள்ளிவிவரக் கணக்குகளின் அடிப்படையில் விளையாட்டு வீரர்களை மதிப்பிடுவது யதார்த்தப் பார்வை.

ஆனால் மேதமையை அரசியல், யதார்த்தத் தராசுகளில் வைத்து அளவிட முடியாது. புள்ளிவிவரங்கள் முக்கியமானவை, ஆனால் முழுமையானவையல்ல. ஃபெடரர் நீங்கலாக மற்ற நவயுக டென்னிஸ் வீரர்கள் அனைவரும் டென்னிஸ் போட்டியை வாழ்வா சாவா என்ற போராட்டமாக மாற்றியிருப்பவர்கள். உடலை வருத்தி, வெள்ளமாக வியர்வை சிந்தி, பாறையை உடைப்பது போல பந்தை அடித்து, எதிராளியின் ஆட்டத்தை முறியடிப்பவர்கள். அவர்களுக்கு டென்னிஸ் மைதானம் ஒரு போர்க்களம். அவர்களின் கையில் இருப்பது டென்னிஸ் மட்டையல்ல, கதாயுதம். அதனால்தான் பந்தை அடிக்கும்போது அவர்கள் அப்படி வெறியோடு உறுமுகிறார்கள்.

ஆட்டப்புள்ளிகளை வெல்வது அவர்களுக்கு ராணுவக் களத்தில் எதிரி முகாம்களைக் கைப்பற்றுவது. அவர்களுடைய நோக்கங்களாக தரவரிசையில் முதல் இடத்தைப் பிடிப்பது, அல்லது அதைத் தக்கவைத்துக்கொள்வது, சாதனைப் பட்டியலில் இடம்பிடிப்பது, ரெகார்டுகளை முறியடிப்பது, பரிசுத்தொகையை வெல்வது, (டேவிஸ் கோப்பை, ஒலிம்பிக்ஸ் போன்ற போட்டிகளில்) நாட்டுக்காக வெல்வது என பலதரப்பட்டவை உண்டு. தனிப்பட்ட கணக்கு வழக்குகளைத் தீர்த்துக்கொள்வது கூட ஒரு காரணமாக இருக்கும்.

ஆனால் ஃபெடரர் வேறுவிதமான டென்னிஸ் வீரர். அவரை டென்னிஸ் கலைஞன் என்று விளிப்பதே பொருத்தமாக இருக்கும். "டென்னிஸ் சரித்திரத்திலேயே ஃபெடரரைப்போல விளையாடியவர்கள் ஒருவருமில்லை: தனது ஆட்டத் திறனை எந்தவித பெருமுயற்சியுமின்றி, அநாயாசமாக வெளிப்படுத்தும்விதம் ஒரு பாலே நாட்டிய மேதையின் நேர்த்தியான, புதுமையான, உணர்ச்சிகரமான நிகழ்கலைக்கு ஒப்பானது – அது உன்னதமான மெல்லிசை" என்று குறிப்பிட்டார் டென்னிஸ் எழுத்தாளரான நிர்மல் சேகர்.

ஃபெடரர் டென்னிஸ் விளையாட்டில் முழுமையான கலைஞன். முரட்டுத்தனமாகவும் மூச்சிரைக்கவும் வெறித்தனமாக ஆடும் டென்னிஸ் அல்ல அவருக்கானது. அவரிடம் நிறைந்திருக்கும் டென்னிஸ் வெறும் உடற்திறனை மட்டும் சார்ந்திருக்கவில்லை. அவர் மனம் கற்பனை செய்யும் அனைத்தையும் அவர் கையும் அவர் உடலின் நீட்சியாகவே அமைந்திருக்கும் டென்னிஸ் மட்டையும் நிறைவேற்றிவிடுகின்றன. தன்னை மறந்து இசைக் கலைஞன் ஒருவன் சங்கீத சஞ்சாரம் செய்வதைப் போல, தூரிகைக்கு தன்னை முற்றிலுமாக ஒப்புக்கொடுத்துவிட்டு பதாகையில் தீட்டும் ஓவியனைப் போல, உள்ளே பொதிந்திருக்கும் படைப்பு ஜீவனை எழுத்தாக வடிக்கும் கவிஞனைப் போல, ஃபெடரர் ஆடுகளத்தில் காவியம் படைக்கிறார். அவர் பந்தை அடிக்கும் லாவகத்தில் உலகமே அழகாக மாறிவிடுகிறது. அவரது ஆட்டத்தைப் பார்த்துக்கொண்டிருப்பவர்களின் மனம் ஓர் உன்னத ஸ்திதியை அடைந்து விடுகிறது. அது உண்டாக்கும் பரவசம் கிட்டத்தட்ட ஓர் ஆன்மீக அனுபவம்.

டென்னிஸ் மைதானத்தில் அவர் மின்னல் வேகத்தில் ஓடும்போது நிலம் அதிர்வதில்லை. அங்கும் இங்கும் அவர் பாய்ந்து, பந்தைத் துரத்தி, திருப்பி அடிப்பது எதுவுமே கரடுமுரடாகத் தெரிவதில்லை. அவர் கால்கள் தரையில் படுவதாகத் தெரிவதில்லை, அவர் மிதக்கிறார், சில நேரங்களில் தாழ்வாகப்

பறக்கிறார். அவர் பந்தை எவ்வளவு வேகமாக அடித்தாலும் அது வன்செயலாகத் தெரிவதில்லை. நான்கு மணிநேரத்துக்கு மேலாக ஐந்து செட்டுகள் விளையாடி முடித்தபோதுகூட அவருடைய உடை வியர்வையில் நனைந்திருப்பதில்லை. விடாஸ் ஜெருலைடிஸ் என்ற வீரர் போர்கைப் பற்றிச் சொன்னதுபோல இவர் இந்த உலகத்தைச் சேர்ந்தவர்தானா அல்லது வேற்று கிரகவாசியா என்று ஃபெடரரைப் பார்க்கும்போது தோன்றுகிறது. நாட்டிய அசைவு போன்ற அந்த கை சுழற்றல் தூரிகையால் காற்றில் ஓவியம் தீட்டுவதைப் போலிருக்கிறது. டென்னிஸ் நுணுக்கங்கள் எதுவுமே தெரியாத நண்பர் ஒருவர் ஃபெடெரர் ஆடுவதைப் பார்த்து "அழகா ஆடறான்யா, இவன் பந்தை அடிக்கிற விதமே ஸ்மூத்தா இருக்கு" என்று சொன்னதைக் கேட்டு நான் வியப்படைய வில்லை. அழகை ரசிக்க நிபுணத்துவம் தேவையா என்ன?

பொதுவாக டென்னிஸ் வல்லுநர்கள் மகளிர் ஆடும் ஆட்டத்தைத்தான் அழகான ஆட்டம் என்றும், வசீகரமான ஆட்டத் திறன் என்றும் வர்ணிப்பார்கள். எண்பதுகளுக்கு முன்பு வரை மகளிர் டென்னிஸ் மெதுவாக, மென்மையாக ஆடும் ஆட்டமாகத்தான் இருந்தது. மார்டினா நவரத்திலோவா ஆடத் தொடங்கியதும் மகளிர் டென்னிஸும் ஆக்ரோஷ டென்னிஸாக மாறியது. ஸ்டெஃபி கிராஃப், மோனிகா ஸெலெஸ், ஜெனிஃபர் காப்ரியாடி, வில்லியம்ஸ் சகோதரிகள் என உடல் பலம் வாய்ந்த, வேகமான ஆட்டத்தை பல புதிய தலைமுறை வீராங்கனைகள் வெளிப்படுத்தத் தொடங்கினர். ஆனால் ஃபெடரரின் ஆட்டத்தை நளினமான, அழகான ஆட்டம் என்று சொல்லும்போது, பழைய மகளிர் டென்னிஸ் போலவே உடம்பு நோகாமல் டென்னிஸ் ஆடிய நம் நாட்டு கிருஷ்ணன், ரமேஷ் போன்றவர்களைப்போல ஆடியவர் என்று நினைத்துவிடக் கூடாது. இன்றைய வீரர்களில் மிகவும் பலம் வாய்ந்த ஆட்டக்காரர்களாகக் கருதப்படும் ரஃபேல் நடால், ஜோகோவிக் ஆகியோருக்கு சற்றும் குறையாத வேகத்தில் ஆடியவர் ஃபெடரர். உதாரணத்துக்கு, சர்வீஸ் போடும் வேகத்தை எடுத்துக்கொண்டால், நடால், ஜோகோவிக் ஆகியோரைவிட ஃபெடரரின் சர்வீஸ் வேகம் அதிகம். *Ground strokes* என்ற ஆடுகளத்தின் பின்வரிசைக் கோட்டிலிருந்து அவர் அடிக்கும் *forehand and backhand* ஷாட்டுகள் மிகவும் துல்லியமும் வேகமும் கூடியவை.

ஃபெடரர் ஆடுவதைத் தொலைக்காட்சியில் பார்க்கும் பலருக்கும், அவர் மிகவும் மென்மையாகப் பந்தை அடிப்பது போலத் தெரியும். இந்தப் பொய்த்தோற்றத்துக்குக் காரணம் அவருடைய நயத்திறம் *(Felicity)*. உண்மையில் சக வீரர்கள் பலரை விடவும்

பந்தை வேகமாக அடிக்ககூடியவர் ஃபெடரர். மற்றவர்கள் தமது முழு பலத்தையும் செலுத்தி அடிக்கும் வேகத்துக்கு சமமாக, அல்லது பெரும்பாலும் அதைவிட வேகமாக அலட்டிக்கொள்ளாமல் , மிக எளிதான கை சுழற்றலில் பந்தை அவரால் அடிக்க முடிகிறது. பல வருடங்களாக அவருக்குத் தொல்லை கொடுத்துவரும் ரஃபேல் நடால், டார்ஜான் கூச்சலோடு அரக்கத்தனமாக அடிக்கும் பந்துகளை ஃபெடரரின் மிகவும் வசீகரமான 'முன்னங்கை' *(forehand)* ஷாட்டுகள் அதே வேகத்தில் திருப்பியிருக்கின்றன.

அவருக்கு எதிரில் இருப்பவர் போட்டியாளராக, எதிரியாகத் தெரிவதில்லை. அவர்களுக்குத் தருவதற்கு எப்போதும் ஒரு நட்பார்ந்த புன்னகையை வைத்திருந்தார். மெக்கன்ரோவைப் போல நடுவர்களை நோக்கி வசைச் சொற்களை வீசியதில்லை. தனக்குள்ளிருக்கும் உன்னதத்தை தனது ஆட்டத்தின் வழியே ஒரு கலைப் படைப்பாக வெளிப்படுத்துபவருக்கு டென்னிஸ் போட்டி போர்க்களமல்ல, ஸிம்ஃபனி இசையரங்கம். சர்வீஸ் தொடங்கி, அந்த பாய்ண்ட் முடியும் வரை அவர் செய்கின்ற ஜாலங்கள் பீத்தோவனின் வயலின் சஞ்சாரங்கள். ஃபெடரர் அளவுக்கு டென்னிஸ் விளையாட்டை ரசித்து விளையாடிய தொழில்முறை ஆட்டக்காரர்கள் இன்றைய தலைமுறையில் யாருமில்லை. ஃபெடெரர் ஆடுவதைப் பார்க்கும்போதெல்லாம் பள்ளியில் படித்த சரோஜினி நாயுடுவின் கவிதை வரிகள் (*'She'*க்கு பதிலாக *'He'* என்று மாற்றம் பெற்று) மனதில் ததும்புவதுண்டு:

He sways like a flower in the wind of our song,

He skims like a bird on the foam of a stream,

He floats like a laugh from the lips of a dream

○

ஃபெடரரின் தனித்துவத்தைப் பற்றி எழுதப்பட்ட மிகப் பிரமாதமான கட்டுரையை எழுதியிருப்பது ஒரு விளையாட்டு வல்லுநரோ, செய்தியாளரோ அல்ல. *Roger Federar as Religious Experience* என்ற அக்கட்டுரையை எழுதியது அமெரிக்க நவீன எழுத்தாளரான டேவிட் ஃபாஸ்டர் வாலஸ். "ரோஜர் ஃபெடரரின் அபூர்வமான, இயல்பை மீறிய திறமையை மீபொருண்மையியல் *(Metaphysical)* மூலமாக மட்டுமே விளக்க முடியும். சில பௌதிக விதிகள் அவரைக் கட்டுப்படுத்துவதாகத் தெரியவில்லை . . . அவரை ஒரு மேதை என்றோ, மரபணு மாறிய ஒரு 'மியூட்டண்ட்' என்றோ, ஒரு 'அவதார்' என்றோ சொல்வது சரியாக இருக்கும். அவர் ஆடுகையில் அவசரமோ, பதற்றமோ தெரிவதில்லை,

சமநிலை தடுமாறிப் பார்த்ததில்லை. அவரால் எட்ட முடியாத தூரத்தில் இருந்தாலும் பந்து அவருக்காக காத்துக்கொண்டு ஒரு சில நொடிகள் அந்தரத்தில் மிதக்கிறது."

○

அறுபதுகளுக்கு முற்பட்ட காலத்தில் டென்னிஸ் ஓர் அமெச்சூர் விளையாட்டாக ஆடப்பட்டுவந்த நேரத்தில் பரிசுத் தொகை, தர வரிசை அழுத்தங்கள் இல்லாமல் வீரர்கள் நட்போடு ஆடி வந்திருக்கிறார்கள். தொலைக்காட்சி, விளம்பரதாரர்கள் தலையெடுத்தபின், டென்னிஸ் தொழில்முறை ஆட்டமாக மாறியது. மில்லியன் கணக்கில் பரிசுத் தொகைகள், ஊடக வெளிச்சம், முதல் பத்து இடத்துக்குள் இடம்பிடிக்கவேண்டிய பதற்றம், பயிற்சியாளர்கள் தருகின்ற அழுத்தம், ஓய்வெடுக்க அவகாசமின்றி உலகெங்கும் நடந்துவரும் போட்டிகளுக்காக மேற்கொள்ளவேண்டிய தொடர் பயணங்கள் போன்றவை டென்னிஸ் வீரர்களிடம் ஏற்படுத்தும் விளைவுகள் கொடுமை யானவையாக மாறின. விம்பிள்டனை ஐந்து முறை தொடர்ந்து வென்ற பியோர்ன் போர்க் இந்த அழுத்தத்தைத் தாங்க முடியாமல் 25 வயதிலேயே ஓய்வு பெற்றார். 14 வயதிலேயே தொழில்முறை வீரராக மாறி தர வரிசையில் முதல் ஐந்து இடங்களுக்குள் வந்த ஜெனிஃபர் கேப்ரியாட்டி, மார்டினா ஹிங்கிஸ், சமீபத்தில் நவோமி ஒசாகா, ஆஷ் பார்ட்டி போன்றோர் மன அழுத்தங்களைத் தாங்க முடியாமல் வந்த வேகத்தில் டென்னிஸை விட்டு ஓய்வு பெற்றிருக்கின்றனர். முன்னணி வீராங்கனை ஜெலினா டோகிக் கிட்டத்தட்ட தற்கொலை வரைக்கும் சென்று மீட்கப்பட்டார்.

ஆனால் ஃபெடரர் தனது 42 ஆவது வயது வரையிலும் எவ்வித மன அழுத்தங்களுக்கும் ஆட்படாமல், பூரண மகிழ்ச்சியோடு ஆடிவந்திருக்கிறார். கடந்த இரண்டு வருடங்களில் மூன்றுமுறை கால் முட்டிகளில் அறுவை சிகிச்சை நடந்திருக்காவிட்டால் இன்னும் சில வருடங்கள் ஆடியிருப்பார். அதற்குக் காரணம், டென்னிஸை அவர் தொழிலாக அணுகவில்லை. அவருக்கு அது மனமகிழ்ச் செயற்பாடு. தனது படைப்பாற்றலை எழுத்தில் வடிக்கும் கவிஞனைப்போல, அவர் டென்னிஸ் மட்டையால் பந்தை விதவிதமான கோணங்களில் எதிராளியின் 39 அடிக்கு 27 அடி பரப்புள்ள பகுதியில் சாதாரணர்களால் கற்பனையிலும் அடைய முடியாத இடங்களுக்கு அடிப்பது அவர் ரசித்து செய்துவந்த காரியம். அவர் ஆடிய பல ஷாட்டுகள் மற்றவர்களால் கனவிலும் ஆட முடியாதவை. அத்தகைய மாயக்கணம் ஒன்று நினைவுக்கு வருகிறது. அது 2003 விம்பிள்டனில் ஆண்டி ராடிக்குடனான அரை இறுதிப் போட்டி. ராடிக் அடித்த பந்தை ஃபெடரர் திருப்பி அடித்துவிட்டு, 'வாலி' ஆடுவதற்காக

ஜி. குப்புசாமி

வலையை நோக்கி விரைகிறார். ராடிக் பந்தை சம்மட்டியால் அடிப்பதைப் போல 'மிட் கோர்ட்'டுக்கு அடிக்க, பந்து வலையை சில சென்டிமீட்டர்கள் உயரத்தில் தாண்டி ஃபெடரரை மின்னல் வேகத்தில் கடப்பதற்கு ஒரு மைக்ரோ செகண்டுக்கு முன் நடந்தது கண்களால் நம்பமுடியாத ஒரு மாயம். ஃபெடரர் அசௌகரியமான நிலையில் பின்னால் சாய்ந்து பந்தின் வழித்தடத்துக்குக் குறுக்கே ராக்கெட்டை நுழைக்கிறார். ஒரு சின்ன மணிக்கட்டுத் திருப்பல். ஒரு 'கிராஸ் கோர்ட் வின்னர்!' ராடிக் நம்ப முடியாமல் 'ஆ'வென்று வாய் பிளந்து நின்ற காட்சியை மறக்க முடியாது. நல்ல டென்னிஸ் வீரர்கள் பலர் உண்டு. அற்புதமான வீரர்களும் உண்டு. ஆனால் ஃபெடரரைப் போன்ற மேதைகள் ஒரு யுக அபூர்வம்.

○

ஃபெடரரைப் போல வெற்றிக்குப்பின் ஆனந்தத்தில் கண்ணீர் வடித்த வீரர்கள் ஒருவரும் இல்லை. அநேகமாக விம்பிள்டனில் வெற்றிபெற்ற ஒவ்வொரு முறையும், மேட்ச் பாய்ண்ட்டை வென்றவுடனே அடக்க முடியாமல் அழுதிருக்கிறார். பல காயங்கள், இனி அவரால் எந்தப் போட்டியையும் வெல்ல முடியாது, வயதாகிவிட்டது என்ற விமர்சனங்களை உடைத்து 2018இல் ஆஸ்திரேலிய ஓப்பனை வென்று கோப்பையைப் பெறும்போது தேம்பித் தேம்பி அழுதது அவர் எவ்வளவு மென்மையானவர் என்பதைக் காட்டியது. ஆனால் எத்தனையோ முறை வெற்றி பெறும் நிலையிலிருந்து நழுவித் தோல்வியுற்ற தருணங்களில்கூட அவர் அழுததில்லை. தோல்வியில் அழுபவனுக்கு விளையாட்டு என்பது ஒரு போட்டி. வெற்றியில் அழுபவனுக்கு விளையாட்டு என்பது ஒரு கலை.

டென்னிஸில் கண்ணுக்குக் குளிர்ச்சியாகத் தெரியும் ஷாட் பின்னங்கையால் அடிக்கும் backhand shots. டென்னிஸ் ராக்கெட்டுகள் மரத்தில் செயப்பட்டுவந்த காலம் மறைந்து, உலோகத்திலும், கிராஃபைட்டிலும், மிகவும் எடை குறைவான செயற்கை உலோகங்களிலும் 80களின் மத்தியிலிருந்து தயாரிக்கப்படத் தொடங்கியபின் இந்த விளையாட்டின் முகமே முற்றிலும் மாறியது. இந்த நவீன டென்னிஸ் ராக்கெட்டுகளில் பந்து பட்டவுடனே புல்லட் வேகத்தில் பறக்கிறது. மரபான ராக்கெட்டுகளை வைத்து ஆடிவந்தவர்கள் ஒரு கையால்தான் பின்னங்கை ஷாட்டுகளை ஆடிவந்தார்கள் (போர்க், கானார்ஸ் விதிவிலக்குகள்). எடை குறைந்த புதிய ராக்கெட்டுகள் வழங்கும் கூடுதல் பலத்தைப் பயன்படுத்தி வீரர்கள் இரண்டு கைகளாலும் பின்னங்கை ஷாட்டுகளை அடிக்கத்தொடங்கியபோது புல்தரை டென்னிஸ், டேபிள் டென்னிஸ் போலாகியது. முன்னங்கை ஷாட்டுகளுக்கும் பின்னங்கை ஷாட்டுகளுக்கும் வேகத்தில்

வித்தியாசம் தெரியாமல் போனது. *Serve and volley* எனப்படும் வலைக்கு அருகில் வந்து பந்து தரையைத் தொடுவதற்கு முன் ஆடும் தாக்குதல் ஆட்டம் வழக்கொழிந்துபோனது. *Baseline* என்ற பின்வரிசைக் கோட்டை ஒட்டியே வலமும் இடமும் ஓடி 'டாப் ஸ்பின்'னோடு முடிவேயில்லாமல் பந்தை அடித்துக்கொண்டேஇருக்கும் பாணி பரவலாகியது. ஆனால் சாம்ப்ராஸ் காலம் வரை *serve and volley* ஆடுபவர்களும், ஒற்றைக்கையால் பின்னங்கை ஷாட்டுகளை ஆடுபவர்களும் இருந்தார்கள். அதன்பிறகு ஃபெடரர் மட்டுமே முதல்நிலை வீரர்களில் இத்தகைய ஷாட்டுகளை ஆடுபவராக இருந்தார். இதையே அவருடைய பலவீனமாக்கியது நடாலின் மிருகத்தனமான ஷாட்டுகள். வலைக்கு அருகில் வந்து 'வாலி' ஆடிக்கொண்டிருந்த ஃபெடரரை பின்வரிசைக் கோட்டை ஒட்டியே நின்று ஆடும்படி ஆக்கினாலும் நடாலை அவருடைய பாணியிலேயே ஆடி வெல்லவும் பலமுறை ஃபெடரரால் முடிந்திருக்கிறது.

சதுரங்கம் ஆடுபவர்களுக்கு இவருடைய ஆட்டம் பரிச்சய மானதாகத் தெரியக்கூடும். எதிராளியை ஒரு கண்ணிவலையில் சிக்கவைப்பதற்காக இவர் பந்தை ஒரு மூலைக்கு அடித்துவிட்டு, அடுத்த பந்தை எதிராளி அடையமுடியாத இடத்துக்கு இவர் அடிப்பது மற்றவர்கள் பாணியிலிருந்து வேறுபட்டது. டென்னிஸ் உலகின் பாபி ஃபிஷர் இவர். இவருக்கு முந்தைய தலைமுறை களைச் சேர்ந்த வீரர்களிலிருந்து இவர் வேறுபடும் அம்சங்களைப் பற்றி ஒரு புத்தகமே எழுத முடியும். நவீன தொழில்முறை வீரர்கள் வரிசையை ஒரு சௌகரியத்துக்காக 70களின் ஆரம்பத்திலிருந்து பார்த்தால், ஜிம்மி கானார்ஸ் ஓர் அசல் அமெரிக்கப் போராளி (தெருச்சண்டைக்காரன் என்றும் செல்லப் பெயர் உண்டு). வேங்கைப் புலியைப் போல ஓடுவார். ஒவ்வோர் ஆட்டமும் இவருக்கு வாழ்வா சாவா போராட்டம்தான். கடைசிவரை விட்டுக்கொடுக்க மாட்டார். திறமை, நடத்தை என்ற இரண்டு அம்சங்களிலும் ஃபெடரரின் பாதி உயரத்துக்குக்கூட வர மாட்டார்.

ஸ்வீடனின் பியோர்ன் போர்க் தன் காலத்தில் ஒரு ராக் ஸ்டாரைப் போல புகழ்பெற்றிருந்தவர். விம்பிள்டனை தொடர்ச்சியாக ஐந்து முறை வென்றவர் என்ற பெருமை இருந்தாலும் அந்தப் புல்தரை ஆட்டத்துக்கு ஏற்ற ஆட்டத் திறன் போர்குக்கு இருந்ததில்லை. அடிப்படையில் அவர் களிமண் தரை ஆட்டக்காரர். அந்த காலகட்டத்தில் திறமையான புல்தரை வீரர்கள் அவருக்கு எதிரே இல்லாததால் விம்பிள்டனில் முதல் நான்கு வருடங்களுக்கு அவருக்குச் சிக்கல் இருக்கவில்லை. 1980இல் மெக்கென்ரோ என்ற ஜீனியஸ் தலையெடுத்ததும் அந்த

வருடம் போராடி வென்றாலும் அதன் பிறகு போர்க் காணாமல் போனார். ஃபெடரரோடு ஒப்பிட்டால் போர்க் எழுபது சதவீதம் மட்டுமே எட்டிப்பிடிப்பார் என்று சொன்னால் பழைய போர்க் நேசர்கள் கோபிக்கலாம்.

ஜான் மெக்கென்ரோவை மட்டுமே ஃபெடரரோடு கிட்டத்தட்ட சரிசமமாக வைத்துப் பார்க்க முடியும். இருவருமே டென்னிஸ் மைதானத்தில் வந்திறங்கிய மந்திரவாதிகள். ஆனால் ஃபெடரரின் ஒழுக்கமும், உடற்தகுதியும் மெக்கென்ரோவிடம் இருந்ததில்லை. மெக்கென்ரோ கிறுக்குத்தனமும் விநோதமும் கலந்த மேதை. இவான் லெண்டில் டென்னிஸ் மெஷின். போரிஸ் பெக்கர் நல்ல அத்தலெட். எட்பர்க் ஸ்டைலான ஆட்டக்காரர். இவர்களில் யாருமே நம் நாயகரோடு ஒப்பிடமுடியாதவர்கள். ஸாம்ப்ராஸும் அகஸ்ஸியும் ஃபெடரருக்கு சவாலாக இருந்திருப்பார்களேயொழிய அவரின் மீது ஆதிக்கம் செலுத்தி யிருக்க முடியாது.

ஆனாலும் 2006 தொடங்கி பதினைந்து வருடங்கள் உலக டென்னிஸ் வரலாற்றில் பொற்காலம் என்று சொல்லலாம். வேறு எந்தக் காலகட்டத்திலும் ஒரே நேரத்தில் ஒருவருக்கொருவர் சளைக்காத மூன்று மகத்தான வீரர்கள் ஒருவரோடொருவர் போட்டியிட்டதில்லை. ஃபெடரர், நடால், ஜோகோவிக் என்ற மூவரும் வெவ்வேறு காலகட்டங்களில் பிறந்திருந்தால் அவர் களுடைய சாதனைப் பட்டியல்கள் இன்னும் பிரம்மாண்ட மானவையாக இருந்திருக்கும்.

இருந்தாலும் என்ன, இம்மூவரில் சக்கரவர்த்தி என்று ரோஜர் ஃபெடரரை மட்டுமே சரித்திரம் பதிவு செய்யும்.

◆

காலச்சுவடு, அக்டோபர் 2022

பகுதி 2

14

கசுவோ இஷிகுரோ

தொலைந்த ஞாபகங்களும் மிதக்கும் உலகங்களும்

கசுவோ இஷிகுரோ என்றதும் ஜப்பானிய மொழி எழுத்தாளர் என்று தோன்றும். அல்ல. இவர் ஆங்கில எழுத்தாளர். இன்றைய ஆங்கில இலக்கிய உலகின் மிகமுக்கியமான எழுத்தாளராக அறியப்படுபவர். 2017ஆம் ஆண்டின் இலக்கியத்துக்கான நோபல் பரிசை வென்றவர். புக்கர் பரிசை வென்றவர். மேலும் மூன்று முறை புக்கர் விருதுக்கான பட்டியலில் இவரது நாவல்கள் தேர்ந்தெடுக்கப்பட்டுள்ளன. 1954இல் நாகசாகியில் பிறந்து, தனது ஆறாவது வயதில் பெற்றோர்களுடன் பிரிட்டனுக்குக் குடியேறிவிட்டவர். கடல் ஆய்வாளரான இஷிகுரோவின் தந்தைக்கு குடும்பத்தோடு தாய்நாடு திரும்பிவிட வேண்டுமென்ற ஆசை இறுதிவரை நிறைவேறவேயில்லை. ஆங்கிலேயச் சூழலிலேயே வளர்ந்த இஷிகுரோ ஜப்பானுக்குத் திரும்பி யிருந்தால் இப்போது அவர் எழுதியிருக்கும் நாவல்களை எழுதியிருப்பாரா என்பதும் சந்தேகம்தான். அவரும், அவருடைய குடும்பத்தினரும் வசித்த நாகசாகி, ஷாங்காய், ஆங்கிலேய கிராமப்பகுதிகள் இவரது நாவல்களில் அடிக்கடி வந்தாலும் அவை கதைக்களன்களாக இல்லாமல்

எப்போதும் ஒருவித தொலைதூர ஞாபகங்களாக, சிலவேளைகளில் உருவகங்களாக மட்டுமே தென்படுகின்றன.

பிறப்பால் ஜப்பானியராக இருந்தாலும் இஷிகுரோ சுறுசுறுப்பான எழுத்தாளர் அல்லர். ஹாருகி முரகாமியின் வேகத்தோடு இவரை ஒப்பிடவே முடியாது. (முரகாமி சராசரியாக இரண்டு வருடங்களுக்கு ஒரு நாவல் எழுதிவிடுபவர்). 1982இல் இஷிகுரோ முதல் நாவல் 'A Pale View Of Hills' வெளிவந்தது. இன்றுவரை ஏழு நாவல்களும் ஒரேயொரு சிறுகதைத் தொகுப்பும் மட்டுமே வெளிவந்துள்ளன.

இஷிகுரோவின் நாவல்கள் பரபரப்பான வாசிப்புக்கு உரியன அல்ல. மிகு உணர்ச்சியோடு விஸ்தாரமாக எழுத வேண்டிய கதைகளைக்கூட மிகச் சிக்கனமான, ஆரவாரமற்ற வாக்கியங்களில், பெரிய வர்ணனைகளின்றி, வேண்டுமென்றே குறைத்துக் கூறப்படும் தொனியில் எழுதுகிறவர். ஆனால் நிச்சலமான இந்த மேற்பரப்பு உண்மையானதல்ல. நாவலில் பொதிந்திருக்கும் வெற்றிடங்கள் சொல்லப்படாததை நிரப்புவதற்குப் பதிலாக மௌனத்தின் ஓலத்தை உக்கிரமாக அதிகரித்துச் சுற்றிலும் எதிரொலிக்கின்றன. நாவலில் பெரிதாக எதுவும் நிகழாவிட்டாலும் இன்னதென்று விளங்காத அச்சமும் பதற்றமும் வாசிப்பவர்களைச் சூழ்ந்து கொள்கின்றன. உதாரணத்துக்கு நான் மொழிபெயர்த்த அவருடைய ஒரு சிறுகதையையும் ('A Village After Dark'), ஒரு வானொலி நாடகத்தையும் ('Gourmet') சொல்லலாம். 'இருட்டியபின் ஒரு கிராமம்' கதையில் இன்னதென்று புரியாத ஒரு மர்மம் கடைசிவரை அடங்கிய தொனியில் சொல்லப்படுகிறது. 'ருசிகர்' நாடகத்திலும் இதே அம்சம் நம்மைப் பதற்றத்தின் எல்லையிலேயே வைத்திருக்கிறது. மர்மக் கதைகள் உண்டாக்கும் அச்சவுணர்வு அல்ல இது. தன்னை எப்போதும் அந்நியனாகவே உணர்ந்து வரும் கலைஞனின் மருட்சி அது.

இவரது முதல் நாவலான 'A Pale View Of Hills' இங்கிலாந்தில் வசிக்கும் ஒரு நடுத்தர வயது ஜப்பானிய விதவை எட்சுகோ சொல்வதாக அமைக்கப்பட்டிருக்கிறது. அவளுடைய மகள் கெய்கோவின் தற்கொலை, எட்சுகோவுக்கு நாகசாகி போர் ஞாபகங்களைத் தூண்டிவிடுகிறது. அவளது கடந்தகால நினைவுகள், சுய ஏமாற்றல்கள், ஒழுங்குநெறிச் சிக்கல்கள், எல்லாம் அவளது நிகழ்காலத்தோடு கலந்து முன்னும் பின்னுமாக அலைபாய்கின்றன. அவளுடைய அடுத்த வீட்டுக்காரியான சச்சிகோவுக்கு வேறுவிதமான சிக்கல்கள். அமெரிக்க ராணுவ வீரன் ஒருவனுடனான அவளது தொடர்பு அவள் பெண் மாரிகோவை மனரீதியாகப் பாதித்து விநோதமாக நடக்க வைக்கிறது – பாரம்பரியம் மிக்க ஜப்பானிய வேர்களை உதிர்த்துவிட்டு மேற்கில்

குடியேறும் சகநாட்டவர்களின் ஒட்டுமொத்த ஆன்மீகச் சிக்கல்கள் மிக அழுத்தமாக முதல் நாவலிலேயே சொல்லப்படுகிறது.

இஷிகுரோவின் இரண்டாவது நாவலான *'An Artist of the Floating World'* போருக்குப் பிந்தைய ஜப்பானியர்களின் – குறிப்பாகக் கலைஞர்களின் – குற்றவுணர்ச்சியை நேரடியாகச் சொல்கிறது. மசூஜி ஓனோ என்ற ஓவியனுக்கு ஓய்வுக்காலம் சித்திரவதையாக இருக்கிறது. போர்க்குற்றங்களில் தனக்கும் மறைமுகமான பங்கு இருப்பதாக நினைக்கிறான். போருக்குப் பிந்தைய காலங்களில் குடும்ப உறவுகளுக்கு இடையேயும் புதிய சிக்கல்களும் விலகல்களும் நிகழ்கின்றன. குறிப்பாக எதனையும் காரணமாகச் சுட்டிக் காட்டிவிட இயலாத சூழல் நாடெங்கும் நிலவுகிறது. மிகச்சிக்கலான உளப்பிரச்சனைகள் நாவல் முழுக்க விரவியிருக்கின்றன. கடந்தகாலமும் நிகழ்காலமும் முன்னுக்குப் பின் முரணாக அந்த ஓவியனின் நினைவுகளில் புகுந்து அலைக்கழிக்கும் இந்த உள்முகமான படைப்பை இஷிகுரோவின் மிகச்சிறந்த நாவலாகப் பல விமர்சகர்கள் கருதுகிறார்கள்.

முதல் இருநாவல்களும் ஜப்பானியர்களை மையப்படுத்தி இருந்ததினால் இஷிகுரோ பிரக்ஞைபூர்வமாக அதிலிருந்து விலகி ஒரு 'தூய்மையான' ஆங்கிலேய நாவலாக *'Remains Of The Day'*வை எழுதினார். 1989இல் புக்கர் பரிசுபெற்ற இந்நாவலில் ஆங்கிலேயச் சமூகத்தின் தனித்துவ அடையாளமான 'பட்லர்' ஒருவனை அற்புதமாகக் காட்சிப்படுத்துகிறார். ஓர் அந்நிய தேசத்தவராக இங்கிலாந்தில் வாழ்ந்துவரும் இஷிகுரோவிற்கு ஆங்கிலேயர்களின் பாசாங்குகளும், பிரபுத்துவத் தோரணைகளும், அறநெறிப் பிரகடனங்களும் ஒருவிதக் கேலியுணர்வை நிச்சயம் தூண்டியிருக்கும். ஆனால் அவற்றை பி.ஜி. உட்ஹவுஸின் ஜீவ்ஸைப்போல நகைச்சுவையாகக் காட்டாமல் குற்றவுணர்வின் வேறொரு பரிமாணத்தை ஸ்டீவன்ஸ் என்ற அந்த பட்லரின் மூலம் சொல்கிறார். அதற்குக் காரணம் அவன் பணியாற்றுவது இரண்டாம் உலகப்போர் காலத்தில் நாஜி அனுதாபியாக இருந்த பிரபு ஒருவருக்குக் கீழே. அந்த பட்லரின் அதீத பணிவுக்கும் தாழ்மையான நடத்தைக்கும், மரியாதையான பேச்சுக்கும் பின்னால் இஷிகுரோவின் கூர்மையான பகடி ஒளிந்திருக்கிறது– இந்நாவல் திரைப்படமாகவும் எடுக்கப்பட்டு அகாதெமி விருதுப் பட்டியலில் இடம்பெற்றது.

இந்த முதல் மூன்று நாவல்களுக்குப் பிறகு *'When We Were Orphans', 'Unconsoled', 'Never Let Me Go', 'The Burried Giant', 'Klara and The Sun'* ஆகிய ஐந்து நாவல்கள் இதுவரை வந்துள்ளன. *'When We Were Orphans'*. இரண்டாம் உலகப்போருக்கு முந்தைய ஷாங்காயைக் களமாகக் கொண்டது. இலண்டனில் புகழ்பெற்ற துப்பறியும்

நிபுணனாக இருக்கும் கிறிஸ்டோஃபர் பேங்ஸ்க்குத் தீர்க்கமுடியாத ஒரு மர்மம் இருக்கிறது. ஷாங்காயில் காணாமற்போன அவனது பெற்றோர்களைத் தேடிக்கொண்டு வருகிறான். வந்தபிறகுதான் தன் தந்தை மட்டுமல்ல காலனியச் சமுதாயம் மொத்தமுமே ஈடுபட்டிருந்த நிழலான நடவடிக்கைகளை அறிந்து கொள்கிறான்.

'Never Let Me Go' நாவல் இங்கிலாந்தின் பிரபலமல்லாத ஒரு கிராமப் பகுதியில் நிகழ்கிறது. அங்குள்ள பள்ளி விடுதியில் சில மாணவர்கள் மற்றவர்களிடமிருந்து சற்று வேறுபட்டவர்களாக இருப்பதைத் தாமதமாக உணர்ந்து கொள்கின்றனர். அவர்கள் முப்பது வயதுக்குமேல் வாழ அனுமதிக்கப்படாதவர்கள். அவர்களின் உடல் மருத்துவச் சிகிச்சைக்கும் உறுப்புகள் அங்க தானத்திற்கும் பயன்படுத்தப்படுகிறது. அவர்கள் 'க்ளோனிங்' செய்யப்பட்டவர்கள்! ஆனால் இது விஞ்ஞானக் கதையல்ல. மருத்துவ ஆராய்ச்சியின் அறம் சார்ந்த பிரச்சனைகளை இந்நாவல் எடுத்தாளவில்லை. இந்த க்ளோன்கள் வெறும் குறியீடுகளே.

இஷிகுரோ மிக அரிதாகவே சிறுகதைகள் எழுதியுள்ளார். அவருடைய ஒரு சிறுகதையையும், வானொலி நாடகம் ஒன்றையும் நான் மொழிபெயர்த்திருக்கிறேன். அந்த நாடகத்தின் கருப்பொருள் வாசிப்பவரைத் திகைக்க வைக்கும். 'Gourmet' (தமிழில் 'ருசிகர்') நாடகத்தின் நாயகன் ஒரு பிரபு. உலகின் மிக உன்னதமான, எல்லா வகையான உணவு வகைகளையும் ருசித்துப் பார்ப்பதுதான் அவனது இலட்சியம். இதுவரை உலகத்தில் யாரும் சாப்பிட்டிருக்காத ஒன்றைச் சுவைத்துப் பார்க்க விரும்புகிறான். பிசாசை! ஆம், ஒரு பிசாசைப் பிடித்து அதை அடுப்பில் இட்டுச் சமைத்து, ருசி பார்க்கிறான்! இந்த வினோதமான பரிமாணமும் இஷிகுரோவைச் சேர்ந்ததுதான்.

இஷிகுரோ ஜப்பானியராகவும் அதுவும் நாகசாகியில் அணுகுண்டு விழுந்ததற்கு எட்டு வருடங்கள் கழித்துப் பிறந்தவராகவும் இருப்பதால் ஜப்பானியப் பாதிப்புகள் அவரிடம் ஆழமாகப் பதிந்திருப்பதாகவே எவருக்கும் தோன்றும். ஆனால் போரை அவர் நேரடியாக எழுதியதில்லை. போருக்குப் பிந்தைய ஜப்பானிய மனநிலை, ஜப்பானியர்களின் புலம்பெயர்தல், அந்நிய தேசத்தில் தமது கலாச்சார வேர்களை இழப்பது – இவை எல்லாமே விலகலான பார்வையில் சொல்லப்படுகின்றன.

எவ்விதப் பரபரப்பையும் காட்டாத காட்சியமைப்புகள், கிராமப்புற நெடுஞ்சாலையில் நகர்வதுபோல இஷிகுரோவின் நாவல்களில் மெதுவாக நகர்ந்தாலும் கண்ணுக்குப் புலப்படாத இருண்மையும் முன்ஜென்மத்துத் துயரம்போல் ஒரு தொனியும் அடிநாதமாக இருக்கின்றன. இஷிகுரோவின் நாவல்களை

ஜி. குப்புசாமி

வாசிப்பது அலாதியான அனுபவம். அதன் நிச்சலனமான மேற்பரப்பின் அடியில் பொதிந்திருக்கும் நுட்பங்களையும் அதிர்வுகளையும் உள்வாங்கிக்கொள்பவர்களுக்கு அவர் எத்தகைய சாதுவேடம் பூண்ட உக்கிரமான எழுத்தாளர் என்பது புரியும். அவருக்கு நோபல் பரிசு வழங்கப்பட்டிருப்பதை யாராலும் குறை சொல்ல முடியாது. உலகின் பரவலான கவனம் இப்போது இஷிகுரோவின்மீது குவியும். உலகின் மகத்தான எழுத்தாளர் ஒருவர் பரவலாக அறியப்படுவார். இவரது நாவல்கள் தமிழிலும் வரக்கூடும். இதற்காகவே நோபல் கமிட்டிக்கு நன்றி கூற வேண்டும்.

◆

இந்து தமிழ்திசை, 7 அக்டோபர், 2017

15

உலக தலித் இலக்கியத்தின் பிதாமகன்

சினுவா ஆச்செபே (1930-2013)

சமீபத்தில் தமிழின் பிரபல வார இதழ் ஒன்றில் நைஜீரிய எழுத்தாளர் சினுவா ஆச்செபே வுக்கு முழுப்பக்க அஞ்சலிக் குறிப்பு வந்திருந்தது. மறைந்த நவீன தமிழ் எழுத்தாளர்கள் பலருக்கும் கிடைக்காத பாக்கியம் தனக்குக் கிடைத்ததை நினைத்து ஆச்செபே சொர்க்கத்தில் பெருமிதம் அடைந்திருக்கக்கூடும். கடைசிவரை நோபல் பரிசு கிடைத்திராத ஏமாற்றம்கூடச் சற்றே தணிந்திருக்கும் என்று நம்பலாம்.

மேற்படி கிண்டல் தொனி சினுவா ஆச்செபே விடமிருந்து பெற்றதுதான். அவரது புகழ்பெற்ற *Things Fall Apart* (தமிழில், மகாலிங்கத்தின் மொழிபெயர்ப்பில் 'சிதைவுகள்') நாவல் ஒடுக்கப் பட்ட இனத்தின் சுயப் பிரகடனம் மட்டுமல்ல, ஆதிக்க இனத்தவரைப் பார்த்து அவர்கள் பாணியிலேயே நாக்கை வெளியே துருத்திக் காட்டுகிற எள்ளலும்கூட என்பது நாவலின் கடைசிப் பகுதியில் தெரியவருகிறது. ஒகாங்க்வோ என்ற இந்நாவலின் நாயகன் காலனிய சக்திகளுக்கு எதிராக, தனது பாரம்பரியப் பண்பாட்டு வேர்களைக் காத்துக்கொள்வதற்கு நடத்தும் கடுமையான போராட்டத்தில் தோற்று வீழ்த்தப்படுகிறான்.

ஜி. குப்புசாமி

உலகின் ஆதிக்குடியினரின் பல்லாயிர வருடப் பழமையான பண்பாடும், அதன் நூற்றுக்கணக்கான கடவுளர்களும், வழிபாட்டு நியமங்களும் துடைத்தழிக்கப்பட்டு, ஆதிக்க இனத்தவரின் மதத்திற்கு அவர்கள் மாற்றம் செய்யப்படும்போது இந்த வீழ்ச்சியின் சுற்று முழுமை பெறுகிறது.

நாவல் இந்தக் கட்டத்தில் முடிவு பெறுவதில்லை. அந்த வெள்ளைய கவர்னருக்கு தான் எழுதப்போகும் 'நைஜிரின் தாழ்நிலத்தொல் பழங்குடி இனத்தவரிடையே அமைதி உண்டாக்கல்' என்ற புத்தகத்திற்கு ஒகாங்க்வோவின் கதையைச் சேர்த்தால் சுவாரஸ்யமாக இருக்கும் என்று தோன்றுகிறது. அதுவும் "ஒரு முழு அத்தியாயமாக அல்ல, ஒரே ஒரு பத்தியாக மட்டும்!" இந்த முத்தாய்ப்புதான் ஆப்பிரிக்காவைப் பற்றி வெள்ளை இனத்தவர் கொண்டிருந்த பார்வையை நிதரிசனமாக்குகிறது.

2

சினுவா ஆச்செபேயின் 'Things Fall Apart', 1958ஆம் வருடம் வெளிவந்தது. இருண்ட கண்டம் என்று ஒற்றைப் பரிமாணத்தில் ஆப்பிரிக்காவை இளக்காரமாக வர்ணித்துவரும் மேலை நாட்டினரின் இலக்கியங்களில் உண்மையான ஆப்பிரிக்காவும், அதன் குணாம்சங்களும், கலாச்சார விழுமியங்களும் சித்திரிக்கப் பட்டிருக்கவேயில்லை என்பதை ஆச்செபேயின் இந்த முதல் நாவல் உலகிற்குப் பட்டவர்த்தனமாக வெளிக்காட்டியது. இந்த நாவல் வெளிவருவதற்குமுன் ஆப்பிரிக்காவைக் களமாகக் கொண்டு ஆப்பிரிக்கர்களின் வாழ்வைப் பதிவு செய்ததாகக் குறிப்பிடப்படும் இரண்டு நாவல்கள் ஆங்கிலோ—ஐரிஷ் எழுத்தாளரான ஜாய்ஸ் கேரியின் 'மிஸ்டர் ஜான்சன்'; ஜோசப் கான்ராடின் 'Heart of Darkness' ஆகியன. ஜாய்ஸ் கேரி தனது நாவலில் ஆப்பிரிக்காவின்மீதும் அதன் கருத்த தோலுடைய மனிதர்களின் மீதும் தனக்கிருக்கும் அருவருப்பைப் பச்சையாகவே வெளிப்படுத்திவிடுகிறார். அது ஓர் உதாரண வெள்ளையனின் மேட்டிமைப் பார்வை. ஆப்பிரிக்கர்களை 'பொறாமை மலிந்த காட்டுமிராண்டிகள், அரண்மனையின் அடித்தளத்தில் திரியும் அழுக்கு எலிகள், பல்லிளித்துக்கொண்டு கிறீச்சிட்டுக் கத்தி ஊளையிட்டுக்கொண்டு முகத்தை அஷ்டகோணலாக்கிக்கொண்டு நடனம் என்ற பெயரில் ஆபாசமாகக் குதிப்பவர்கள், விவேகமற்ற அறிவற்றவர்கள், மனிதர்கள் என்று அழைக்கத் தயங்கும்படியான மிருகங்கள்...' என்றெல்லாம் பக்கம் பக்கமாக வெறுப்பை உமிழும் 'மிஸ்டர் ஜான்சன்' நாவலை ஆப்பிரிக்காவைப் பற்றி எழுதப்பட்ட ஆகச் சிறந்த நாவல் என டைம் இதழ் பாராட்டுகிறது! ஆனால் ஜோசப் கான்ராட் ஜாய்ஸ் கேரியைப்போல விதரணையற்றவர்

அல்லர். நாசூக்கானவர். இருபதாம் நூற்றாண்டின் மகத்தான எழுத்தாளர்களில் ஒருவர் என ஸ்தாபிக்கப்பட்டிருப்பவர். அவரது 'Heart of Darkness' சென்ற நூற்றாண்டின் செல்வாக்கான ஆறு நாவல்களில் ஒன்று என ஆங்கிலேய இலக்கிய இதழ்களால் நிறுவப்பட்டிருக்கிறது. இத்தகைய புகழ்பெற்ற நாவலில் கான்ராட், கேரிக்குச் சற்றும் சளைக்காமல் கருப்பர்களைப் பற்றியும், அவர்களது 'காட்டுமிராண்டி' கலாச்சாரத்தைப் பற்றியும் வாழைப்பழத்தில் ஊசி ஏற்றுவதைப்போல ஒவ்வொரு பக்கத்திலும் அசூயையையும், வன்மத்தையும் பரப்புகிறார். இதற்கு அவர் தேர்ந்தெடுத்துப் பயன்படுத்தும் வார்த்தைகள் அலாதியானவை. பெரும் மேதைதான் அவர். அதுவும் என்ன மாதிரியான மேதை! (இந்த இடத்தில் கான்ராடின் நாவலை, அதன் கருப்பினத் துவேஷத்தை அக்கக்காகப் பிரித்துக்காட்டி சினுவா ஆச்செபே எழுதிய 'An Image of Africa: Racism in Conrad's Heart of Darkness' என்ற அபாரமான கட்டுரையை அப்படியே மொழிபெயர்த்து இணைக்க வேண்டுமென எனக்கு இச்சையாக இருக்கிறது. ஆர்வமுள்ள வாசகர்கள் இணையத்தில் தேடி வாசித்துக்கொள்ளலாம்).

3

ஆப்பிரிக்கர்களை எதிர்மறையாகவே சித்திரித்து வரும் மேற்கத்தியப் பாரம்பரியம் குறித்து ஆச்செபே தெரிவித்திருக்கும் கருத்துகள் முக்கியமானவை. "இருப்பதை அப்படியே நிலைநிறுத்தச் செய்யும் நேரடி முயற்சிக்கு உதாரணம் இது" என்று ஒரு நேர்காணலில் குறிப்பிடுகிறார். அட்லாண்டிக் மந்த்லி இதழுக்கு அளித்த நேர்காணலில் இதைப்பற்றி மேலும் பேசும்போது, கடந்த நான்கு அல்லது ஐந்து நூற்றாண்டுகளாக ஆப்பிரிக்காவுடனிருந்த ஐரோப்பியத் தொடர்புதான் ஆப்பிரிக்கர்களை மிகக்கேவல மாகச் சித்திரிக்கும் இலக்கியங்களை ஏராளமாக உற்பத்தி செய்திருப்பதற்குக் காரணம் என்கிறார். "பெரும் லாபம் ஈட்டித்தரும் அடிமை வாணிபத்தையும் அடிமை முறையை யும் நியாயப்படுத்துவதே இவற்றின் நோக்கம். இந்த அடிமை வாணிபத்தின் கொடுமைகள் ஐரோப்பாவில் கணிசமானவர் களைச் சங்கடப்படுத்தத் தொடங்கி, சிலர் எதிர்த்துப் போராடவும் ஆரம்பித்துவிட்டபின் இந்த அடிமை வணிகர்கள் அதனை நியாயப்படுத்தத் தொடங்கினர். கான்ராட், கேரி போன்றோரின் நாவல்களை இந்த சமாதான யத்தனங்களுக்கான லாபி என்றுதான் நாம் பார்க்க வேண்டும்... இந்த விஷயம் சமாதானப்படுத்திக்கொள்ளவும் நியாயப்படுத்திக்கொள்ளவும் கடினமாக இருந்ததால், 'இந்த மனிதர்கள் எல்லாம் உண்மையில் மனித இனத்தவரே அல்லர், நம்மைப் போன்றவர்கள் என்று

பார்க்க முடியாது' என்றெல்லாம் குரூரமான சமாதானங்களை முன்வைத்தவர்களையும் பார்க்க முடிகிறது. 'அடிமைகளாக அவர்களை விற்றதால் வாஸ்தவத்தில் அவர்களுக்கு நன்மைதான் விளைந்திருக்கிறது; இல்லாவிட்டால் நாகரிக வாசனை அறியாமல் மிருகங்களாகவே இருந்திருப்பார்கள்' என்று ஒரு பொதுக்கருத்தை வெற்றிகரமாக ஏற்படுத்தியதுதான் இவர்களின் சாதனை... எனவே, ஆப்பிரிக்காவைப் பற்றிய இலக்கியத்தின் நோக்கமே இதுதானென்று ஆகிவிட்ட பின் 19ஆம் நூற்றாண்டில் அடிமை வாணிபம் தடைசெய்யப்பட்ட பிறகும்கூட ஆப்பிரிக்காவின் மீதான புதிய ஐரோப்பிய ஏகாதிபத்தியத் தேவைகளுக்காக இத்தகைய இலக்கிய முயற்சிகள் தொடர்ந்தன..."

4

இப்படிப்பட்ட சூழல் நிலவிவந்த காலத்தில்தான் 'Things Fall Apart' வெளிவந்தது. (இந்நாவலைத் தொடர்ந்து வந்த 'No Longer at Ease', 'Arrow of God' ஆகிய நாவல்களைச் சேர்த்து ஒரு முக்கதைத் தொகுதி எனக் கருதலாம்). அந்நியர்களுக்கு ஒருபோதும் விளங்கிடமுடியாத ஒரு தொல்குடியின் வாழ்வை அதன் மனிதர்களில் ஒருவரே எழுதும்போது கிடைக்கும் சத்திய தரிசனம்தான் 'Things Fall Apart'இல் உலகிற்கு வாசிக்கக் கிடைத்தது. உலக தலித் இலக்கியத்தின் பிதாமகனாக சினுவா ஆச்செபே விளங்குவதும் இதனால்தான்.

ஆச்செபே ஆங்கிலத்தில் எழுதுவதற்குப் பல்வேறு தரப்பிலிருந்தும் விமரிசனங்கள் எழுந்துள்ளன. கூகி வா தியாங்கோகூட ஆச்செபே இக்போ மொழியில் எழுதாததற்காக ஆட்சேபித்திருக்கிறார். (வா தியாங்கோ முதலில் வேறொரு பெயரில் ஆங்கிலத்தில் எழுதிவந்தவர். பின்னர் மனமாற்றம் அடைந்து அவரது தாய்மொழிப் பெயரில் தனது தாய்மொழி யிலேயே எழுதத் தொடங்கினார்).

"இந்நாவலை உங்கள் தாய்மொழியிலேயே எழுதியிருந்தால் இதைவிடச் சிறப்பாக எழுதியிருக்க முடியுமல்லவா? உங்கள் நாட்டவர்களிடம் இதைவிட அதிகமான தாக்கத்தை ஏற்படுத்தி யிருக்குமே?" என்று அவரிடம் யுனெஸ்கோ கூரியர் இதழ் நேர்காணலில் கேட்டபோது அவர் அளித்த பதில் இதுதான்: "கண்டிப்பாக இருக்காது, அதில் எனக்குச் சந்தேகமே இல்லை. எனது நாட்டவர்களான நைஜீரியர்கள் எல்லோருமே இக்போ மொழி பேசுபவர்கள் அல்லர். பிரதானமான இனக்குழுக்களில் ஒன்றுதான் இக்போக்கள். 'Things Fall Apart'-ஐ இக்போவில் எழுதியிருந்தால் இக்போக்கள் மட்டுமே வாசித்திருப்பார்கள்,

யோருபாக்களோ, ஹாவுஸாக்களோ, இபிபியோக்களோ அல்லது மற்ற ஆப்பிரிக்கர்களான கிகியூக்களோ, லூவோக்களோ, இந்தக் கண்டத்தில் பரவியிருக்கும் மற்ற இனத்தவரோ அதை வாசித்திருக்க மாட்டார்கள். ஆங்கிலத்தில் எழுதியதால் நாவல் ஆப்பிரிக்கக் கண்டம் முழுக்கப் பரவலான தாக்கத்தை ஏற்படுத்தியிருக்கிறது. இக்போவில் எழுதியிருந்தால் இது சாத்தியப்பட்டிருக்காது. உங்கள் திறமையின் சக்தியை ஒரு ஆப்பிரிக்க மொழிக்கு மட்டும் அளித்திருந்தால் அங்கே ஒரு புதிய இலக்கிய எழுச்சி உருவாக உதவியிருக்கும் என்பது உண்மைதான். இதற்கான பதில், நீங்கள் எப்படிப்பட்ட குணாம்சங்களைக் கொண்டவர் என்பதையும், இலக்கியம் செய்ய வேண்டியது என்னவென்று நீங்கள் நம்புகிறீர்கள் என்பதையும் பொறுத்தது."

ஆங்கிலத்தில் எழுதுபவராக இருந்தாலும் ஆங்கிலத்தைத் தாய்மொழியாகக் கொண்டவர்களின் 'சுத்தபத்தமான' மொழியில் எழுதுவதைத் தான் விரும்பவில்லை என்று *'The African Writer and the English Language'* என்ற 1965ஆம் வருடக் கட்டுரையில் ஆச்செபே எழுதுகிறார். "ஆப்பிரிக்க எழுத்தாளன் பயன்படுத்தும் ஆங்கிலம் உலகளாவிய விதத்தில் வாசிக்கக்கூடியதாகவும், அதேசமயத்தில் அவனது தனித்துவ அனுபவங்களின் பாரத்தை ஏற்றியிருப்பதாகவும் இருக்க வேண்டும்," என்று கூறிவிட்டு அதனை விளக்குவதற்காக அவரது *'Arrow of God'* நாவலிலிருந்து சில பகுதிகளை உதாரணமாகக் காட்டுகிறார். கிராமத்தின் தலைமைப் பூசாரியான எசுவூலு கிராமத்திற்கு வந்திருக்கும் புதிய மிஷனரிகளின் நடவடிக்கைகளைத் தெரிந்துகொள்வதற்கு ஆர்வமாக இருக்கிறார். இந்த நாவலில் ஆச்செபே எழுதியிருக்கும் வரிகள் இவை: *I want one of my sons to join these people and be my eyes there. If there is nothing in it, you will come back. But if there is something, then you will bring home my share. The world is like a mask, dancing. If you want to see it well, you do not stand in one place. My spirit tells me that those who do not befriend the white man today will be saying had we known tomorrow.*

இதே வரிகளை அர்த்தம் மாறாமல் ஆங்கிலேயர்களின் ஆங்கிலத்தில் எழுதினால் எப்படி ஜீவனிழந்து, வேர்ப்பிடிப்பற்றுக் காணப்படும் என்பதை எழுதிக்காட்டுகிறார்: *I am sending you as my representative among these people-just to be on the safe side in case the new religion develops. One has to move with the times, or else, one is left behind. I have a hunch that those who fail to come to terms with the white man may well regret their lack of foresight.*

வழக்கமான சொற்றொடர்களை, பழக்கப்பட்டிராத வகைகளில் பயன்படுத்துவதன் மூலம் ஆச்செபே அவரது பாத்திரங்களை ஆங்கில மொழியின் கூடவே ஒட்டியிருக்கும் ஆங்கிலோ ஸாக்ஸன் கலாச்சாரப் பிடியிலிருந்து விடுவித்துத் தனது சொந்தக் கால்களில் நிற்க வைக்கிறார் என்பதற்கு உதாரணம் இதுதான். எசுவூலு பயன்படுத்தும் *'be my eyes'*, *'bring home my share'* என்பவற்றிற்கு ஆங்கிலத்தில் சமமான ஆங்கில வார்த்தைகள் இல்லை. *'My spirit tells me'* என்பதற்கும் *'I have a hunch'* என்பதற்கும் இடையே இருக்கின்ற மகத்தான இடைவெளியைத்தான் ஆச்செபே அடிக்கோடிட்டுக் காட்டுகிறார்.

நைஜீரியத் தேசிய மொழிகளில் ஒன்றான இக்போவில் வழங்கும் ஒரு தொல்கதையை ஆச்செபே ஒரு கட்டுரையில் குறிப்பிட்டுள்ளார். கடவுளர்களில் தலையாயவரான சுக்கு கடவுளிடம் வரம் ஒன்றைக் கேட்டுப் பெறுவதற்குத் தூதனாக நாய் ஒன்றைத் தேர்ந்தெடுக்கின்றனர். இறந்தவர்கள் மீண்டும் உயிர்பெற்று வர வேண்டும் என்பதுதான் கோரிக்கை. நாய் உடனே செல்லாமல் சோம்பலுடன் தாமதிக்க, ஒட்டுக் கேட்டுக்கொண்டிருந்த தேரை ஒன்று கடவுளிடம் செல்கிறது. தேரைக்கு மனிதர்கள்மீது விரோதம். எனவே, கடவுளிடம் கோரிக்கையை மாற்றி, மனிதர்கள் இறந்த பிறகு மீண்டும் உலகிற்கு வராமலிருக்க வரம் கேட்பதாகச் சொல்லிவிடுகிறது. கடவுள் வரமளித்துவிடுகிறார். அதன் பின்னர் நாய் சென்று உண்மையான கோரிக்கையைச் சொல்லும்போது, கடவுள் அளிக்கப்பட்ட வரத்தை மாற்ற மறுத்துவிடுகிறார். அதனால் மனிதன் மீண்டும் பிறந்தாலும் மனிதனாக இல்லாமல் வேறு உயிராகப் பிறவி எடுத்து வருவது தொடங்கிவிடுகிறது. ஆப்பிரிக்கக் கண்டம் முழுக்க இதே கதை அடிப்படை மாறாமல், பல்வேறு வடிவங்களில் நிலவி வருவதாகச் சொல்லிவிட்டு, இந்தக் கதையால் அறியப்படும் நீதி இதுதான் என ஆச்செபே முன்வைக்கிறார்: 'உன் கதையை உன் குரலில் நீயே சொல். மற்றவர்களைச் சார்ந்திருந்தால் அபாயம்தான்.'

5

ஆச்செபேவுக்குச் சில தலைமுறைகள் முன்பாகவே நைஜீரியர்கள் மற்ற ஆப்பிரிக்க நாட்டவர்களைப் போலவே கிறித்துவத்திற்கு மாறிவிட்டிருந்தாலும்,ஒருசில குடும்பங்கள் மட்டும் அவர்களுக்குரிய புராதன மதத்திலிருந்து வெளியேறாமல் அதன் ஐதீகங்களைக் கடைப்பிடித்து வந்ததை *'Named for Victoria, Queen of England'* என்ற கட்டுரையில் எழுதுகிறார். அவர் வீட்டில் பெற்றோர்கள் அனுசரித்துவந்த கிறித்துவ மதத்திற்கும், அவர் வீட்டுக்கு

வெளியே அப்போதும் அதிருஷ்டவசமாகப் புழக்கத்திலிருந்த, ஆனால் பின்வாங்கிக்கொண்டிருந்த அவர் மூதாதையர்களின் புராதன மதத்திற்கும் இடையே உண்டாகியிருந்த உராய்வுதான் அவரது படைப்புலக வாழ்க்கையையே தூண்டிவிட்டது என்று குறிப்பிட்டுள்ளார்.

ஆச்செபேயின் மாமா கிறித்துவத்திற்கு மாற மறுத்துத் தாய் மதத்திலேயே இருப்பவர். அவர் வீட்டில் நடக்கும் சடங்குகளில் புறச்சமய விருந்துகளில் கலந்துகொள்வது தனக்கு எந்த அசௌகரியத்தையும் ஏற்படுத்தவில்லை என்கிறார் ஆச்செபே. "நானே சத்தியமும் ஜீவனுமாய் இருக்கிறேன் என்ற சமரசமற்ற கிறித்துவ உறுதியை என்னால் அதிகம் ஏற்க முடியவில்லை. ஆனால் இதையே என் நாட்டார் மதத்தின் பணிவும் இசைவுமான கண்ணோட்டத்தோடு என்னால் பிற்காலத்தில் ஒப்பிட்டுப் பார்க்க முடிந்தது. எமது தாய் மதத்தில் பல்வேறு கடவுளர்கள் உண்டு. ஒருவரிடம் நீங்கள் நெருக்கமாக, நட்பாக இருந்தாலும் மற்றொரு கடவுளோடு உங்களுக்குச் சண்டை வந்து விடலாம். நீங்கள் யூடோவைத் தீவிரமாக வழிபடுபவராக இருந்தாலும் வொக்வூக்வூவால் கொல்லப்படலாம். குறுகிய, வளைவு நெகிழ்வற்ற இறுக்கமான கிறித்துவ நம்பிக்கையைவிட இத்தகைய சொல்லாடல்களும் பழமொழிகளும் மனித வாழ்வின் சிக்கல்களைப் புரிந்துகொள்ள எனக்கு உதவியாக இருந்திருக்கின்றன. இந்தப் பன்முகப் போக்குடைய எங்கள் புராதன மதம் கலாபூர்வமாக எனக்குத் திருப்தியளிப்பதாக உள்ளது."

6

ஆச்செபேயின் வாசகர்கள் பல வருடங்களாக அவருக்கு நோபல் பரிசு கிடைக்கும் என்று காத்திருக்கிறார்கள். நோபல் தேர்வுகள் பரிபூரண நியாயத்தன்மை கொண்டவை அல்ல என்பதற்கு உதாரணமாக ஆச்செபேவுக்கும் போர்ஹெஸ்ஸிற்கும் வழங்கப்படாததையும், இன்னும் வேறு சிலருக்கு வழங்கப்பட்டதையும் வைத்துச் சொல்லிவிடலாம். 1987இல் வெளிவந்த அவரது கடைசி நாவலான *'Ant hills of the Savannah'* புக்கர் பரிசின் இறுதிச்சுற்று வரை முன்னேறி வந்தாலும் பரிசு வெல்லவில்லை. ஆனால் இருபது வருடங்கள் கழித்து நோபலுக்கு நிகரான 'மேன் புக்கர் இண்டர்நேஷனல்' விருது ஆச்செபேக்கு வழங்கப்பட்டது.

தன் தேசத்து அடையாளங்களைப் படைப்புகளில் மீட்டுருவாக்கம் செய்துகொண்டிருந்த ஆச்செபேவின்மீது ஓர் அதிருப்தியும் அவருடைய வாசகர்களிடம் இருந்து

வந்திருக்கிறது. வெள்ளையர்களின் ஆக்கிரமிப்பு அரசியலைப் புனைவுகளிலும் கட்டுரைகளிலும் தொடர்ந்து எழுதிவந்த அவர் தனது சொந்த நாட்டில், தனது சொந்த இன மக்களின் உரிமைப் போராட்டத்தை, சுதந்திரப் போராட்டத்தை எழுதியதேயில்லையென்ற அதிருப்தி நைஜீரிய அரசியல் அறிந்த வாசகர்களுக்கு இருந்தது. நைஜீரியாவின் எண்ணெய் வளமிக்க பயாஃப்ரா பகுதியைச் சேர்ந்தவர்தான் சினுவா ஆச்செபே. பயாஃப்ரா பகுதிக்குத் தன்னாட்சி உரிமைகோரி இக்போ இன மக்கள் அறுபதுகளில் பெரும் உள்நாட்டுப் போராட்டத்தில் ஈடுபட்டு வந்தனர். கடுமையான போருக்குப் பின் பயாஃப்ரா தனி நாடாகப் பிரிந்தது. ஆனால் அமெரிக்க ஆங்கிலேய அரசுகளின் ஒத்துழைப்போடு நைஜீரிய அரசு பயாஃப்ராவை மீண்டும் இணைத்துக்கொண்டது. இப்போரில் உயிரிழந்த இக்போவினர் கணக்கற்றோர். அன்று பெருக்கெடுத்தோடிய ரத்த ஆற்றின் வீச்சம் இன்னும் இக்போ இனத்தவரிடம் நீங்காமல் இருக்கிறது. ஆனால் இப்போராட்டங்கள் நிகழ்ந்த காலத்தில் ஆச்செபே ஆதரவாகப் பேசியதோ எழுதியதோ இல்லை. பயாஃப்ரா உள்நாட்டு யுத்தம் தொடங்குவதற்கு முன் அவருடைய *'A Man of the People'* நாவலில் மட்டும் அறுபதுகளில் ஆப்பிரிக்க நாடுகளில் நிலவி வந்த ஊழல், அதிகாரப் போராட்டங்களைப் பகடி செய்து எழுதியிருப்பார். நாவலின் இறுதியில் ஒரு புரட்சி வெடிப்பதாக எழுதி தனது கடமையை முடித்துக்கொண்டார். இதைத் தவிர ஓர் உண்மையான கலைஞனுக்கு இருக்க வேண்டிய அறச்சீற்றம் பயாஃப்ரா விஷயத்தில் ஆச்செபேவுக்கு இருந்ததில்லை என்றே சொல்லலாம். "நைஜீரியா ஒரு மிகப்பெரிய பரப்பளவு கொண்ட நாடு. இதில் ஒரு புரட்சி வெடிக்கும் என்று நான் உண்மையில் நம்பியதேயில்லை. நாவலுக்கு அது பொருத்தமாக இருந்தது என்பதால் எழுதினேன்" என்று ஆச்செபே குறிப்பிட்ட அந்நாவல் வெளியாவதற்கு ஒரு சில நாட்களுக்கு முன் நிஜமாகவே பயாஃப்ரா புரட்சி நைஜீரியாவில் வெடித்தது! பாப்லோ நெரூதாவின் இறுதி ஊர்வலம் முடிந்த கையோடு, பினோசேவுக்கெதிராக மக்கள் புரட்சி வெடித்ததைப் போலவே இதுவும் ஓர் ஆச்சரியகரமான நிகழ்வுதான். எழுத்தாளன் அறம் பாடியதால்தான் புரட்சி வெடித்திருக்கிறது என்று ஆச்செபே அப்போது ஆறுதல் அடைந்திருக்கக்கூடும்.

மற்றொரு நட்சத்திர எழுத்தாளரான வொலே சொயிங்காவும் பூடகமான மொழியில் சில கவிதைகள் மட்டுமே எழுதியிருக்கிறார். (ஆனால் பயாஃப்ரா யுத்தம் நடைபெற்றபோது பிறந்தே யிராத – 1977ஆம் ஆண்டு பிறந்த – சீமமாண்டா அடீச்சி, குரூர மாகக் கலைக்கப்பட்ட பயாஃப்ரா என்ற கனவை, அந்த இழப்பின்

வடுக்களைப் பற்றி 'Purple Hibiscus', 'Half of the Yellow Sun' என்று இரண்டு நாவல்கள் எழுதிவிட்டார்).

ஆனால் இந்தக் குற்றவுணர்வு ஆச்செபேவை வாழ்நாள் முழுக்கவும் சித்திரவதை செய்துவந்திருக்கிறது என்பது அவருடைய கடைசிப் புத்தகத்தில் வெளிப்பட்டது. குந்தர் கிராஸ் நாஜி படையில் பணியாற்ற நேர்ந்ததை தன் மறைவுக்குச் சில வருடங்களுக்கு முன் வெளிப்படுத்தியதைப் போலவே ஆச்செபே அவரது மறைவுக்கு ஒரு வருடம் முன்பாக 'There Was A Country' என்ற தலைப்பில் தனது சொந்த பயாஃப்ரா அனுபவங்களை எழுதிக் கழுவாய் தேடிக்கொண்டார்.

●

உயிர் எழுத்து, மே 2013

16

தென்னாப்பிரிக்காவின் மனசாட்சியை எழுத்தில் ஒலித்தவர்

நடீன் கோர்டிமெர் [1923–2014]

மற்றொரு முதிய எழுத்தாளர் மறைந்திருக்கிறார். தென்னாப்பிரிக்காவைச் சேர்ந்த நடீன் கோர்டிமெர் இலக்கியத்துக்காக 1991இல் நோபல் பரிசு பெற்றவர். ஒரு விதத்தில் பார்க்கப்போனால் அரசியல் பிரிவின் கீழ் அமைதிக்காகவும் அப்பரிசை வழங்கியிருப்பதாகக் கருதலாம். பரிசு வழங்கப்பட்ட வருடம் முக்கியமானது. 27 வருட சிறைவாசத்திற்குப்பிறகு மண்டேலா விடுதலை செய்யப்படுகிறார். 91இல் டி கிளெர்க் இனவேற்றுமை அரசியல் சட்டத்தை மாற்றி, ஆப்பிரிக்கத் தேசிய காங்கிரஸ் மீதான தடையை விலக்குகிறார். தென்னாப்பிரிக்காவில் நிகழ்ந்துவரும் இந்த ஆச்சரியகரமான, வரவேற்கத்தகுந்த மாற்றங்களை உலகமே வியந்து பார்த்துக்கொண்டிருக்கையில், தன் வாழ்நாள் முழுக்கக் கருப்பின மக்களுக்கு ஆதரவாகவும், அவர்கள்மீது ஒடுக்குமுறையைப் பிரயோகித்து வரும் வெள்ளையின ஆட்சியாளர்களைக் கண்டித்தும், தனது படைப்புகளில் தொடர்ந்து எழுதிவரும் ஒரு வெள்ளை எழுத்தாளருக்கு நோபல் பரிசு வழங்கப்படுகிறது (மண்டேலாவுக்குக்கூட இரண்டு வருடங்கள் கழித்துத்தான் அளிக்கப்பட்டது). நோபல் தேர்வுகளில் அரசியல் இல்லையென்று யார் சொன்னது?

கோர்டிமெர், மண்டேலாவுக்கு மிகவும் நெருக்கமானவர். எழுத்தாளர்கள் தேசிய / அரசியல் தலைவர்களோடு நெருக்கமாக இருப்பதும் இயங்குவதும் புதிதல்ல. மார்க்கேஸும் காஸ்ட்ரோவும், குந்தர் கிராஸும் வில்லி பிரான்ட்டும், நெரூதாவும் அயெந்தேவும் ஒருசில உதாரணங்கள். ஆனால் கோர்டிமெரைச் சிறையில் இருக்கையில் வாசித்து மட்டுமே அறிந்திருந்த மண்டேலா, தன் அந்தரங்கத்தைப் பகிர்ந்துகொள்ளக்கூடிய அளவுக்கு நம்பிக்கையான உன்னதத் தோழியாக உணர்ந்திருக்கிறார் என்பதுதான் முக்கியமானது. கோர்டிமெரின் நாவல்கள் எல்லாமே வெளிவந்த சூட்டோடு தென்னாப்பிரிக்க அரசால் தடைசெய்யப்பட்டுவிடுவது வழக்கம். சிறைக்குள்ளிருந்த மண்டேலா, *'Burger's Daughter'* நாவலை எப்படியோ கடத்திவரச்செய்து, வாசித்துவிட்டு அவருக்குப் பாராட்டுக் கடிதம் எழுதியிருக்கிறார். 90ஆம் வருடம் சிறையிலிருந்து வெளிவந்தவுடனேயே மண்டேலா சந்திக்க அழைத்தவர்களில் கோர்டிமெரும் ஒருவர். அந்தச் சந்திப்பு இலக்கியம் சம்பந்தப்பட்டதாக இருக்கவில்லை. சிறையிலிருந்து வெளிவந்த முதல் நாளிலேயே மடிபாவை பேரதிர்ச்சிக்குள்ளாக்கிய ஒரு தனிப்பட்ட விஷயத்தைப் பகிர்ந்துகொள்வதற்காகவே கோர்டிமெரை அவர் அழைத்திருக்கிறார் என்பதை கோர்டிமெரே மண்டேலாவின் அஞ்சலிக் குறிப்பில் முதல்முறையாக வெளிப்படுத்துகிறார்: வின்னி மண்டேலா வேறொரு காதலரோடு இவ்வளவு காலம் வாழ்ந்து வந்திருக்கிறார் என்பதுதான் மண்டேலா அறிந்துகொண்ட செய்தி. நேர்மையும் நெகிழ்வுத்தன்மையும் கொண்ட ஒரு மகத்தான ஆன்மாவாக நடீன் கோர்டிமெரை மண்டேலா அவர் எழுத்தின் மூலமாகவே கண்டுகொண்டிருக்கிறார் என்பதற்கு இதுதான் சாட்சி.

ஆனால் கோர்டிமெரை முழுக்கவும் அரசியல் எழுத்தாளர் என்று வகைப்படுத்திவிட முடியாது. அவர் எழுத்தில் பிரச்சார வாடை ஒருபோதும் வீசியதில்லை. மிகுந்த கலையம்சத்தோடு, நுட்பமாகத் தன் படைப்புகளை உருவாக்கத் தெரிந்த கோர்டிமெரின் எழுத்துக்களில் 'மெலோடிராமா' சற்றுத் தூக்கலாக இருக்கும் என்பதை மட்டுமே விமரிசனமாக வைக்க முடியும்.

ஒரு வாசகனாக அவரது நாவல்களைவிட, சிறுகதைகளே என்னைப் பெரிதும் வியக்க வைத்திருக்கின்றன. அநேகமாகத் தென்னாப்பிரிக்காவின் எல்லா இனத்தவர்களையும், அந்நாட்டின் ஒவ்வொரு பகுதியையும் மூலைமுடுக்கு மிச்சமில்லாமல் தனது சிறுகதைகளில் இடம்பெறச் செய்திருக்கிறார். சமகாலத் தென்னாப்பிரிக்கர்களின் மானிட உறவுகள் சார்ந்த, அரசியல் சிக்கல்கள் சார்ந்த அனைத்து அம்சங்களும் கோர்டிமெரின்

சிறுகதைகளாகியிருக்கின்றன. இந்த விதத்தில் தென்னாப்பிரிக்காவின் வேறெந்தத் தற்கால எழுத்தாளர்களை விடவும் கோர்டிமெர் முழுமையான படைப்பாளி. அவரது நாவல்களைப் பொறுத்தவரை, அவர் ஈடுபட்ட அரசியல் செயல்பாட்டு அனுபவங்களே பெரும்பாலும் உருமாற்றம் கொள்கின்றன. அவர் நாவல்களில் எனக்கு மிகவும் பிடித்தது *'July's People'*. 1981இல் வெளிவந்த இந்நாவலில் கோர்டிமெர் இடதுசாரி எழுத்தாளர்களைப் போலவே வருங்காலத்தில் வெடிக்கப்போகும் ஒரு புரட்சியைக் கனவு காண்கிறார். பெரும்பான்மைக் கருப்பின மக்கள் ஒன்றுதிரண்டு வெள்ளையின ஆட்சியாளர்களுக்கெதிராகப் புரட்சியில் ஈடுபடுகின்றனர். வன்முறைக்குப் பயந்து வெள்ளையர்கள் எலிகளைப்போல ஓடி ஒளிந்துகொள்கிறார்கள். நாவலின் பிரதான பாத்திரங்கள் அவர்கள் வீட்டு வேலைக்காரனான ஜுலை என்ற கருப்பனின் வீட்டில் தஞ்சமடைகிறார்கள். பாமுக்கின் *'White Castle'* நாவலில் அடிமையாக வாங்கப்பட்டவன் எஜமானுக்குக் குருவாகிப் போவதைப்போல, இந்நாவலில் குற்றேவல் பணியாளன் ஆபத்சகாயனாக மாறிப்போகிறான். இந்த இடப்பெயர்ச்சியில் வெளிப்படுகிற ஒவ்வோர் இனத்திற்குமான தனிப்பட்ட மனோபாவங்கள், அறவுணர்வு போன்றவற்றைப் பட்டவர்த்தனமாகச் சொல்லாமல், தேர்ந்தெடுத்த பிரயோகங்களில் நாவலைப் பின்னிச்செல்லும் கலைமேதமைதான் நடீன் கோர்டிமெரை உன்னதப் படைப்பாளியாக உயர்த்திக் காட்டுகிறது.

ஏறக்குறைய சுயசரிதைத்தன்மை கொண்ட *'The Lying Days' (1953)* என்ற முதல் நாவலோடு தன் பயணத்தைத் தொடங்கிய கோர்டிமெர், தனது வாழ்நாளில் எழுதிய மொத்த நாவல்கள் பதினைந்து. அவற்றிலேயே மிகவும் கனமான, கவித்துவமான நாவல் என்று பெயர் பெற்ற *'The Conservationist'* புக்கர் பரிசை வென்றது. இந்நாவலின் நாயகனுக்குக் குடும்ப வாழ்வில், நவீன வாழ்க்கைமுறை உண்டாக்கிய ஏராளமான சிக்கல்கள். குடும்பத்திலிருந்து அவன் ஒதுங்கி வசிக்கும் பண்ணை நிலத்தில் அநாமதேயமாகக் கண்டெடுக்கப்படும் கருப்பன் ஒருவனின் பிரேதம் ஒரு குறியீடாக நாவல் முழுக்க அவனைத் துரத்திக்கொண்டேயிருக்கிறது.

இந்நாவல்களும், இவற்றுக்குப் பின் வந்த *'Burger's Daughter'*, *'The House Gun'* ஆகிய நாவல்களும் அவை எழுதப்பட்ட காலத்தின் தென்னாப்பிரிக்க வரலாற்று நிகழ்வுகளையொட்டியே அமைந்திருந்தன. சொவெட்டோ கலவரமும், மண்டேலாவுக்காக வாதாடிய வழக்கறிஞர் பிராம் ஃபிஷரின் சாயலில் வருகின்ற பாத்திரமும், ஆப்பிரிக்கத் தேசிய காங்கிரஸின் போராளிகளை கோர்டிமெர் தனது வீட்டில் ஒளித்துவைத்து காவலர்களிடமிருந்து

காப்பாற்றிய நிகழ்வுகளும் 1990க்கு முந்தைய நாவல்களில் அவற்றின் உண்மைத் தன்மையை இழக்காமல் இடம் பெற்றிருக்கின்றன.

1994இல் இன வேற்றுமை அகன்றபோது, இனி இவருக்கு எழுதுவதற்கு விஷயம் இல்லாமல் போய்விடுமே என்று கோர்டிமெரின் விமர்சகர்கள் நக்கல் அடித்திருக்கிறார்கள். ஆனால் 94க்குப் பிறகான எழுத்துக்களில்தான் கோர்டிமெரின் உண்மையான மேதமை வெளிப்படுகிறது. ஜே.எம். கூட்ஸீ, இனவேற்றுமை உச்சத்தில் இருந்த காலத்தையும் ('Waiting for the Barbarians') அரசியல் மாற்றம் நிகழத் தொடங்கிய காலத்தையும் ('Life and Times of Michael K') மாற்றத்திற்குப் பிறகான காலத்தையும் ('The Disgrace') தனிமனிதப் பார்வையில்தான் நாவல்களாக்கியிருப்பார். ஆனால் கோர்டிமெரின் வரலாற்றுப் பிரக்ஞை தனித்துவமானது. மாற்றத்துக்குப் பிறகான காலத்தில் தென்னாப்பிரிக்காவில் அதிகரிக்கத் தொடங்கிவிட்ட துப்பாக்கிக் கலாச்சாரம், இடப்பெயர்வுகள், அந்நியமாதல்கள், குடியேற்றங்கள், வர்க்கரீதியிலான பொருளாதார அதிகாரப் பறிப்புகள் போன்றவை 'The House Gun' (1998), 'The Pickup' (2002) ஆகிய நாவல்களில் சார்பற்ற நிலையிலிருந்து சித்திரிக்கப்படுகின்றன.

நடீன் கோர்டிமெர் பெற்றிருக்கும் விருதுகள், எழுதிய நூல்களின் பட்டியல் மிக நீளமானது. முக்கிய விருதுகள் 91ஆம் ஆண்டின் இலக்கியத்திற்கான நோபல் பரிசும், 74ஆம் ஆண்டிற்கான புக்கர் பரிசும். பெருமைமிக்க 'ஆரஞ்சு பரிசு'க்காக இவரது பெயர் இறுதிப் பட்டியலில் சேர்க்கப்பட்டபோது, அவ்விருது பெண் எழுத்தாளர்களுக்காக மட்டும் வழங்கப்படும் விருது என்பதால் இன வேற்றுமையை மட்டுமல்ல பால் வேற்றுமையையும் எதிர்ப்பதாகக் கூறி தன் பெயரைப் பரிசீலிக்க வேண்டாமென்று அறிவித்து விட்டார்.

மேலே குறிப்பிட்டவை தவிர்த்து இதர முக்கிய நாவல்கள் 'A World of Strangers', 'The Late Bourgeois World', 'A Sport of Nature'.

இவரது முக்கியமான சிறுகதைகள் 'Why Haven't You Written' (1992) தொகுப்பிலும், அனைத்துக் கதைகளும் 'Life Times' (2011) என்ற தொகுப்பிலும் வெளிவந்துள்ளன. கட்டுரைத் தொகுப்பில் முக்கியமானது 'The Essential Gesture: Writing, Politics and Places'.

♦

காலச்சுவடு, ஆகஸ்ட் 2014

17

வில்லியம் டால்ரிம்பிள்

சரித்திரத்தில் மறைந்த உண்மைகளைத் தேடும் இந்திய தேசாந்திரி

இந்தியாவைப் பற்றிய பயண இலக்கியத்திற்கு நீண்ட பாரம்பரியம் இருக்கிறது. உலக மற்றும் இந்திய சரித்திரத்தை மாற்றியமைத்த முக்கியக் காரணிகளாக வெளிநாட்டுப் பயண எழுத்தாளர்கள் இந்தியாவைக் கண்டு வியப்புற்று எழுதிய நூல்கள் அமைந்திருக்கின்றன. பண்டைய இந்தியா என்பது மொகலாயப் பேரரசோடு முடிவிற்கு வருவதாக வைத்துக்கொள்ளலாம். 1857 என்பது இந்திய வரலாற்றில் முக்கியமான வருடம். முதல் இந்திய சுதந்திரப் போர் என்று நம்மால் பெருமையாகவும், ஆங்கிலேய வரலாற்றாளர்களால் சிப்பாய்க் கலகம் என்றும் குறிப்பிடப்படும் அம்மகத்தான தேசிய எழுச்சியில் 16ஆம் நூற்றாண்டில் தொடங்கிய மொகலாய சாம்ராஜ்யத்தின் கடைசி எச்சங்களும் ஆங்கிலேயர்களால் துடைத்தகற்றப்பட்டு இந்தியா பரிபூரணமாக பிரித்தானிய அரசின்கீழ் வருகிறது. இக்காலகட்டத்திலிருந்து துவங்கி எழுதப்பட்ட பயண இலக்கியங்கள் அதிகம் இல்லை. பைகோ ஐயர், பங்கஜ் மிஸ்ரா போன்றோருக்குப் பிறகு இந்த இடத்தை நிரப்புபவர் வில்லியம் டால்ரிம்பிள்.

முதலில் பயண எழுத்தாளராகத் தொடங்கி தற்போது மிக உன்னதமான வரலாற்றாளராகப் பரிணமித்திருக்கும் இவர் இதுவரை எழுதிய, தொகுத்த இருபத்தாறு நூல்களில் இருபத்து மூன்று இந்தியாவைப் பற்றியவை.

ஸ்காட்லாந்தில் பிறந்த டால்ரிம்பிள் வருடத்தில் பெரும் பான்மையான மாதங்கள் வசிப்பது தில்லியில். பொதுவாக வெளிநாட்டு எழுத்தாளர்கள் இந்தியாவைப்பற்றி வெளிப்படுத்தும் ஒருவித அலட்சியமும் எள்ளலும் டால்ரிம்பிளின் எழுத்துக்களில் இருப்பதில்லை. அரிதான சந்தர்ப்பங்களில் இந்திய அரசாங்க இயந்திரத்தைப்பற்றி, புராதன, பாரம்பரியச் சின்னங்களைப் பராமரிப்பதில் நாம் காட்டும் அசிரத்தை, இந்தியர்களின் சுகாதாரப் பிரக்ஞையின்மை ஆகியவற்றைப்பற்றி எழுதும்போது அவரது மேட்டிமைத்தனம் இலேசாகத் தெரிவதைத் தவிர, அவருக்கு இந்தியாவின் மீதிருக்கும் கவர்ச்சியும் பிரியமுமே அவரது கட்டுரைகளில் பிரதானமாகத் தெரிகின்றன. ஓர் எழுத்தாளராக அவர் அடைந்திருக்கும் அபார வெற்றிக்குக் காரணமாகச் சொல்ல வேண்டியது அவரது துள்ளலும் துடிப்புமான காட்டாற்று நடை. அவரது எழுத்தாற்றல் பயண / சரித்திர நூல்களை ஒரு துப்பறியும் நாவலுக்கிணையாகப் பரபரப்பாக்கிவிடுகிறது.

அவரது 22ஆவது வயதில் வெளியிட்ட முதல் நூலான *'In Xanadu: A Quest'* நகைச்சுவை மிளிரும் பயண நூல். பாகிஸ்தானுக்கும் சீனாவுக்கும் இடையேயுள்ள காரகோரம் நெடுஞ்சாலையில் மார்கோ போலோ சென்ற அதே தடத்தில் பயணித்து, ஈரான், பாகிஸ்தான், சீனா ஆகிய நாடுகளில் அதிகம் பயணம் மேற்கொள்ளப்பட்டிராத பிரதேசங்களில் அலைந்து தன் சுவாரஸ்யமான அனுபவங்களை விவரித்திருக்கும் டால்ரிம்பிளுக்கு இந்த நூலால் யார்க்ஷயர் போஸ்ட், ஸ்காட்டிஷ் கலைக் கவுன்சில் போன்ற பெருமை மிக்க நிறுவனங்களின் விருதுகள் கிடைத்திருக்கின்றன.

தன் முதல் நூலிலேயே நட்சத்திர அந்தஸ்தைப் பெற்றுவிட்ட இவர், உயர்நிலைப் பள்ளியில் சுற்றுலாவாக இரண்டுமுறை பாரீசுக்குச் சென்றதைத் தவிர தனது 18ஆவது வயதில் தில்லிக்கு வந்ததற்கு முன் எந்த வெளிநாட்டிற்கும் சென்றதில்லை. முதல் பார்வையிலேயே தில்லியின்மீது மையல் கொண்டுவிட்ட தாகக் கூறும் டால்ரிம்பிளுக்குச் சரித்திரச் சுவடுகள் படிந்த அம்மாநகரம் இரண்டாவது தாய் வீடாக மாறியது. தில்லியின்மீது டால்ரிம்ப்பிளுக்கு இருக்கும் கவர்ச்சியும் அந்நகரின் ஒவ்வொரு மூலையிலும் தென்படும் ஆச்சரியங்களும் அவரது இரண்டாவது நூலான *'City of Djinns'*இல் விவரிக்கப்படுகின்றன.

மத்திய கிழக்கு நாடுகளில் பயணித்து எழுதிய *'From the Holy Mountain'*க்குப் பிறகு வெளிவந்தது *'The Age of Kali'*. இந்தியா முழுவதும் சுற்றி, ராஜஸ்தான், மகாராஷ்டிரா, தமிழ்நாடு, உத்திர பிரதேசம் போன்ற மாநிலங்களில் அலைந்து திரிந்து பெற்ற அனுபவங்கள், பாகிஸ்தானில் புதிதாக அரசியல் களத்தில் இறங்கியிருந்த முன்னாள் கிரிக்கெட் கேப்டன் இம்ரான்கான் மற்றும் பெனாசீர் பூட்டோ ஆகியோருடன் சந்திப்பு, இலங்கையில் போர் நடக்கும் யாழ்ப்பாணம், அநுராதபுரம் போன்ற இடங்களிலிருந்து நேரடி வர்ணனைகள், மனிதர்களைக் கொல்வதைப்பற்றிய எந்த மன உறுத்தலும் இல்லாத பதினான்கு வயதேயான பெண் விடுதலைப் போராளியோடு பேட்டி ("அவர்கள் எங்களை அடக்கியாளும் எதிரிகள். நடப்பது போர். தமிழர்களாகிய நாங்கள் பிறந்தது முதலே அடக்குமுறைக்கு உட்பட்டிருக்கிறோம்") என்று நம் மனநிலையை முற்றாகப் புரட்டிப் போட்டுவிடும் கூர்மையான கட்டுரைகள் நிறைந்த நூல் *'The Age of Kali'*. இந்நூலில் இடம்பெறும் 'விதவைகளின் நகரம்' (விருந்தாவன், உபி), 'சதி மாதா' (ஜெய்ப்பூர்), 'மீனாட்சி அம்மன் கோயிலில்' போன்ற கட்டுரைகள் அவை வெளிவந்த காலத்தில் சர்ச்சைகளைக் கிளப்பியிருக்கின்றன.

உ.பி.யில் இருக்கும் விருந்தாவன், கிருஷ்ண பகவானுக்கு அபிமான நகரம். ஆனால் அந்நகர் முழுவதும் இன்று காணக் கிடைப்பவர்கள் குடும்பத்தினரால் கைவிடப்பட்ட, விரட்டப் பட்ட விதவைப் பெண்கள். பத்து வயதிலிருந்து நூறு வயது வரையிலும் உள்ள பரிதாபமான ஜீவன்கள். டால்ரிம்பிள் விருந்தாவன் நகரை வருணிக்கும்போது தொன்றுதொட்டு நிலவிவரும் இந்துமத நம்பிக்கைகளைக் கிண்டல் தொனிக்க விவரிக்கிறார். கிருஷ்ணன் அந்நகருக்கு வெளியே அமைந்திருக்கும் கோவர்த்தன மலையைச் சுண்டுவிரலால் தூக்கிக் குடையாகப் பிடித்து ஏழை எளியோரைக் காப்பாற்றியதையும், ராத்திரி நேரம் ஊரடங்கிய பிறகு கிருஷ்ணனின் குழலோசை கேட்கும் என்பதையும், சில ராத்திரி நேரங்களில் ஆற்றங்கரையில் கண்ணன் குளிக்க வருவதைப் பார்க்கலாம் என்று அந்த ஊரில் இருக்கும் அனைவரும் திடமாக நம்புவதைப் பற்றியும், ஸ்ரீ கிருஷ்ண சைதன்யரின் பஜனை கோஷங்களில் ('பக்தி ஹிஸ்டீரியாவில்') தன்னை மறந்து வெறியாட்டம் போடும் பக்தர்களைப் பற்றியும் அவர் எழுதியவை ஆன்மீகவாதிகளுக்குக் கோபம் எழுப்பி யிருக்கிறது.

இளம் விதவைகளை அந்நகரின் காப்பக உரிமையாளர்கள் பத்தாயிரம் ரூபாய்க்குப் பக்கத்து ஊர் பண்ணையார்களுக்கு செக்ஸ் கூலியாக விற்பது, விருந்தாவனின் எண்ணற்ற விதவைக் காப்பக விடுதிகளுக்கு வரி ஏய்ப்பிற்காக வழங்கப்படும்

நன்கொடைகள், அதற்குத் தரப்படும் போலி ரசீதுகள் போன்ற வற்றைப் பட்டவர்த்தனமாக எழுதியதும் சர்ச்சையைக் கிளப்பியிருக்கிறது. 17 ஆவது வயதில் தன் வயதான தாயுடன் விருந்தாவனுக்கு வந்ததிலிருந்து கடந்த அறுபது வருடங்களாகப் பிச்சையெடுத்துக் காலத்தைக் கழித்துக்கொண்டிருக்கும் ஒரு விதவையின் அவலக் கதையை எழுதிவிட்டு, "ஒரு பெண்ணுக்குப் புருஷன் இறந்துவிட்டால் அப்புறம் வாழ்க்கை கிடையாது. வீட்டிலிருப்பவர்கள் விரட்டிவிடுகின்றனர். அந்தக் காலத்திலாவது 'சதி' இருந்தது. அதையும் இப்போது தடை விதித்துவிட்டனர். அது தொடர வேண்டும். புருஷனோடு சிதையில் விழுந்து நிம்மதி யாகப் போய்ச் சேர்ந்திருப்போம்," என்று அந்தப்பெண் கூறுவதைப் பதிவு செய்கிறார். நம்மைச் சங்கடத்தில் நெளிய வைக்கும் இத்தகைய கசப்பான நிதரிசனங்களுக்கு டால்ரிம்பிளைப் பொறுப்பாக்க முடியாது.

இதேபோல மதுரையில் தெப்பத்திருவிழா நடைபெறுவதை டால்ரிம்பிள் நேரடியாக வர்ணிக்கிறார். பாத யாத்திரையாக நெடுந்தொலைவிலிருந்து வரும் பக்தர்கள், மதுரை கோயிலின் பிரம்மாண்டம், அதன் கலையழகு மிளிரும் சிற்பங்கள், பக்தர்களுக்கு இணையாக அலைமோதும் பிச்சைக்காரர்கள் என மதுரை இந்த வெளிநாட்டுக்காரரின் எதையும் தவறவிடாத கூர்மையான பார்வையில் ரத்தமும் சதையுமாக நம்முன் விரிகிறது. இருந்தும் அங்கங்கே சர்ச்சையைக் கிளப்பிவிடும் உத்தேசம் டால்ரிம்பிளுக்கு இருக்குமோ என்ற சந்தேகம் வாசிப்பவர்களுக்கு வருகிறது. எழுத்தில் சுவாரஸ்யத்தைக் கூட்டுவதற்காகவா, விற்பனைத் தந்திரமா என்று நம்மால் நிச்சயமாகக் கூற முடியாது. ஆனால் இத்தகைய சர்ச்சைக்குரிய விஷயங்கள் எல்லாமே பண்டைய காலத்தில் பரவலாக இருந்து, இன்றைய நாகரிக உலகில் முழுசாக அழியாமல் அங்கொன்றும் இங்கொன்றுமாக, படிப்பறிவற்ற எளியோர் சமூகத்தில் நடைபெறுபவையே. அவற்றைப் பூதக்கண்ணாடியால் பெரிதுபடுத்தி எழுத்தில் காட்டுவதை எல்லாச் சந்தர்ப்பங்களிலும் சமூக விமரிசனம் என்று எடுத்துக்கொள்ள முடியாது. மேலும் டால்ரிம்பிள் போன்ற 'வெள்ளைத்தோலர்'களுக்கு இந்தியா இன்னமும் ஒரு காட்டுமிராண்டி தேசமாகத்தான் இருந்துவருகிறது என்று நிறுவ முற்படும் இச்சை எப்போதுமே இருக்கிறது என்று நாம் பொதுவாகவே நம்புவதும் அவரது 'நேர்மை பிம்பத்திற்கு' ஒரு பின்னடைவுதான்.

ஆனால் டால்ரிம்பிள் வெள்ளைக்கார மேட்டிமைவாதி யல்ல என்பதை அவரது சமீபத்திய இரண்டு நூல்களும் நிரூபிக்கின்றன. பயண எழுத்தாளர் என்பதிலிருந்து வரலாற்றாளர்

என்று டால்ரிம்பிளை உயர்த்திய நூல்கள் 'White Mughals', 'The Last Mughals' ஆகியன.

'White Mughals' நூலின் அட்டையில் இருப்பது ஒரு மிக அழகிய, வெள்ளை நிறமும், இந்திய முகமா அல்லது பாரசீகக் கலவையா என்று அனுமானிக்க முடியாத அழகும், அகன்ற பழுப்பு விழிகளும், நீண்ட நாசியும் கொண்ட ஒரு பெண்ணின் ஓவியம். டால்ரிம்பிளின் வாக்குமூலத்தின்படி, அவள் அவரது காதலி. அவள் மேல் கொண்ட உன்மத்தத்தினால், அவளது காதல் சரித்திரத்தை அறிந்துகொள்ளும் இச்சையினால் டால்ரிம்பிள் தன் மனைவி, குழந்தைகளை லண்டனில் தனியாக விட்டுவிட்டு, தன் வீட்டை அடமானம் வைத்து, ஹைதராபாத், தில்லி என்று ஆறு வருடங்கள் அலைந்திருக்கிறார்.

கைருன்னிஸா எனும் அந்த முகலாய இளவரசி இருநூறு வருடங்களுக்கு முன் வாழ்ந்து மறைந்தவள். அவளுக்கும் கிழக்கிந்திய கம்பெனியின் ஜேம்ஸ் அக்கிலிஸ் கிரிக்பாட்ரிக் என்ற ஸ்காட்லண்ட் வணிகருக்கும் இடையில் மலர்ந்த ஒரு சோகமான காதல் கதைதான் 'White Mughals'. 1730 முதல் 1830 வரையிலான நூறு வருடங்கள் பெரும் ஆச்சரியங்களைக் கொண்டிருந்த காலகட்டம். ஆங்கிலேயர்கள் ஆங்கிலேயத்தனமாக இல்லாமல் இந்தியக் கலாச்சாரத்தை ஸ்வீகரித்துக் கொண்டிருந்த ஒரு விநோதமான காலகட்டம். மூன்று ஆங்கிலேயர்களில் ஒருவர் இந்தியப் பெண் ஒருத்தியை மணந்துகொண்டு நீலநிறக் கண்களும், பால் வண்ணச் சருமமுமாக ஒரு புதிய இனத்தை உருவாக்கிக்கொண்டிருந்த ஒரு காலகட்டம். சிப்பாய்க் கலகம் நிகழ்ந்திராவிட்டால் இதே போக்கு தொடர்ந்திருக்குமா, இந்தியாவில் ஆங்கிலேயக் கலப்பு அதிகமாகித் தென்னமெரிக்காவிலும், ஆப்பிரிக்க நாடுகளிலும் நடந்ததைப்போலக் கிறித்துவம் பெரும்பான்மை யாகி, இந்திய முகம் மாறியிருக்குமா என்பவையெல்லாம் விவாதத்திற்குரிய விஷயங்கள். ஆனால் எப்படியிருப்பினும் மேற்சொன்ன காலகட்டத்தில் பல ஆங்கிலேயச் செல்வந்தர்கள் முகலாயப் பெண்களையும், இந்துப் பெண்களையும் மணந்து அரசியல் அதிகாரச் சூதாட்டத்தில் முகலாயப் பேரரசர்களோடு நிழல் யுத்தத்தில் ஈடுபட்டிருந்தனர் என்பது மட்டும் சரித்திர உண்மை. டால்ரிம்பிளைப் பெரிதும் கவர்ந்திருப்பது இந்தக் காலகட்டம்தான்.

1984இல் முதன்முதலாக தில்லிக்கு வந்த டால்ரிம்பிள் செங்கோட்டையின் பிரம்மாண்டத்தில், அம் மாநகரின் தெருக் களில் உறைந்த சரித்திரங்களில், சிந்தப்பட்ட ரத்தத்தில், பலியிடப்பட்ட உயிர்களில், நகரம் முழுக்க அங்கங்கே இன்னமும்

சிதிலமாக மிச்சமிருக்கும் மொகலாயக் கட்டிடங்களில் தான் எழுத வேண்டியவை இருக்கிறதென்று கண்டுகொண்டதாகக் கூறுகிறார். தில்லி மொகலாய வீழ்ச்சியைப் பற்றியும், அடுத்து வந்த கிழக்கிந்திய கம்பெனியின் காலூன்றலைப் பற்றியும் நான்கு பாகங்களைக் கொண்ட தொடர் நூல்வரிசை எழுத வேண்டும் என்ற ஆசை டால்ரிம்பிளுக்கு பல வருடங்களாக இருந்து வந்தது. *'City of Djinns', 'White Mughals', 'The Last Mughals'* என்று மூன்று நூல்களுக்குப் பிறகு மூன்றாண்டுகள் கழித்து *'The Anarchy'* இப்போது வெளிவந்து அவரது இலக்கு அடையப்பெற்றுள்ளது.

1997ஆம் வருடம் பிப்ரவரியில் ஹைதராபாத்தில் உள்ள பழைய பிரிட்டிஷ் ரெஸிடென்ட்டின் மாளிகையைச் சுற்றிப் பார்த்துக்கொண்டிருந்தபோது அவருக்கு யதேச்சையாகக் கிடைத்ததுதான் அந்தச் சொல்லப்படாத காதல் சரித்திரம். அந்த ரெஸிடென்ஸி அமெரிக்க வெள்ளை மாளிகையின் சாயலில் 1801இல் கட்டப்பட்ட ஓர் அற்புதம். இப்போது பாழடையத் தொடங்கிவிட்டிருந்த அம்மாளிகைக்குப் பின்புறம் பீறிட்டு வளர்ந்திருந்த செடிகொடிகளுக்கு இடையில் இதே மாளிகையின் சிறிய மாடல் ஒன்று ஒளிந்துகொண்டிருப்பதை டால்ரிம்பிள் கண்டார். விசாரித்தபோது கைருன்னிஸா புர்கா அணிந்து அந்தப்புரத்திலேயே முடங்கியிருக்க வேண்டியிருந்ததால் அவள் கணவன் கட்டியிருந்த மாளிகையை, அதன் ஜார்ஜிய அலங்கார ஜன்னல்களைப் பார்க்கவே முடியாதென்று அந்த மாளிகையின் சிறிய மாதிரி ஒன்றை கிரிக்பாட்ரிக் கட்டித் தந்ததாகக் கூறப்பட்டது. இந்தக் கணத்திலிருந்து தொடங்கியது டால்ரிம்பிளின் வேட்டை. கிரிக் பாட்ரிக் காதலைப்பற்றி ஆவணக் குறிப்புகள் அவருக்கு எங்கும் கிடைக்கவில்லை. படிக்கும் நமக்கே சலிப்பேற்படும்படி அலைந்து திரிந்தவருக்கு இறுதியில் லண்டனில் 'தி இண்டியா ஆபீஸ் லைப்ரரி'யில் கிரிக் பாட்ரிக் தன் சகோதரர் வில்லியமுக்கு எழுதிய கடிதங்கள் கிடைத்தன. விளைவாக நமக்குக் கிடைத்திருப்பது படிக்கக் கையிலெடுத்தால் கீழே வைக்க முடியாதபடிக்குச் செல்லும் 580 பக்கப் புத்தகம்.

'White Mughals' மறக்கப்பட்ட ஒரு காதல் கதையைப் பற்றிய தென்றால் அடுத்து வெளிவந்த *'The Last Mughal'* ஒரு விவாகரத்தைப் பற்றியது. இஸ்லாமிய வெறுப்பைத் தூண்டும் மேற்குலக ஊடகங்கள் சித்தரிக்கின்ற 'மதவெறி கொண்ட முஸ்லிம்'களுக்கு மாறாக, உண்மையாக தாராள மனப்பான்மையோடு ஆட்சி செய்துவந்த மொகலாயப் பேரரசுக்கும் இந்திய மக்களுக்கும் ஆங்கிலேயர்களால் நிகழ்த்தப்பட்ட மணமுறிவு.

1857 ரத்தக் களறிக்குப்பின் கிழக்கிந்திய கம்பெனியிடமிருந்து பிரித்தானிய ராணிக்கு இந்தியாவின் அதிகாரம் மாற்றப்படுகிறது. *1700*களிலும் *1800*களின் ஆரம்ப வருடங்களிலும் ஆங்கிலேயர்களிடம் காணப்பட்ட இந்திய அபிமானம் மறைந்து புதிய ஆட்சியாளர்கள் தமது மத அதிகார உயர்வு மனப்பான்மையோடு இந்தியாவிற்குள் நுழைகின்றனர். மொகலாய சாம்ராஜ்யத்தின் கடைசி மன்னரான பகதூர் ஷா ஜாபரைப் பற்றி நம் சரித்திரப் பாடப் புத்தகங்களில் படிக்காத பல தகவல்கள் இந்நூலின் மூலம் கிடைக்கிறது. அதேபோல *1857*ஆம் வருடத் தேசிய எழுச்சியின் பின்னணி குறித்தும்.

சிப்பாய்க் கலகத்திற்கு முக்கியக்காரணம் பிரிட்டிஷாரின் பொருளாதாரத் திட்டங்களே என்று *60, 70*களில் மார்க்ஸிய வரலாற்றாளர்கள் கூறிவந்த கருத்தை டால்ரிம்பிள் மறுக்கிறார். 'கலகத்திற்கு ஆதாரமான காரணம் மதம்தான்' என்கிறார். பிரதானமாக உயர்ஜாதியைச் சேர்ந்த இந்துக்களாகவே இருந்த இந்தியச் சிப்பாய்கள் தமது கலகத்திற்குத் தலைமைதாங்க பகதூர் ஷாவைக் கேட்டுக் கொண்டதற்குக் காரணமே இந்து மதத்திற்கு ஆங்கிலேயர்களால் பெரும் ஆபத்து வந்துவிடுமோ என்ற அச்சம்தான் என்பதை டால்ரிம்பிள் சான்றுகளோடு வர்ணிக்கிறார்.

சிப்பாய்க் கலகம் தில்லியில் தோல்வியடைந்ததற்கு ஆங்கிலேயர்களின் முற்றுகை காரணமல்ல என்கிறார். 'சொல்லப்போனால் முற்றுகையே முழுமையாக இல்லை. பெரும்பான்மையான துருப்புக்கள் மீரட்டில் இருந்தன. தில்லியின் புறநகர்ப் பகுதிகளிலிருந்த குஜ்ஜார் மற்றும் மேவாதி பழங்குடி மக்கள் கூலிப்படைகளாக மாறி இந்தியச் சிப்பாய்களுக்கு உணவுப் பொருட்கள் கொண்டு செல்பவர்களைக் கொன்றுகொண்டிருந்ததே முக்கியக் காரணம்' என்கிறார். செங்கோட்டையின்மீது ஆங்கிலேயர் இறுதியில் படையெடுத்து வந்தபோது இந்தியச் சிப்பாய்கள் பட்டினியில் சோர்ந்து போயிருந்தனர். அதன்பின் நடைபெற்ற ஆங்கிலேயர்களின் காட்டுமிராண்டித்தனமான நரவேட்டைகள் துல்லியமாக *'The Last Mughal'*இல் விவரிக்கப்படுகின்றன. இந்த விவரிப்புகளில் பொடிப்பொடியாவது இத்தனை காலமும் ஆங்கிலேய வரலாற்றாளர்கள் நமக்குப் புகட்டிவந்திருந்த மாயைகள். தில்லியையும், குறிப்பாக செங்கோட்டையையும் ஆங்கிலேயர் சூறையாடிய விதத்தைப் பற்றியும், பகதூர் ஷாவின் ஒரே ஒரு மகனை மட்டும் விடுத்து, குடும்பத்தினர் அனைவரையும் – அவர்கள் சரணடைந்த பிறகும்கூட – தூக்கிலிட்டும், சுட்டும், கொன்று குவித்ததைப்

பற்றியும், பகதூர் ஷாவை அவரது 85 வயதில் சிறையிலடைத்து, பின் ரங்கூனுக்கு நாடு கடத்தி அவமானப்படுத்தியதையும் நமது வரலாற்று பாடப்புத்தகங்களில் படித்ததில்லை.

உலகத்திற்கே நாகரிகத்தையும், மனித நேயத்தையும் கற்றுத் தந்ததாக பெருமைப்பட்டுக்கொள்ளும் ஆங்கிலேயர்கள் 1857ஆம் வருடத்தில் தில்லியில் நடத்திய சூறையாடலை டால்ரிம்பிள் விவரிக்கிறார். மகத்தான கட்டிடக் கலையின் உதாரணமான செங்கோட்டை, முக்கால் பாகம் சேதப்படுத்தப்பட்டது. பெண்களும் குழந்தைகளும் ஈவிரக்கமின்றிக் கொல்லப்பட்டனர். இஸ்லாமுக்கு மதம் மாறிய ஆங்கிலேயர்களின் குடும்பங்கள்கூடத் தேர்ந்தெடுத்து அழிக்கப்பட்டன. இவற்றை மறுக்கமுடியாத ஆவணங்களோடு டால்ரிம்பிள் எழுதியிருப்பதால் இன்று இங்கிலாந்தின் *அப்சர்வர்* பத்திரிகை இவர்மீது கடும் எரிச்சலில் தாக்குதலைத் தொடங்கியிருக்கிறது.

பகதூர் ஷாவின் மதச்சார்பின்மை இந்நூலின் பல பக்கங்களில் புலப்படுகிறது. கலகத்தின்போது அவர் அரண்மனையில் தஞ்சம் புகுந்த 52 ஆங்கிலேயப் பெண்கள், குழந்தைகள், ஆண்கள் ஆகியோரைத் தமது பாதுகாப்பில் வைத்திருந்தார். சிப்பாய்கள் அவர்களைக் கண்டுபிடித்துக் கொல்ல முற்படும்போது அந்தப் பேரரசர் தனது தள்ளாத வயதில் கண்ணீர் விட்டுக் கதறியழுது, அவர்களை விட்டுவிடும்படி இறைஞ்சிக் கேட்டுக்கொள்கிறார். பிறகு சிப்பாய்களை இந்துக்கள் என்றும், முஸ்லிம்கள் என்றும் தனித்தனியாக நிற்கவைத்து “நிராயுதபாணியான இவர்களைக் கொல்வதற்கு உங்கள் மதம் அனுமதிக்கிறதா?” என்று உருக்கமாகக் கேட்டிருக்கிறார். கொலைவெறி தலைக்கேறியிருந்த சிப்பாய்களுக்கு அம்முதியவரின் குரல் காதில் ஏறவில்லை.

இந்தியாவைப் பற்றி, அதன் சமீபகால வரலாற்றைப் பற்றி நமக்குச் சொல்ல ஒரு வில்லியம் டால்ரிம்பிள் தேவைப்படுகிறார். குந்தர் கிராஸிற்கு கொல்கத்தா. ஹாரி மில்லருக்குச் சென்னை. வில்லியம் டால்ரிம்பிளுக்கு தில்லி. இவர்கள் அனைவருக்குமே நாமும் நமது நாடும் பிரியமானவர்கள். அதனால்தான் இவர்கள் நமக்கும் பிரியமானவர்களாக இருக்கின்றார்கள்.

◆

ஆதாரங்கள்

1. ‘In Xanadu: A Quest’ by W. Dalrymple, Edition 1989, Flamingo, London

2. ‘The Age of Kali’ by W. Dalrymple, Edition 1999, Flamingo, London

3. 'White Mughals' by W. Dalrymple, Edition 2002. Viking | Penguin, India

4. 'The Last Mughal' by W. Dalrymple, Edition 2006, Viking | Penguin, India

5. *The Week*, dated 31.12.2006

6. 'The Anarchy' by W. Dalrymple, Bloomsbury, 2019

7. *The Hindu* Magazine, dated 29.10.2006

8. www.williamdalrymple.com

அம்ருதா, ஜூலை 2007

18

உலக சரித்திரத்தில் அதிகமாக வாசிக்கப்பட்டவனும் அதிகமாக நேசிக்கப்பட்டவனும்

பாப்லோ நெரூடா

சீலே நாட்டின் கவிஞரும் தூதருமான பாப்லோ நெரூடாவுக்கு 1971ஆம் ஆண்டிற்கான நோபல் பரிசு வழங்கப்பட்டபோது நோபல் கமிட்டியின் வாழ்த்துப் பத்திரத்தில், 'உயிர்த் துடிப்பும் உந்து சக்தியும் கொண்ட கவிதைகளால் ஒரு கண்டத்தின் விதிகளுக்கும், கனவுகளுக்கும் உயிர் கொடுப்பதற்காக' இப்பரிசு வழங்கப்படுவதாகக் குறிப்பிடப்பட்டிருந்தது. 20ஆம் நூற்றாண்டின், உலகின் அனைத்து மொழிகளிலும் தலைசிறந்த கவிஞர் என்று காப்ரியல் கார்ஸியா மார்க்கேஸால் குறிப்பிடப்படும் பாப்லோ நெரூடா, தன் கவிதைகளால் உலகெங்கிலுமுள்ள வாசகர்களின் இதயங்களுக்கு மிக அருகில் தென் அமெரிக்கர்களைக் கொண்டு வந்தவர். அதன் மூலம் ஸ்பானிய மொழிக்கும், ஸ்பானியர்களுக்கும், நம் எல்லோருக்குமான உறவைத் தனது குறியீடுகளாலும் மொழியாலும் உடைமையற்றவர்களுக்காகப் பாடிய அவரது கவியுள்ளத்தாலும் வரையறுத்தவர். இதனால்தான் அவர் ஒரு சீலே நாட்டுக் கவிஞர் என்ற அடையாளம் அழிந்து ஓர் உலகக் கவிஞராக இத்தனை தலைமுறைகள் தாண்டியும் விரும்பப்படுகிறார்.

நெஃப்தலி ரிகார்தோ ரீயெஸ் பஸோவால்தோ என்ற இயற்பெயர் கொண்ட நெரூடா ஜூலை 12, 1904 அன்று மத்திய சீலேயில் உள்ள பாரல் என்ற சிற்றூரில் டான் ஹொாசே தெல் கார்மென் ரீயெஸ் மொராலெஸ் என்ற இரயில்வே பணியாளருக்கும், ரோஸா பஸோ வல்தோ தெ ரீயஸ் என்ற ஆரம்பப்பள்ளி ஆசிரியைக்கும் பிறந்தவர். அவர் பிறந்த ஒரு வருடத்திலேயே அவரது தாய் எலும்புருக்கி நோயால் இறந்து விட, அவரது தந்தை 1906இல் டெமூகா நகருக்குக் குடிபெயர்ந்து மறுமணம் புரிந்துகொண்டார். நெரூடா தனது பத்தாவது வயதிலேயே கவிதைகள் எழுத ஆரம்பித்தார். தனது பன்னிரண்டாவது வயதில் சீலே நாட்டுக் கவிஞரான காப்ரியெலா மிஸ்ட்ரலைச் சந்தித்துத் தனது கவிதைகளைக் காட்டியபோது, மிஸ்ட்ரல் அச்சிறுவனை மிகவும் பாராட்டி ஊக்குவித்தார். நெரூடாவின் முதல் இலக்கியப் படைப்பு 1917இல் *La Manama* இதழில் வெளிவந்தது. 1920இல் தனது இயற்பெயரில் கவிதை எழுதுவதால் வீட்டில் எழும் பிரச்னைகளைத் தவிர்க்க, ஏற்கெனவே ஓவியர் பிக்காஸோவால் பிரபலமாகியிருந்த எளியதொரு ஸ்பானியப் பெயரான பாப்லோவையும், தன்னை மிகவும் ஈர்த்திருந்த செக் நாட்டுக் கவிஞர் ஜேன் நெரூடாவின் பிற்பகுதியையும் இணைத்து, பின்னாளில் லட்சக்கணக்கானோரின் பிரியமாக மாறப்போகும் புனைப்பெயரைத் தமக்குச் சூட்டிக்கொண்டார். இப்புதிய பெயரில் *Selva Austral* பத்திரிகையில் கவிதைகள் எழுதத் தொடங்கிய நெரூடா அடுத்த நான்காண்டுகளில் உலகையே ஸ்தம்பிக்க வைத்த 'இருபது காதல் கவிதைகளும் ஒரு விரக்திக் கவிதையும்' *(VEINTE POEMS DE AMOR Y UNA CANCION)* என்ற நூலை வெளியிட்டார். 80 ஆண்டுகளாக, ஒவ்வொரு தலைமுறையைச் சேர்ந்த காதலர்களும் ஓர் இருபது வயதுப் பையன் எழுதிய வரிகளை அன்றிலிருந்து மேற்கோள் காட்டிக் காதலித்து வருகின்றனர்.

"ஆணாய் இருப்பதில் சலித்துப் போயிருக்கிறேன். தையற்கடைகளுக்கும், திரைப்பட அரங்குகளுக்கும் வாட்டமுற்று, பேதலித்து, நீரில் மிதக்கும் பொம்மை வாத்தைப்போல இலக்கின்றி அலைந்து கொண்டிருக்கிறேன்."

தமது 23ஆவது வயதிலேயே சீலே அரசாங்கத்தால் பர்மாவிற்கு (தற்போதைய மியான்மர்) தூதராக நியமிக்கப்பட்டார். கிழக்கு ஆப்பிரிக்காவிலும் ஆர்ஜென்டீனாவிலும் சிறிய தூதரகப் பதவிகள் வகித்த பின் 1934இல் ஸ்பெயினுக்குத் தூதராக நியமிக்கப்பட்டபோது குடியரசுக் கட்சிக்கும், ஃபாசிஸ்டுகளுக்கும் இடையில் உருவாகிக் கொண்டிருந்த இறுக்கம் கொதிநிலைக்கு வந்து எந்நேரமும் வெடிக்கத் தயாராக இருந்தது. அவரது நண்பரும் மாபெரும் கவிஞருமான ஃபிரெட்ரிகோ கார்ஸியா லோர்கா,

1936, ஆகஸ்டு மாதம் ஃபாசிஸ்டுகளால் கொலையுண்டபோது நெரூடா ஒரு தீர்மானத்திற்கு வந்தார். 'Spain in my Heart' என்றதோர் அற்புதமான கவிதையை அவர் எழுதிய நேரத்தில் அவரைச் சுற்றி 'நரவேட்டை' நடந்துகொண்டிருந்தது. சாதாரணமாகக் கவிஞர்களுக்குச் சாத்தியப்படாத சாகசமாக ஏறக்குறைய 2000 இடதுசாரி அகதிகளைக் காப்பாற்றி ஒரு கள்ளப் பயணத்தில் சீலேவுக்கு அழைத்து வந்தார் நெரூடா. தான் வெறும் காதல் கவிதைகள் இயற்றும் ரொமாண்டிக் கவிஞன் மட்டுமல்லவென்றும், மனித நலனுக்கெதிராகத் தவறுகள் எங்கு நிகழ்ந்தாலும் அவற்றை எதிர்க்கும் நீதியுணர்வு தனக்குண்டு என்றும் அவரது 'Let me explain a few things' என்ற வலுவான கவிதை வரிகளில் பிரகடனம் செய்கிறார்:

"...நீங்கள் கேட்கலாம்,
ஏன் இவரது கவிதைகள்
கனவுகளைப் பற்றியும்
மலர்கள், இலைகள் பற்றியும்
பாடுவதில்லையென்று..."

அவரது பதில் இப்படி ஓங்கி ஒலிக்கிறது:

"...தெருவில் இருக்கும் ரத்தத்தை வந்து பாருங்கள்!
தெருவில் இருக்கும் ரத்தத்தை வந்து பாருங்கள்..."

1942இல் நெரூடா கியூபாவிற்குச் சென்று முதன்முறையாக தனது 'Canto de amor para stalingrado' கவிதையை வாசித்தார். அதில் ஸ்டாலின்கிராடில் போராடும் செஞ்சேனையை வாழ்த்தினார். நெரூடா கம்யூனிஸ்ட் கட்சியில் சேர்ந்தபின் 1945இல் சீலே நாட்டின் செனட்டுக்குத் தேர்ந்தெடுக்கப்பட்டார். வலதுசாரிகளால் அரசாங்கம் கைப்பற்றப்பட்டதும், ஜனாதிபதி கொன்ஸாலெஸ் விதேலாவை கடுமையாகத் தாக்கி எழுதிக் கொண்டிருந்த நெரூடா மெக்ஸிகோவிற்குத் தப்பிச்சென்றார். அங்கிருந்து அவர் சோவியத் யூனியனுக்குச் சென்றபோதும், கிழக்கு ஐரோப்பிய நாடுகளுக்குச் சென்றபோதும் அந்நாட்டு மக்களால் அன்புடன் வரவேற்கப்பட்டார். ரஷ்யாவின் பரந்த நிலப்பரப்பையும் அதன் பிர்ச் மரக்காடுகளையும் நதிகளையும் கண்டு பரவசப்பட்டிருந்தார். இலியா எரன்பர்க்கை அவரது வீட்டில் சந்தித்தபோது, அவர் வீடு முழுக்க பிகாஸோவின் ஓவியங்களால் நிறைந்திருந்ததைக் கண்டு பிரமித்துப் போனார். ரஷியாவில் அடைக்கலம் புகுந்திருந்த துருக்கியக் கவிஞர் நஸிம் ஹிக்மெத்தைச் சந்தித்தார். நெரூடாவிற்கு சோவியத் யூனியன் முற்போக்குக் கலைஞர்களின் சரணாலயமாகத் தோன்றியது. அந்நாட்டின் நூலகங்களும், பல்கலைக்கழகங்களும் நாடக அரங்கங்களும் நாட்டிலுள்ள

அனைவருக்கும் திறந்துவிடப்பட்டிருந்தது, தன் கனவுப் பூமியை நேரில் தரிசிப்பதைப்போலத் தோன்றவைத்தது.

தன்னை ஓர் ஊரறிந்த ஸ்டாலினிஸ்ட்டாகக் காட்டிக் கொண்டிருந்த நெரூடாவிற்கு 1953இல் 'ஸ்டாலின் விருது' வழங்கப்பட்ட போது, பின்னாளில் நோபல் பரிசு கிடைத்தபோது அடைந்ததைவிட அதிகமாகப் பெருமிதப்பட்டிருக்கிறார். 1956இல், குருஷேவ் இருபதாவது கட்சி மாநாட்டில் ஸ்டாலின் காலத்தில் நடந்த அராஜகங்களை, அத்துமீறல்களை வெளியிட்டபோது அவரது நம்பிக்கைகள் பலமாக உலுக்கியெடுக்கப்பட்டன. தனது *EXTRAVAGARIO*வில் (1958) தனக்கேற்பட்ட மாற்றங்களைப் பிரதிபலிக்கும் நெரூடா தனது இளமைப் பருவத்திற்குத் திரும்புகிறார். வாசகனுக்குத் தினசரி வாழ்வையும் தன்னுடைய மார்க்ஸிய நம்பிக்கைகளையும் தீர்மானமாக அலசிக்காட்டுகிறார்.

தலைமறைவாக இருந்த காலத்தில் நெரூடா தனது பிரமாண்டமான தொகுதியான *CANTO GENERAL*ஐ (1950) இயற்றினார்.

"என்னுடன் வாருங்கள் அமெரிக்க அன்பர்களே
இந்த ரகசியக் கற்களை என்னோடு முத்தமிடுங்கள்
உருபாம்பா நதியின் வெள்ளிய ஓடை
மகரந்தங்களைத் தங்கக் கோப்பையில் விழவைக்கின்றன
கோரைப்புற்களின் தண்டுகளும்
பயத்திலாடும் செடிகளும் நிமிர்ந்திருக்கும் பூமாலையும்
இம்மலைப்பிரதேச கல்லறைகளின் நிசப்தத்திலிருந்து
உயர்ந்தெழுகின்றன" (மச்சு பிச்சுவின் சிகரங்கள்).

இவற்றில் இலத்தீன் அமெரிக்க வரலாற்றை மார்க்ஸியக் கண்ணோட்டத்தில் ஆராய்கிறார். *Canto general*இல் இடம் பெற்றுள்ள நெரூடாவின் புகழ்பெற்ற கவிதையான 'மச்சுபிச்சுவின் சிகரங்க'ளில் அந்த அழிந்துபோன இன்கா கலாச்சாரத்தின், அந்நகரில் அன்று வாழ்ந்திருந்த மக்களின் குரலாக, தான் மாற வேண்டுமென விழைகிறார்.

எனக்குத் தெரிய வேண்டும்,
தெருக்களின் உப்புக்களே,
கரண்டியைக் காட்டுங்கள்
கட்டடங்களைக் காட்டுங்கள்
பாறைகளின் வேரில்
சிறுகுச்சியால் சுரண்டுகிறேன்,
வெற்றான வெளியின் காற்றுப்படிக்கட்டுகளில்
மேலேறிச் செல்கிறேன்
அந்தரத்தில் மறைந்திருக்கும்
கட்டட உள்ளறைகளைத் தட்டிப் பார்க்கிறேன் அவை
மனிதர்களைத் தீண்டும் வரை.

பொதுவாக மார்க்ஸிய எழுத்துகளில் காணப்படும் பிரச்சார 'ஜர்கன்கள்' நெருடாவின் உயிர்ப்பான வரிகளில் காணப்படுவதில்லை.

"நான் சந்தித்தேயிராத மனிதனிடம்கூட
எனக்கான சகோதரத்துவத்தைத் தந்திருக்கிறீர்கள்;
வாழ்பவர் அனைவரின் பலத்தையும்
என்னிடம் சேர்த்துக் கூட்டியிருக்கிறீர்கள்
எவ்வாறு தனிமனிதன் ஒருவனின் வலி
அனைவரது வெற்றியில்
மறைந்து போகுமென
எனக்குக் காட்டியிருக்கிறீர்கள்
தகர்க்க முடியாதவனாக
என்னை ஆக்கியிருக்கிறீர்கள்
நான் என்பது என்னோடு முடிவதல்ல என்பதால்"

நெரூடாவின் மகத்தான வரிகளில் அவரது தலைமுறை எந்த அளவுக்கு கம்யூனிஸ ஒருமைப்பாட்டிற்காக ஒப்பியிருந்ததென்று தெளிவாகிறது.

உருகுவே நாட்டின் எழுத்தாளரும் இடதுசாரிச் சிந்தனை யாளரும் *'Open Veins of Latin America'* என்ற மிகப்பிரபலமான நூலை எழுதியவருமான எடுவார்டோ காலியானோ தனது *'Memory of Fire'* என்ற நூலில் தென் அமெரிக்க எழுத்தாளர்கள், அரசியல்வாதிகள், அக்கண்டத்தின் கலாச்சார அடையாளங்கள் பற்றி அங்கதமும் யதார்த்தமும் கலந்து விளக்கமாக ஆராய்கிறார். அவர், ஜோர்ஜ் லூவிஸ் போர்ஹெஸ்ஸையும் நெரூடாவையும் ஒப்பிட்டுக்கூறுகையில், "போர்ஹேஸ் ஒரு அறிவு ஜீவி. தலை மட்டும் கொண்டதொரு மனிதர். இதயம், செக்ஸ், வயிறு எதுவுமின்றி வெறும் மூளையை மட்டும் வைத்துக் கொண்டு நூலகத்தில் அமர்ந்திருக்கும் ஒரு புத்திசாலி. நெரூடாவின் படைப்புகளில் இருக்கிற வாழ்க்கையின் மின்சாரத்தை போர்ஹெஸ்ஸின் படைப்புகளில் நான் உணர்ந்ததில்லை. நெரூடா உலகத்தோடு வேறுவகையில் பிணைந்திருக்கிறார். அவரது கவிதைகளில் வாழ்வின் கொண்டாட்டத்தை, கனிகளை, கடலை, காதலை தரிசிக்கிறோம்," என்கிறார்.

"தென் அமெரிக்காவின் காலியான பரந்தவெளி முழுவதையும் தன் வார்த்தைகளால் நிரப்ப" விழைந்த நெரூடாவிற்கு காடுகளையும் நதிகளையும் பனியாறுகளையும் சீலே நாட்டு ஏரிகளையும் தன் கவிதைகளில் காட்டிக்கொண்டே வந்தாலும் பசிபிக் பெருங்கடலைப் போல அவரை ஈர்த்தது எதுவுமில்லை. நெரூடாவிற்கு அப்பெருங்கடலைப்பற்றி எவ்வளவு எழுதியும் அலுக்கவில்லை. தன் பிரியமான வீடான 'ஐலா நெக்ரா'வைப் பசிபிக் கடலை நோக்கிக் கட்டிக்கொண்டார்.

நெரூடாவிற்கு முக்கியமற்றதென்றும் சாதாரணமென்றும் எதுவும் கிடையாது. சிவப்பு ஒயின், தக்காளி, வெங்காயம், ஆர்டிசோக் கிழங்குகள், தேனீக்கள், சைக்கிள்கள் என எல்லாமே அவருக்கு ஏதோவொரு விதத்தில் முக்கியத்துவம் வாய்ந்ததாக இருந்தன. சூரியனுக்கடியிலிருக்கும் எதனையும் சேகரித்துப் பாதுகாக்கும் குழந்தை மனம் அவருக்குக் கடைசிவரை இருந்தது. ஆப்பிரிக்க முகமூடிகளிலிருந்து, உள்ளூர் கடற்சிப்பிகள் வரை அவர் சேர்த்துவைத்த 'பொக்கிஷங்கள்' அவருடைய ஸாண்டியாகோ, ஐலா நெக்ரா, வால்பரைஸோ இல்லங்களில் இன்றுவரை பாதுகாக்கப்பட்டு வருகின்றன. இவற்றைப் பார்த்த ஒரு வெளிநாட்டுச் சுற்றுலாப்பயணி, "ஒரே கூரையின் கீழ் இவ்வளவு குப்பைக் கூளங்கள் சேகரித்துவைத்திருப்பதை இப்போதுதான் பார்க்கிறேன்!" என்றாராம்.

நேரடியான எழுத்து அவருடையது. மங்கல வழக்குப் பிரயோகங்களை அவர் பயன்படுத்துவதில்லை. அரூபமான கோட்பாடுகளோ, தெளிவற்ற மெடாஃபிஸிக்கல் பிரதிபலிப்புகளோ அவர் எழுத்தில் காணக் கிடைப்பதில்லை. அவரால் தொட முடிந்தவற்றையும் உணர முடிந்தவற்றையும் மட்டுமே எழுதினார். ஃபிரெட்ரிகோ கார்ஸியா லோர்கா சொன்னதைப் போல அவர் எழுத்துக்கள் "மசியைவிட ரத்தத்திற்கு நெருக்கமாக அமைந்தவை." அதனால்தான் அவரது நூல்கள் லட்சக்கணக்கில் விற்று, சரித்திரத்திலேயே அதிகமாக வாசிக்கப்பட்ட கவிஞர் என்ற பெயரை ஈட்டித்தந்திருக்கிறது.

நெரூடா கீழைத்தேசங்கள் சிலவற்றில் சீலே நாட்டுத் தூதுவராகப் பணியாற்றிய பாதிப்பில் – முதலில் ரங்கூனில் 1927லும், அதன்பின் கொழும்பு, படாவியா, ஜாவா இறுதியாக சிங்கப்பூரிலும் – அவர் எழுதிய *Residence on Earth* அவரது படைப்புகளிலேயே ஆகச் சிறந்ததாகப் பலரால் கருதப்படுகிறது. இந்த வருடங்களில் இந்தியாவிற்கு முதன்முறையாக வருகை தந்தார். 1928இல் கல்கத்தாவில் நடந்த அனைத்திந்திய காங்கிரஸ் கமிட்டிக் கூட்டத்தில் கலந்துகொண்டு காந்தி, நேரு உள்ளிட்ட இந்தியச் சுதந்திரப் போராட்ட வீரர்களைச் சந்தித்தார். ஆசியாவின் மொத்த விழிப்புணர்வும் இந்தியாவிலிருந்தே உதயமாகியிருப்பதாக நெரூடா குறிப்பிடுகிறார். அன்றைய மதராஸில் புடவையணிந்திருக்கும் பெண்களைப் பார்த்துப் பெரிதும் கவரப்பட்ட நெரூடா, 'தீயின் நாக்கையெடுத்து உடம்பைச் சுற்றி ஒரே துண்டாகச் சுற்றிக் கொண்டிருப்பதைப் போல அவர்கள் பளபளக்கும் பட்டுச் சேலைகளைக் கட்டியிருப்பது அமானுஷ்யமாக' இருப்பதாக எழுதுகிறார். அவர் இரண்டாம் முறையாக 1951இல் அமைதித் தூதுவராக நேருவை வந்து சந்தித்த போது கல்கத்தாவிற்கு வங்காளக்

கவிஞர் பிஷ்ணு தேவின் அழைப்பின் பேரில் சென்றார். 'இந்தியா 1951' என்ற அவரது பிரசித்தி பெற்றக் கவிதை அப்போதுதான் படைக்கப்பட்டது.

சீலேயின் சர்வாதிகார ஆட்சியாளர்களுடன் மோத நேர்வது நெரூடாவிற்குத் தவிர்க்க முடியாமற் போனது. சீலேயின் எந்த பத்திரிகையும் அவரைப் பிரசுரிக்கத் தயாராக இல்லாததால் ஒரு வெனிசுலா நாளிதழில் சீலே அரசை கடுமையாகத் தாக்கி எழுதினார். அதன் பிறகு, அரசாங்கம் தனது நாட்டில் சித்திரவதை முகாம்கள் நடத்துவதாக செனட்டில் அவர் துணிச்சலாக உரையாற்றியது அவரை தலைமறைவாகச் செல்லவைத்தது. ஒரு வருடம் அவர் தன் நண்பர்கள் உதவியோடு மறைந்திருந்த பிறகு 1949இல் மாறுவேடத்தில், அவரது பிரசித்திபெற்ற 'கான்டோ ஜெனரல்' கவிதைப் பிரதிகளை மறைத்துவைத்துக்கொண்டு, குதிரை மீதேறி அபாயகரமான ஆந்தெஸ் மலைத்தொடரைக் கடந்து ஆர்ஜென்டீனாவில் தஞ்சம் புகுந்தார்.

சீலேவுக்குத் திரும்பி வந்ததும் அரசியலில் தீவிரமாக ஈடுபட்டார். நாட்டின் ஜனாதிபதி பதவிக்குக்கூட அவரது பெயர் முன்மொழியப்பட்டாலும் தனது நண்பரான சால்வடோர் அயெந்தேவிற்காக அதை விட்டுக் கொடுத்தார். அயெந்தே 1970இல் உலகிலேயே முதன்முறையாக ஒரு நாட்டுக்கு ஜனநாயக முறையில் தேர்ந்தெடுக்கப்பட்ட கம்யூனிஸ்ட் ஜனாதிபதியானார். நெரூடா பிரான்ஸுக்குத் தூதுவராக நியமிக்கப்பட்டார். உடல்நலக் குறைவு அவரை 1972இல் சிலிக்கு திரும்ப வைத்தது. அவரை மேலும் நோகவைப்பதைப் போல அயெந்தேவின் அரசு ஃபினோச்சேவின் கலகக் கும்பலால் கவிழ்க்கப்பட்டது. அயெந்தே கொல்லப்பட்டார். நெரூடாவின் வீடு ராணுவ வீரர்களால் சோதனை இடப்பட்டது. மரணப் படுக்கையில் இருந்த போதும் நெரூடாவால், "என் வீட்டில் உங்களுக்கு அபாயகரமான பொருள் ஒன்றே ஒன்றுதான் இங்கிருக்கிறது; அது எனது கவிதை!" என்று சொல்ல முடிந்திருக்கிறது.

அயெந்தே அரசு கவிழ்க்கப்பட்ட 12வது நாளில் பாப்லோ நெரூடாவைத் தாக்கியிருந்த இரத்தப்புற்று நோய் அவரைப் பலிகொண்டது. ராணுவத்தினரின் சூறையாடலால் அவரது உடல் அவர் வீட்டிலேயே இரண்டு நாட்கள் கிடந்தது. அவருக்கு இறுதி அஞ்சலி நடந்த தினத்திலேயே ராணுவ ஆட்சிக்கெதிரான மக்கள் எதிர்ப்பு தொடங்கியது. இறுதி அஞ்சலியில் கலந்துகொண்ட பல்லாயிரக்கணக்கான மக்கள் நெரூடாவின் நல்லடக்கம் முடிந்த பிறகு திரும்பி வரும்போது பினோச்சேவின் அட்டூழியத்துக்கு எதிராகப் பெரும் போராட்டத்தில் ஈடுபட்டனர்.

நெரூடாவின் வாழ்க்கை வரலாற்றை எழுதிய ஆடம் ஃபீன்ஸ்டைன் ஆச்சரியகரமானதொரு சம்பவத்தை நினைவு கூர்கிறார். நெரூடா இறந்த மறுநாள் காலை அவர் அதிகமும் தங்கியிருந்த வீட்டின் மாடியில் திடீரென்று களேபரம் ஏற்பட்டிருக்கிறது. அவ்வீட்டின் ஜன்னல்களும் கதவுகளும் மாதக்கணக்காகப் பூட்டியிருந்த போதிலும் எப்படியோ மாபெரும் கழுகு ஒன்று நெருடாவின் அறைக்குள்ளே புகுந்து விட்டிருப்பது தெரிகிறது. அடுத்த பிறவியில் கழுகாகப் பிறக்கத்தான் ஆசைப்படுவதாக நெரூடா பலமுறை கூறிவந்தது குறிப்பிடத்தகுந்தது!

நெரூடாவின் சில கவிதைகள்:

நான் உன்னைக் காதலிப்பதினாலேயே நான் உன்னைக் காதலிக்கவில்லை

நான் உன்னைக் காதலிப்பதினாலேயே உன்னைக்
காதலிக்கவில்லை
உன்னைக் காதலிப்பதிலிருந்து உன்னைக் காதலிக்காமைக்குச்
செல்கிறேன்
உனக்காகக் காத்திருப்பதிலிருந்து காத்திருக்காமைக்கும்
குளிரிலிருந்து நெருப்பிற்கும் செல்கிறது என் இதயம்.
உன்னைக் காதலிக்கிறேன் ஏனெனில்
நான் காதலிப்பது உன் ஒருத்தியைத்தான் என்பதால்;
ஆழமாக உன்னை வெறுக்கிறேன், வெறுத்துக்கொண்டிருக்கிறேன்.

உன்முன் மண்டியிடுகிறேன், உன் மீது மாறுகின்ற என்
காதலின் அளவால்
உன்னைப் பார்ப்பதில்லை
ஆனாலும் குருட்டுத்தனமாய் உன்னைக் காதலிக்கிறேன்
நிஜமான அமைதிக்கான என் சாவியைத் திருடிக்கொண்டு
தன் இரக்கமற்ற கதிர்களின்
ஜனவரி ஒளி என் இதயத்தை ஒருவேளை பொசுக்கலாம்.

கதையின் இப்பகுதியில் இறந்துபோவது
நான்தான், நான் மட்டும்தான்
ஏனெனில் உன்னைக் காதலிக்கிறேன்,
என் காதலே உன் நெருப்பிலும் ரத்தத்திலும் காதலால்
இறக்கிறேன்
உன்னைக் காதலிப்பதால் இறக்கிறேன் நான்.

•

நீ என்னை மறந்தால்

ஒரு விஷயத்தை
நீ தெரிந்துகொள்ள வேண்டும் இது எப்படியெனில்:
பளிங்கு நிலவை,
மந்தமான இலையுதிர்க் காலத்தின் சிவந்த கிளையை
ஜன்னலில் பார்த்தால்,

கணப்பு அடுப்பிற்கருகில் மிக மெல்லிய சாம்பல் படிவத்தை,
அல்லது விறகின் சுருக்கம் கொண்ட பரப்பை நான் தீண்டினால்
அவையெல்லாம் உன்னிடம் சேர்க்கின்றன என்னை.
இருக்கும் அனைத்தும்
மணமும் ஒளியும் உலோகமும் சிறுபடகுகளாகி, எனக்காகக்
காத்திருக்கும்
உன் தீவுக்கூட்டத்தை நோக்கிச் செல்வது போல,
சரி, இப்போது
சிறிது சிறிதாக என்னைக் காதலிப்பதை நீ நிறுத்து
சிறிது சிறிதாக உன்னைக் காதலிப்பதை நானும் நிறுத்துவேன்.
திடீரென
என்னை நீ மறந்தால் என்னைப்பார்க்க மறுத்தால்,
ஏற்கெனவே உன்னை நான் மறந்துவிட்டிருப்பேன்.
ஏங்கிப் பேதலித்து என் வாழ்வைக் கடந்து போகும் திரை
படபடக்கும் காற்றில்
நான் வேர்பதித்த இதயத்தின் கரையிலேயே என்னை விட்டுச்
செல்ல நீ முடிவெடுத்தால்
நினைவில் கொள்...
அந்த நாளில் அந்தக் கணத்தில் என் கைகளை உயர்த்துவேன்
என் வேர்கள் எழுந்து வேறொரு நிலத்திற்குக் கிளம்பிவிடும்.
ஆனால்
ஒவ்வொரு நாளும்
ஒவ்வொரு மணியும்
நீ எனக்காக விதிக்கப்பட்டவள் என தணியாத இனிமையில் நீ
உணர்ந்தால்
ஒவ்வொரு நாளும்
ஒரு பூ உன் உதட்டின் மேலேறி என்னைத் தேடினால்,
ஆ என் காதலே, ஆ என் சொந்தமே அத்தனை நெருப்பும்
எனக்குள்ளும் திரும்பும் கனன்று
எதுவும் என்னில் அழியவில்லை எதுவும் என்னில் மறதியில்லை.
என் காதல், உன் காதலை உண்கிறது
நீ வாழும்வரை அது உன் கையிலிருக்கும் என்னை விட்டு
விலகாமல்
என் அன்பே.

•

உன் இதழுக்காக, உன் குரலுக்காக, உன் கூந்தலுக்காக ஏங்குகிறேன்.

தூர விலகாதே ஒரு நாளைக்குக்கூட
தூர விலகாதே ஒரு நாளைக்குக்கூட, ஏனென்றால் –
ஏனென்றால் – அதை எப்படிச் சொல்வதெனத் தெரியவில்லை
எனக்கு! ஒருநாள் என்பது ரொம்பவும் நீண்டது
உனக்காக நான் காத்திருப்பேன்
காலியான ஒரு நிலையத்தில்
எங்கேயோ தூரத்தில் ரயில்கள் நிறுத்தப்பட்டு தூங்குவதைப்போல.
என்னை விட்டுப் போகாதே, ஒரு மணி நேரம்கூட

ஏனென்றால்
வேதனையின் சிறுதுளிகள் ஒன்றாய்க் கூடும்.
வீடு தேடியலையும் புகை
எனக்குள்ளே புகுந்துவிடும்
தொலைந்த என் இதயத்தைத் திணறவைக்கும்.
ஓ, உன் நிழல் வடிவம் கடற்கரையில் கரையாதிருக்கட்டும்
உன் விழி இமைகள் படபடத்து அனந்தத்திற்குச் செல்லாதிருக்கட்டும்
என்னை விட்டுப்போகாதே, ஒரு நொடி நேரம்கூட
என் கண்ணே
ஏனெனில்
நீ சென்ற அக்கணமே
திசைதொலைந்து நானலைவேன்
உலகம் முழுதும் கேட்டுக்கொண்டே
திரும்ப நீ வருவாயா?
இங்கேயே என்னை இறந்துபோக வைப்பாயா?

●

இருபது காதல் கவிதைகளிலிருந்து

சோகமான வரிகளை இன்றிரவு எழுத முடியும்
என்னால் இதைப்போல:
முறிந்துவிட்டது இரவு,
தூரத்தே, நீலமாகத் துடிக்கின்றன விண்மீன்கள்
இரவுக்காற்று வானில் திரும்ப இசைக்கிறது.
சோகமான வரிகளை இன்றிரவு எழுத முடியும் என்னால்
நான் அவளைக் காதலித்தேன்
சிலவேளை அவளும் என்னைக் காதலித்தாள்.

இதுபோன்ற இரவுகளில் கைகளில் அவளை ஏந்தி
எல்லையற்ற வானின் மடியில் நெடுநேரம் முத்தமிடுவேன்.

அவள் என்னைக் காதலித்தாள்
சிலவேளை நானும் அவளைக் காதலித்தேன்
நிச்சலனமான, அகன்ற அவள் விழிகளை
எப்படி நான் காதலிக்காமலிருக்க முடியும்.

சோகமான வரிகளை இன்றிரவு எழுத முடியும் என்னால்
என்னுடன் அவள் இல்லையென்று நினைக்கும்போது
அவளை நான் இழந்தேனென்று உணரும்போது.

அகன்ற இரவு, அவளின்றி இன்னும் விழித்திருக்கிறது
புல்லின் மேல் பனி விழுவதைப்போல
ஆன்மாவின் மேல் வரிகள் விழுகின்றன.

அவளை நான் கொண்டிருக்காவிட்டால் என்ன,
இந்த இரவு முறிந்திருக்கிறது, அவள் என்னிடம் இல்லை.
அவ்வளவுதான்.
தூரத்தில் யாரோ பாடுகின்றனர்.

தூரத்தில், அமைதியின்றி அலைகிறதென் ஆன்மா,
அவள் பிரிவில் அவளைத் தொட்டுவிடுவதைப் போல
என் பார்வை தேடுகிறது;
இதயம் தேடுகிறது: என்னிடம் அவள் இல்லை.
அதே இரவு வெளுக்கிறது, அதே கிளைகளில்
அந்நேரத்திலிருந்துதான் நாங்கள் மாறிப்போனோம்.
நான் அவளைக் காதலிக்கவில்லை,
அது மட்டும் நிச்சயம்.
ஆனால் எப்படி அவளைக் காதலித்தேன்!
அவளை அடையும் காற்றுக்காக என் குரல் தேடுகிறது.

வேறொருவர் முத்தங்கள் அவள்மேல்,
என் முத்தங்களைப் போலவே
அவள் குரல், பிரகாசமான அவள் உடல், முடிவற்ற விழிகள்.

நான் அவளைக் காதலிக்கவில்லை,
அது மட்டும் நிச்சயம்.
ஆனால் ஒரு வேளை அவளை நான் காதலிக்கலாம்.
காதல் குறுகியது. மறத்தல்தான் நீண்டது
இந்த இரவுகளிலிருந்து, கைகளில் அவளை ஏந்தி
அமைதியின்றி அலைகிறதென் ஆன்மா, அவள் பிரிவில்.
இதுதான் அவள் எனக்குத் தரும் கடைசி வலியென்றால்
இதுதான் அவளுக்காக நான் எழுதும் கடைசி வரி.

•

மச்சு பிச்சுவின் சிகரங்கள் (12ஆம் காண்டத்திலிருந்து)

என்னுடன் பிறப்பதற்காக எழுந்திரு, என் சகோதரா.

உனது துயர பாதாளங்களிலிருந்து
உனது கையைக் கொடு

இந்த இறுகிய பாறையடுக்குகளிலிருந்து
நீ விடுபடப் போவதில்லை.

இந்தத் தரையடிக் காலத்திலிருந்து
உன்னால் எழ முடியப் போவதில்லை.

உன் கனத்த குரல் திரும்பி வரப் போவதில்லை
உன் கூர்மையான விழிகள்

அவற்றின் குழிகளிலிருந்து எழப்போவதில்லை.

பூமியின் ஆழத்திலிருந்து என்னைப் பார்,
உழவன், நெசவாளன், பேசாமடந்தையான மேய்ப்பன்,

குலமரபுச் சின்னமான குவானோகோக்கள்
சாரக்கட்டின் மேலிருக்கும் கொல்லன்

ஆந்திய மலையின் பனி மனிதன்
நசுங்கிய விரலுடைய பொற்கொல்லன்,

ஜி. குப்புசாமி

நாற்றுகள் நடுவே கவலையான விவசாயி
களிமண் நடுவே குயவன் –

இப்புதிய வாழ்வின் கோப்பைக்கு
புதைந்திருக்கும் உன் புராதனத் துயரங்களை எடுத்துவா.

உன் ரத்தத்தை, உன் வடுக்களை
என்னிடம் காட்டு.
சொல்லு என்னிடம்:
இங்கே நான் சாட்டையாலடிக்கப்பட்டேன்
ஓர் ஆபரணக்கல் மங்கலாய் இருந்ததால்,
அல்லது கதிர்களை அல்லது கற்களை நேரத்தில் வெளித்தள்ள
நிலம் தோற்றதால்.

உன்னைத் தடுக்கி விழச்செய்த
பாறையைக் காட்டு

உன்னைச் சிலுவையிட்ட மரத்தைக் காட்டு
பழைய சிக்கிமுக்கிக் கற்களை எடுத்து உரசு
புராதன விளக்குகளைத் தூண்டு
நூற்றாண்டுகளாக உன் காயங்களில் ஒட்டியிருக்கும்
சவுக்குத் திரியை ஏற்று
உன் ரத்தம் பளபளக்கும் கோடாரிகளை ஏந்து.

உங்களின் இறந்த வாய்களுக்காக
பேச வந்திருக்கிறேன் நான்
பூமியெங்கும் இறந்த உதடுகள் ஒன்றுசேரட்டும்
இந்நீண்ட இரவின் ஆழங்களிலிருந்து
உங்களுடன் நானும் சேர்ந்து பயணிப்பதுபோல.

எல்லாவற்றையும் சொல்,
சங்கிலி சங்கிலியாக,
பூட்டுப்பூட்டாக, படிப்படியாக;
நீ மறைத்துவைத்த கத்தியை எடுத்துத் தீட்டு,
என் மார்பிற்குள் செருகு,
என் கைகளில் குத்து
சூரியக் கத்திகளைப்போல்

எங்கெங்கும் புதைக்கப்பட்ட சிறுத்தைகள்
என்னைக் கதறவிடு, மணிகள், நாட்கள், வருடங்களுக்கு,
காலம் கடந்து, யுகங்கள் கடந்து.
அமைதியை, நீரை, நம்பிக்கையைக் கொடு
போராட்டத்தை, இரும்பை, எரிமலைகளைக் கொடு
ஒட்டிக்கொள்ளட்டும் உடல்கள் காந்தம்போல்
என்னுடலோடு பாய்ந்து வரட்டும்
என் ரத்த நாளங்களில் வந்து சேரட்டும்
என் வாயிற்குள் வெளிவரட்டும் என் பேச்சின் மூலமாக
வெளிவரட்டும் என் ரத்தத்தின் மூலமாக!

•

பூனையின் கனவு

தூங்குகிறது ஒரு பூனை எவ்வளவு பரிசுத்தமாகத் தூங்குகிறது
அதன் பாதங்களோடு அதன் தோரணையோடு தூங்குகிறது
உள்ளிழுத்த அதன் கோப நகங்களோடு உணர்வில்லா
அதன் ரத்தத்தோடு எல்லா வளையங்களோடு தீக்காய
வரிசைகளோடு – மணல்நிற வாலில் உண்டான விநோத
அடையாளங்களோடு.

தூங்க விரும்புகிறேன் ஒரு பூனையைப் போல காலத்தின்
எல்லாக் கம்பளியோடும் தீக்கல்லைப் போன்ற முரட்டு
நாவோடும் நெருப்பின் வறண்ட துணையோடும் பேசாது
யாரோடும் உலகின் மீது புரண்டெழுந்து என் கனவுகளில்
எலிகளை வேட்டையாடுவேன் கூரைகள் மேல் நிலங்களின்
மேல் வெறியோடும் ஆசையோடும்.

பார்த்துவிட்டேன் ஒரு பூனை எப்படித் தூங்குகிறதென்று
எப்படிப் புரளும் என்று இரவு கடக்கையில் கருத்த நீரைப்
போல.

கீழே விழலாம் சில சமயம் சரியலாம் வெறும் பனிப்பள்ளத்தில்
ஒரு வேளை. தூக்கத்தில் வளர்ந்துவிடும் அது. சில
வேளைகளில் புலியின் முப்பாட்டனைப் போல்.

துள்ளித்தாவும் இருட்டில் மேற்கூரைகளிலும் மேகங்களிலும்
எரிமலைகளிலும் இரவின் பூனையே தூங்கு தூங்கு
சமயத் திருவிழாவில் உன் கல்லால் செதுக்கிய மீசையோடு.

ஜாக்கிரதையாகப் பார்த்துக்கொள் எங்கள் கனவுகளை ஆழ்ந்த
தூக்கத்தின் கலக்கத்தை எனது இரக்கமற்ற இதயத்தோடு
உனது கனத்த வாலின் பட்டையோடு.

•

புது எழுத்து, அக்டோபர் 2004

ஜி. குப்புசாமி

19

கண்ணாடிச் சொற்கள்

அமிதாவ் கோஷுக்கு இந்த வருடத்திற்கான ஞானபீட விருது வழங்கப்பட்டிருப்பது பலருக்கும் சற்று வியப்பூட்டும் செய்தியாக இருந்திருக்கும். ஆங்கிலத்தில் எழுதும் இந்திய எழுத்தாளர்களை சாகித்ய அகாதெமி அங்கீகரித்து வருவதைப் போலன்றி, இந்தியாவிலேயே இலக்கிய விருதுக்காக மிக அதிகமான பரிசுத் தொகையை வழங்கும் ஞானபீடம், அது தொடங்கப்பட்ட 1965ஆம் வருடத்திலிருந்து இதுவரை இந்திய ஆங்கில எழுத்தாளர்களை நோக்கித் திரும்பியதில்லை. ராஜாராவ், அனிதா தேசாய், முல்க் ராஜ் ஆனந்த், ரோஹின்டன் மிஸ்ட்ரி, சல்மான் ருஷ்டி, விக்ரம் சேத், நீரத் சௌத்ரி, அருந்ததி ராய், ஜும்பா லஹிரி ஆகியோருக்கு வழங்கப்படாத விருது அமிதாவ் கோஷுக்குத் தற்போது வழங்கப்பட்டுள்ளது.

இந்தியாவுக்குள் ஆங்கிலம் இரண்டு வழிகளில் உள்ளே நுழைந்தது. ஷேக்ஸ்பியர், மில்டன் போன்ற ஆங்கில இலக்கியவாதிகள் மூலமாகவும், கிழக்கிந்திய கம்பெனியின் மூலமாகவும் என்று குறிப்பிடும் நேரு, "ஆங்கிலேய ஆக்கிரமிப்பாளர்களுக்குத்தான் நாம் எதிரிகளேயொழிய ஆங்கில மொழிக்கல்ல" என்றார். இந்திய அரசியலமைப்புச் சட்டத்தின்படி அதிகாரப்பூர்வ தேசியமொழிகளாக 22 இந்திய மொழிகளோடு ஆங்கிலமும் இருப்பது அது உலகப் பொதுமொழியாய் இருப்பதால் மட்டுமல்ல; எல்லா இந்தியர்களின் தாய்மொழியோடும் ஆங்கிலம் துணை மொழியாகவே அவர்கள் வாழ்வில் கலந்திருக்கிறது.

இந்திய ஆங்கில எழுத்தாளர்களின் மீது பொதுவாக வைக்கப்படும் விமரிசனங்கள் / குற்றச்சாட்டுகள் சில உண்டு. இந்திய மொழி எழுத்தாளர்கள் அளவுக்கு அவர்கள் தரமானவர்கள் அல்லர்; அவர்கள் எழுதுவது மேலைநாட்டு வாசகர்களுக்காகவும் பரவலான உலக வாசகர்களுக்காகவுமே! உண்மையான இந்திய ஆன்மாவை அவர்கள் பிரதிலிப்பதில்லை... ஓரளவு ஒப்புக்கொள்ள வேண்டிய இந்த கருத்துக்களோடு 'ஷோகேஸ் எழுத்தாளர்கள்', 'குருவி மண்டை' போன்ற பிரயோகங்களும் சில *self professed* மேதாவிகளால் வீசப்படுவதுண்டு.

ஆனால் இத்தகைய விமர்சனங்களை அமிதாவ் கோஷ் மீது சுமத்த முடியாது. பல இந்திய ஆங்கில எழுத்தாளர்களை விடவும் முழுமையான 'இந்திய' எழுத்தாளர் அவர். இன்னும் குறிப்பாகச் சொல்ல வேண்டுமென்றால் அசலான 'வங்காள' எழுத்தாளர்.

இந்திய ஆங்கில எழுத்தாளர்கள் வெளிநாட்டு வாசகர் களுக்காக எழுதுகிறார்கள் என்ற விமர்சனத்துக்கு முக்கியக் காரணமே பலருடைய எழுத்தில் பௌதிக இந்தியத்தன்மை இருந்தாலும் இந்திய ஆன்மா இல்லாமையே. வெள்ளைக்காரன் சிரமப்பட்டு இந்திய மொழியில் பேசுவதைப் போலவே பலருடைய படைப்புகள் இருப்பதால் இத்தகைய குற்றச்சாட்டுகள் எழுகின்றன. மேலும் முதலாம் உலக நாடுகளின் வாசகர்கள் இந்திய நாவலில் எதைப் பார்ப்பதற்கு விரும்புகிறார்களோ அதை மட்டும் எழுதுகிறார்கள் என்ற விமர்சனமும் பல இந்திய ஆங்கில எழுத்தாளர்கள் மீது சரியாகவே வைக்கப்படுகிறது. ஆனால் இந்த விஷயத்தில் அருந்ததி ராயைப் போலவே அமிதாவ் கோஷும் விதிவிலக்கு. 'சின்ன விஷயங்களின் கடவுள்' எப்படி ஒரு முழுமையான கேரள நாவலாக இருந்ததோ, அப்படியே அமிதாவ் கோஷின் நாவல்களும் வங்காள உணர்தகவைக் *(sensibility)* கொண்டிருப்பவை. அவருடைய நாவல்கள் உலகின் எந்தப் பகுதிக்கு நகர்ந்தாலும், ஒரு வங்காளியின் பார்வையிலேயே சொல்லப்படுகின்றன. அவர் புது தில்லியில் நேரில் கண்ட 1984ஆம் வருட சீக்கியப்படுகொலைகள் அவரிடம் தீவிரமான தாக்கத்தை உண்டாக்கினாலும் அந்தப் பாதிப்பில் எழுதிய *Shadow Lines* (நிழற் கோடுகள்) நாவலில் அறுபதுகளின் டாக்கா படுகொலைகளையே நாவலின் பின்னணியாகக் கொள்கிறார்.

மெலிதான மாய யதார்த்த வகைமையில் எழுதப்பட்ட அமிதாவ் கோஷின் முதல் நாவலான *The Circle of Reason*இல் 'அனைத்தையும்' சொல்லிவிட வேண்டுமென்ற இளம் நாவ லாசிரியனின் தவிப்பு தெரியும். ஒரு சிறிய வங்கக் கிராமத்தி லிருந்து விநோதமான திறமைகளைக் கொண்ட அனாதைச்

சிறுவன் ஆலு, மண்டையோடுகள் குறித்த ஆய்வில் ஆர்வம் கொண்டிருக்கும் அவனுடைய மாமாவும் குருவுமான பலராம் போஸ், வீண்பழிசுமத்தப்பட்டு அரபிக்கடல் மார்க்கமாக மத்திய ஆசியா, வட ஆப்பிரிக்காவரை ஓடுகின்ற ஆலு, அவனுக்குக் கிடைக்கும் 'உள்ளொளி தரிசனங்கள்' என்று கலவையான மாயச் சித்திரங்களோடு தனது வருகையை அறிவித்த அமிதாவ் கோஷ், அடுத்த நாவலிலிருந்து தனது பாதையைச் சற்று மாற்றிக் கொண்டார்.

அடிப்படையில் அமிதாவ் கோஷ் பேராசிரியர் என்பது அவருடைய பலமும் பலவீனமும் என்பது அவருடைய இரண்டாவது நாவலிலிருந்து புலப்படத் தொடங்குகிறது. சமூக மானுடவியலில் முனைவர் பட்டம் பெற்று, தில்லியிலும் பின்பு நியூயார்க்கிலும் முழுநேரமாகவும் வருகைதரு பேராசிரியராகவும் பணியாற்றிவரும் அமிதாவ் கோஷ் தனது புனைவுகளை மாபெரும் ஆய்வுப் பணியை ஈடேற்றுவதைப்போலக் கட்டமைக்கத் தொடங்கியது அப்போதிலிருந்துதான். முதலில் விரிவான களப்பணி. அதன் பிறகு நுட்பமான தரவுகள் சேகரிப்பு. அதன்பின் நாவலை ஒரு மாபெரும் மாளிகையைப்போல கட்டமைக்கிறார். அவரது அடுத்த நாவல்களான *'The Shadow Lines', 'The Calcutta Chromosome', 'The Glass Palace'* ஆகியவை இதுபோன்று கட்டமைக்கப்பட்ட அறிவார்ந்த நாவல்களே. *'The Hungry Tide'* சற்று மாறுபட்ட நாவல். இது வங்கத்தின் சுந்தரவனக் காடுகளில் தொடங்குகிறது. எண்ணற்ற தீவுகளை உள்ளடக்கிய இப்பிரதேசத்தில் கடல் ஓதம் உயர்ந்து கொண்டே வந்து பெரும் நிலப்பரப்பை மூழ்கடித்துவிட்டுப் பிறகு உள்வாங்கிப் பின்னகர்ந்து சென்றுகொண்டிருப்பதையும், இந்த அபாரமான நிலப்பகுதியின் மக்களிடையே தொன்றுதொட்டு நிலவிவரும் கலாச்சார நம்பிக்கைகளையும், இயற்கையோடு இயைந்த அவர்களின் வாழ்வையும் வளங்களையும் அதிகார வர்க்கத்துடன் சேர்ந்து கொள்ளையடிக்க வரும் சுயநலமிகளையும், இவர்களோடு ஆற்றுமுதலைகள், மீன்களில் ஆய்வு செய்யவரும் மாணவியையும் கொண்டு ஒரு பிரமாதமான நாவலை அமிதாவ் படைக்கிறார்.

ஒவ்வொரு நாவலையும் எழுதுவதற்கு முன்பு, அமிதாவ் கோஷ் எடுத்துக்கொள்ளும் சிரத்தையும், கடுமையான உழைப்பும் அலாதியானவை. அவருடைய சமீபத்திய முக்கதைகளான *Sea of Poppies, River of Smoke, Flood of Fire* ஆகியவை அவருடைய *Magnum Opus* எனலாம். கிழக்கிந்திய கம்பெனியால் உருவாக்கப்பட்ட அபின் வர்த்தகத்தால் பிரிட்டனுக்கும் சீனாவுக்கும் நடந்த 'ஓப்பியம் போர்' பற்றிய இந்நாவல் தொகுப்பு வலுவான வரலாற்று ஆதாரங்களைக் கொண்ட பிரம்மாண்டப் புனைவு.

'நிழல் கோடுகள்' நாவலின் பெயரற்ற கதைசொல்லிக்குத் தன் சித்தப்பா த்ரிதீப் வர்ணித்திருந்த லண்டன் நகரக் காட்சிகள் உண்மையாகவே தெரிவதைப்போல '*The Glass Palace*' நாவலின் ராஜ்குமாருக்குத் தொலைவில் கேட்கிற அறிமுகமற்ற சத்தம் ஆங்கிலேயப் பீரங்கிகள் உண்டாக்குபவை என்று தெரிகிறது. இந்நாவலிலும் நீர்நிலைகள், கடற்பயணங்கள். அமிதாவ் கோஷுக்குக் கடல் யாத்திரைகளைச் சொல்லி அலுப்பதில்லை.

ஆனாலும் அமிதாவ் கோஷின் எழுத்துக்களில் தென்படும் ஒரு விநோத அம்சத்தைக் குறிப்பிட வேண்டும். நாவல்களை எழுதும்போது அவர் ஒரு வரலாற்றுப் பேராசிரியராகவும் புனைவற்ற எழுத்துக்களில் அற்புதமான கலைஞராகவும் உருவெடுத்துவிடுவதுதான் அது.

மிகவும் சிரத்தையுடன் கட்டமைத்து எழுதுகின்ற அவருடைய நாவல்கள் சற்றுச் செயற்கையாக – செய்யப்பட்டவையாக அமைந்துவிடுகின்றன. ஒரு கலைஞனின் படைப்பெழுச்சியாக அவை உருவெடுப்பதில்லை. கவனமான வாசகர் எவருக்கும் அமிதாவ் கோஷின் நாவல்கள் மூளையைக் கவரும் அளவுக்கு இதயத்தில் வியாபிப்பதில்லை. இந்த வகையில் அவரை போர்ஹெஸ்ஸோடு ஒப்பிடலாம்.

ஆனால் அமிதாவ் கோஷின் கட்டுரைகள் முற்றிலும் வேறுவகையானவை. இன்று இந்தியாவின் மிகச்சிறந்த அ–புனைவு எழுத்தாளர் அமிதாவ் கோஷ்தான். இந்திரா காந்தி கொல்லப்பட்டபின் புதுதில்லியில் நடந்த சீக்கியர்களுக்கு எதிரான கலவரங்களை நேரில் கண்டு அவர் எழுதிய *Ghosts of Mrs.Gandhi* என்ற நான்கு பக்கக் கட்டுரை அவரது முந்நூறு பக்க நிழற்கோடுகளை விட காத்திரமானது. 2004ஆம் வருட சுனாமி அந்தமான் நிகோபார் தீவுகளைப் புரட்டிப்போட்ட பிறகு அங்கு சென்ற கோஷ் எழுதிய கட்டுரையை (*The Town By The Sea*) கண்ணீர் வடிக்காமல் வாசிக்க முடியாது. தனது வரலாற்றுப் புலமையின் பலத்தோடு கம்போடியா அங்கோர்வாட் ஆலய வளாகத்தைப் பற்றி எழுதியிருந்த *Dancing in Combodia, Stories in Stone* என்ற இரண்டு கட்டுரைகளும் கவித்துவமானவை. தனது மாநிலத்துக்கு அருகில் இருந்தாலும் கல்லூரித் தினங்களி லிருந்தே ஒரு மர்மப் பிரதேசமாகவும் இந்தியர்களை வெறுக்கும் தேசமாகவும் தான் நினைத்திருந்த பர்மாவுக்கு அவர் சென்றதையும் அவுன் சான் சூயியை சந்தித்ததையும் மிகவும் சுவையோடு விவரிக்கும் *At Large in Burma* என்ற அவரது கட்டுரை புனைவற்ற எழுத்தின் உச்சம்.

அமிதாவ் கோஷின் அரசியல் நிலைப்பாட்டை சோஷலிஸம் என்றோ, இடதுசாரி என்றோ தீர்மானமாக வகைப்படுத்திவிட முடியாது. அவர் பரிபூரண வங்கத்துவாதி என்பதே பொருத்தமாக இருக்கும்.

அவருடைய 'Glass of Fire' நாவல் 2001ஆம் வருடம் காமன்வெல்த் எழுத்தாளர் விருதுக்கான இறுதிப்பட்டியலுக்குத் தேர்வானபோது அதுநாள்வரை வெளிப்பட்டிராத அமிதாவ் கோஷின் கோபமான முகம் உலகுக்குத் தெரிந்தது. பரிசுப்பட்டியலிலிருந்து தனது நாவலை விலக்கிவிடுமாறு காட்டமாக அறிவிப்பு வெளியிட்டார். காமன்வெல்த் என்ற அடைப்புக்குள் எழுத்தாளர்களைச் சுருக்கி, பரிசு வழங்குவதை ஏற்றுக்கொள்ள முடியாது என்றார். காமன்வெல்த் நாடுகளைச் சேர்ந்த எழுத்தாளர்களுக்கு மட்டுமேயான இப்பரிசுக்குத் தனது நாவல் தேர்வானபோது, தனது பதிப்பாளரிடம் போட்டியிலிருந்து விலகிக்கொள்வதாக தெரிவித்திருந்த தாகவும், பதிப்பாளர்கள் அதனைப் பொருட்படுத்தவில்லை என்றும் சொன்னார். அந்த அறிவிப்பில் அவர் முத்தாய்ப்பாகச் சொன்ன வாக்கியம் இது: "ஆங்கிலத்தில் எழுதுவதாலும், இம்பீரியல் பிரிட்டனால் ஆளப்பட்டு வந்த பகுதியைச் சேர்ந்தவனாய் இருப்பதாலும் இப்பரிசுக்கு என் நாவலைத் தகுதியாக்குகிறீர்கள் என்றால், இந்த விருதுக்கான பெயரை Norman Conquest இலக்கிய விருது என்றும் மாற்றிக்கொள்ளலாமே!"

இதுதான் அமிதாவ் கோஷின் அடையாள முத்திரை என்றும் கொள்ளலாம்.

◆

காலச்சுவடு, ஜனவரி 2019

20

நவீன ஆப்பிரிக்க இலக்கியம்:
ஒரு பருந்துப் பார்வை

ஏகாதிபத்திய வரலாற்றாசிரியர்கள் உருவாக்கிய தேய்வழக்குகளை விசுவாசமாக நாமும் தொடர்ந்து பயன்படுத்தி வருகிறோம். இதன் அடிப்படையில் உள்ள பலதரப்பட்ட நுண் அரசியற் கூறுகள் இன்னமும்கூட நம்மால் முழுமையாகப் பகுப்பாய்வு செய்யப்படவில்லை எனலாம். 'இருண்ட கண்டம்' என்ற ஒரே சொல்லாட்சியின் கீழ் மறைக்கப்பட்டிருந்த உலகின் மூத்த குடியின் வேர்களும் அவர்களின் எண்ணற்ற கடவுளர்களும் இனக்குழுக்களின் பாரம்பரியங்களும் கலாச்சாரங்களும் காலனியாளர்களால் அநாகரிகங்கள் என்ற பெயரில் அழிக்கப்பட்டதையும், தங்கள் நாடுகளின் மொழிகளையும் மதங்களையும் அவர்களின் மேல் திணித்ததையும், ஓர் இனமாக வாழ்ந்துவந்த அப்பழங்குடிகள் தமக்குள் பிளவுண்டதையும் புதைசேற்றிலிருந்து தோண்டியெடுக்கப்படும் புராதன பொருட்களைப் போல இன்றைய ஆப்பிரிக்கப் படைப்புகள் மீட்டெடுத்து வருகின்றன.

தென் அமெரிக்காவைப் போலவே ஆப்பிரிக்கக் கண்டமும் ஐரோப்பிய ஆதிக்க நாடுகளால் காலனியாக்கம் செய்யப்பட்ட பூமி. பாரம்பரியம் மிக்க ஆப்பிரிக்கச் சமூகத்தின் மீது மேற்கத்திய வழக்கங்களும் மதிப்பீடுகளும் ஏற்படுத்திய தாக்கங்களை நுட்பமாகக் கலையம்சத்துடன்

சித்தரிக்கும் நவீன ஆப்பிரிக்க இலக்கியத்தின் வரலாறு சினுவா ஆச்செபேவுடன் தொடங்குகிறது. ஜாய்ஸ் கேரியின் *Mister Johnson* போன்ற, வெள்ளையர்களால் கீழ்த்தரமாகவும் இழிவாகவும் சித்திரிக்கப்பட்ட ஆப்பிரிக்கப் பின்னணி நாவல்களிலிருந்து ஆச்செபேவின் *Things fall Apart* முற்றிலும் விலகி உண்மையான ஆப்பிரிக்காவை, அதன் கம்பீரத்தை, பெருமிதத்தை, வலியை, அவமானத்தைத் துல்லியமாகக் காட்சிப்படுத்தியது (இந்நாவல் 'சிதைவுகள்' என்ற பெயரில் 'காலம்' வெளியீடாக வெளிவந்துள்ளது. மொ.பெ. என்.கே. மகாலிங்கம்). சினுவா ஆச்செபேவை மட்டுமின்றி அவர் பிறந்த நைஜீரியாவைச் சேர்ந்த பென் ஓக்ரி, வோலே சொயிங்கா, சீமமாண்டா அடீச்சி போன்றோரின் படைப்புகளையும் சரியாக உள்வாங்கிக் கொள்ள நைஜீரியாவின் உள்நாட்டுப் போர்களைப் பற்றி நாம் அறிந்து கொள்ள வேண்டும். 1992வரை அதன் இயற்கை வளங்களுக்காகச் சிறுபான்மை வெள்ளையர்களின் இனவெறி ஆட்சியின் கீழ் ஆப்பிரிக்கக் கண்டத்தின் தென் மேற்குப் பகுதி நாடான நைஜீரியா சிக்கியிருந்தது. நைஜீரியாவில் உள்ள பல்வேறு இனக் குழுக்களில் இக்போ இனத்தவர் பெரும்பான்மையாக வாழும் பையாஃப்ரா நைஜீரியாவின் செழிப்பான பிரதேசம். இக்போ இனத்தவர் பல்லாண்டுகளாகத் தனிநாடு கோரிப் போராடிவந்தாலும் 1967இல் வெடித்த உள்நாட்டுப் போரில் பெரும் ரத்தச் சேதத்திற்குப் பின் பையாஃப்ரா என்ற தனி நாடு உருவாகியது. சிந்திய ரத்தம் உலர்வதற்கு முன் மூன்றே ஆண்டு களில் அமெரிக்க உதவியுடன் நைஜீரியா அப்புதிய நாட்டைக் கையகப்படுத்திப் பழையபடியே இணைத்துக்கொண்டது. பையாஃப்ராவின் வடுக்கள் நைஜீரியர்களிடம் இன்னும் மறையாதிருக்கின்றன; அதற்குச் சாட்சி ஆச்செபே, அடீச்சி போன்றோரின் படைப்புகள்.

நவீன ஆப்பிரிக்க இலக்கியத்தைப் பற்றி எழுதும்போது நைஜீரிய இலக்கியமே அதில் பெரும்பான்மையான இடத்தை ஆக்கிரமித்துக் கொள்கிறது. நைஜீரிய ஆங்கில இலக்கியம் கடந்த பதினைந்து ஆண்டுகளில் விஸ்தீரணமடைந்திருப்பது அதற்குக் காரணம். கருப்பு ஆப்பிரிக்க இலக்கியத்தின் முன்னணிக் கலைஞரான வோலே சொயிங்காவிற்கு 1986ஆம் ஆண்டு இலக்கியத்திற்கான நோபல் பரிசு கிடைத்தபோது அது நைஜீரிய இலக்கியத்திற்கான அங்கீகாரத்தை உறுதிப்படுத்தியது.

காலனியாதிக்கத்திலிருந்து, நவ காலனியத்தின் வழியாக முழுமையான சுயராஜ்ஜியத்திற்குப் பெரும் வலியோடு உருமாறிக்கொண்டிருந்த ஒரு தேசத்தின் போராட்டங்களை இன்றைய நைஜீரிய இலக்கியம் வெளிப்படுத்துகிறது.

பையாஃப்ரா யுத்தம் முடிந்தவுடன் எதிர்பாராத வகையில் நைஜீரியாவில் புதைந்திருந்த எண்ணெய் வளம் வெளிச்சத்திற்கு வந்தது. இப்புதிய செழிப்பின் கவர்ச்சி உருவாக்கிய சமுதாய, அரசியல் ஒழுங்குலைவுகளிலிருந்து அத்தேசம் இன்றுவரை மீண்டெழாதிருப்பதால் இன்றைய புதுப் பணக்காரச் சமூகத்தின் குரூரமான சுயநலப் பாங்கிற்கெதிரான எதிர்விளைவாகவே இன்றைய நைஜீரிய இலக்கியம் உருவாகியிருக்கிறது.

நைஜீரியாவின் ‘எதிர்ப்புக் கவிதை’ மரபு கிறிஸ்டோபர் ஒகிப்போவின் *Path of Thunder* என்ற கவிதையோடு தொடங்குவதாகக் கூறப்படுகிறது. அதுவரை ‘சுயத்தோடு’ நடத்தும் போராட்டங்களையும் தனிப்பட்ட இழப்புகளையும் நெக்குருக எழுதிவந்த நைஜீரியக் கவிதைகள் இனக்கொடுமைக்கும் பேரினவாதிகளின் சுரண்டலுக்கும் எதிரானதாக மாறி 1960களின் மத்தியில் வெடித்த உள்நாட்டுப் பிரிவினை யுத்தத்தை வந்தடைந்தது. இதே யுத்தம்தான் ஒகிப்போவையும் பலிகொண்டது.

தற்போது வாழ்ந்துவரும் நைஜீரியக் கவிஞர்களில் மூன்று தலைமுறைகளைச் சேர்ந்தவர்கள் இயங்கிவருகின்றனர். இவர்களில் எவராலும் எதிர்ப்பு மரபிலிருந்து விலகிச் செல்ல முடியவில்லை. முதல் தலைமுறையைச் சேர்ந்த சொயிங்காவிடம் ஆப்பிரிக்கக் கண்டம் முழுவதையும் அரவணைத்துச் செல்லும் பார்வை வெளிப்படுகிறது. நைஜீரியாவின் பிற *ethnocentric* எழுத்தாளர்களிலிருந்து சொயிங்கா மாறுபட்டவர். 1975இல் தென்னாப்பிரிக்காவின் இனவெறியாட்சிக்கு எதிராக மொஸாம்பிக் போர் அறிவிக்கப்பட்ட போதும், ரோபன் தீவில் புரோமெதீயஸ்போல நெல்சன் மண்டேலா கால்விலங்கிடப் பட்டிருந்த போதும் அவர் எழுதிய கவிதைகள் உக்கிரமானவை.

இரண்டாம் தலைமுறைக் கவிஞர்களின் எதிர்ப்புக் குணம் ஓடியா ஓஃபெய்முன், நியி உசுந்தேர் ஆகியோரின் கவிதைகளில் வகைமுறைப்படுகின்றது. இருவரும் சமரசமற்ற மார்க்ஸிஸ்டுகள்; பாட்டாளி மக்கள் நலனும் அவர்களின் விடுதலையும் மட்டுமே தமது கலைக் கோட்பாடு என்றிருப்பவர்கள். இருந்தும், அவர்களின் கவிதைகள் பிரச்சாரங்களாகவோ கொள்கை முழக்கங்களாகவோ இல்லாமல் கலையெழுச்சி மிக்கவையாக இருக்கின்றன.

மூன்றாம் தலைமுறையில் ஹாரி கரூபா, அஃபாம் அக்கீஹ், சீசன் அஜாயி போன்ற இளங்கவிஞர்களின் பெயர்கள் எதிர்காலத்தில் பரவலாகப் பேசப்படுவர் என்று விமரிசகர்கள் நம்புகின்றனர்.

உரைநடையில் கடந்த இருபதாண்டுகளில் வெளிவந்த முக்கிய நாவல்களாக சினுவா ஆச்செபேவின் 'சவானாவின் எறும்புப் புற்றுகள்' *(Anthills of the Savannah)*, கோலே ஓமோடோஸோவின் 'விடிவதற்குச் சற்று முன்னால்' *(Just before Dawn)* ஆகியவற்றைக் கூற வேண்டும். ஆப்பிரிக்க இலக்கியத்தின் போக்கை மாற்றியமைத்த தன் பிரசித்தி பெற்ற நாவலான *'Things fall Apart'* வெளிவந்து முப்பதாண்டுகள் கழித்து ஆச்செபே எழுதிய நாவல் 'சவானா' அவரது தேசத்தின் அரசியலில் பல வருடங்களாக நிலவி வந்த ராணுவக் குறுக்கீடுகள் மனிதத்துவத்திற்கு ஏற்படுத்திய பின்னடைவுகளைக் கையாளுகிறது. ஆச்செபேயின் மற்றொரு பிரசித்திபெற்ற நாவலான *No Longer at Ease* தமிழில் மகாலிங்கத்தின் மொழி பெயர்ப்பில் 'வீழ்ச்சி' என்ற தலைப்பில் (காலம் வெளியீடு) வெளிவந்துள்ளது. ஓமோடோஸோவின் நாவல் உண்மைச் சரித்திர, கற்பனைக் கூறுகளைப் பின்னிப் பிணைந்து, பிரிட்டிஷ் அதிகாரிகளால் மட்டுமல்லாது சுதந்திரம் கிடைத்த பின் தமக்குக் கிடைக்கப்போகும் சந்தர்ப்பங்களை எதிர்பார்த்துச் சச்சரவிடும் அரசியல்வாதிகளாலும் இன்றைய நைஜீரியா எப்படி சூறையாடப்படுகிறது என்று சித்திரிக்கிறது.

ஆச்செபே, ஓமோடோஸோவின் சாதனைகள் 70களில் புதிய புயலாக எழுதப் புகுந்த பென் ஓக்ரியின் தீவிரச் செறிவின் முன் மங்கத் தொடங்கின. ஓக்ரி *'Flowers and Shadows'* என்ற தனது முதல் நாவலை 19வது வயதில் எழுதினார். இந்நாவலும் அடுத்து வந்த *'The Landscabe Within'*–உம் அவரது தலைமுறையின் விரக்தியையும் அந்நியமாதலையும் காட்டுகின்றன. ஓக்ரியின் பாணி கார்ஸியா மார்க்கேஸ், சல்மான் ருஷ்டியைப் போல மாய யதார்த்த வகைமைக்கு நெருக்கமாக வருவது. 1991இல் அவரது நாவல் *'The Famished'*க்காக புக்கர் பரிசை வென்றது.

சர்ரியலிசமும் நகைச்சுவையும் அபூர்வமான கற்பனையும் கலந்து எழுதப்பட்ட *'The Man Who Came From Back of Beyond'*, *'Sympathetic Undertaken'* என்ற இரு நூல்களை எழுதியுள்ள இன்றைய புதிய எழுத்தாளர் பியி பாண்டேலி – தாமஸ் எதிர்காலத்தில் மிக முக்கியமான படைப்பாளியாகக் காணப்படுவார் என்று நம்பப்படுகிறது.

கடந்த இருபதாண்டுகளாகத்தான் பெண் எழுத்தாளர்கள் நைஜீரியாவில் வரத் தொடங்கியிருக்கின்றனர். புளோரா ந்வாபா, புச்சி இமிசீட்டா, அடாவ்ரா உலாஸி, இஃபியோமா ஓகேயே, ஸேநாப் அல்கலி போன்ற அதிகம் பொருட்படுத்தத்தகாத படைப்பாளிகளுக்குப் பின் உக்கிரமான ஆச்செபே, ஸொயிங்கா, ஓக்ரி போன்றோருக்கு இணையான ஆளுமைகள் தோன்றத்

தொடங்கியிருக்கின்றனர். 1977ஆம் ஆண்டு பிறந்த சீமமாண்டா எந்கோஸி அடீச்சி விரைவிலேயே இந்த நூற்றாண்டின் மிகச் சிறந்த படைப்பாளிகளில் ஒருவராக மதிக்கப்பட்டு, இலக்கிய உலகின் எல்லா உயரிய விருதுகளையும் பரிசுகளையும் பெறுவார் என்று நான் அனுமானிக்கிறேன். பையாஃப்ரா சம்பவங்களில் அடீச்சிக்கு நேரடி அனுபவம் கிடையாது. அப்போது அவர் பிறந்திருக்கவேயில்லை. அதனால் என்ன? அந்த இக்போ இனத்தவரின் சரித்திரத்தில் படிந்திருக்கும் ஆழமான வடுக்கள் இவரது *'Purple Hibiscus'*, *'Half of a Yellow Sun'* என்ற இரு நாவல்களில் வெளிப்படுவது போல் வேறெந்த நைஜீரியப் படைப்பிலும் வெளிப்படவில்லை. இவரது சிறுகதைகளும் நாவலுக்கிணையான வீரியம்மிக்கவை.

அடீச்சியைப் பற்றிப் பேசும்போது ஏறக்குறைய அவருக்கிணையாகக் குறிப்பிடப்பட வேண்டிய எழுத்தாளர் ஸெஃபி ஆட்டா. 2006ஆம் வருடம் வெளிவந்த இவரது முதல் நாவல் *'Everything Good Will Come'* ஆப்பிரிக்க இலக்கியத்திற்கான ஸொயிங்கா விருதை வென்றிருக்கிறது.

சிகோஸி ஒபியோமா என்ற இளம் எழுத்தாளரின் பெயர் சில வருடங்களுக்கு முன் வெளிவந்த *'An Orchestra of Minorities'* என்ற அற்புதமான நாவலின் மூலம் உலக இலக்கிய அரங்கில் கவனம் பெற்றது. இறந்த ஒருவரின் ஆவியின் குரலில் ஒலிக்கும் இந்நாவல் இக்போ இனத்தவரின் பண்டைய கலாச்சாரக் கூறுகளை மீட்டெடுக்கிறது.

நைஜீரிய எழுத்தாளர்களைப் பற்றி எழுதும்போது, நைஜீரிய தாய்க்கும் கானாவைச் சேர்ந்த தந்தைக்கும் லண்டனில் பிறந்து ஆங்கிலேயக் குடியுரிமையைப் பெற்றுக்கொண்டு, ஆப்பிரிக்க அரசியல், புலம்பெயர்ந்திருக்கும் ஆப்பிரிக்கர்களின் பிரச்சனைகள், எளிய ஆப்பிரிக்கர்கள் இழந்துவரும் அடிப்படை உரிமைகள் இவற்றைப்பற்றி எழுதிவரும் ஸையே ஸெலாஸி என்ற இளம் எழுத்தாளரைப் பற்றியும் முக்கியமாகக் குறிப்பிட வேண்டும். *Afropolitan* என்ற புதிய சொல்லாடலைத் தனது *'Bye-Bye, Baber'* என்ற கட்டுரையின் மூலம் அறிமுகப்படுத்தியவர் ஸெலாஸிதான்.

முப்பெரும் ஆப்பிரிக்க எழுத்தாளர்கள் என்று ஆச்செபே வுக்கும் சொயிங்காவுக்கும் அடுத்ததாகக் குறிப்பிடப்பட வேண்டிய மூத்த எழுத்தாளர் கென்யாவின் கூகி வா தியாங்கோ. கென்யாவில் பேசப்படும் மொழிகளில் ஒன்றான கிகூயூ மொழியில் எழுதுபவர். ஆரம்பத்தில் ஆங்கிலத்தில் எழுதிக்கொண்டிருந்த இவர், கிகூயூ இன மக்களில் பலருக்கும் எழுதப் படிக்கத் தெரியாதென்றாலும் ஆப்பிரிக்க இனக்குழுக்களின் தனித்துவத்தை

வலியுறுத்துவதற்காகப் பிடிவாதமாகத் தனது தாய் மொழியில் எழுதத் தொடங்கினார். தாய்மொழியில் வெளிவந்த பிறகு அவரே ஆங்கிலத்தில் மொழிபெயர்த்து வெளியிடுவார். தன் சமகால எழுத்தாளரான சினுவா ஆச்செபேவையும் அவருடைய தாய்மொழியான இக்போவில் எழுதும்படி வற்புறுத்தினார். *'Decolonising the Mind: The Politics of Language in African Literature'* என்ற இவருடைய புகழ்பெற்ற நூல் வெறும் ஆப்பிரிக்க மொழியரசியலை மட்டும் பேசும் நூல் அல்ல. இவருடைய 'சிலுவையில் தொங்கும் சாத்தான்', தமிழில் அமரந்தா – சிங்கராயர் மொழிபெயர்ப்பில் வெளிவந்துள்ளது.

கானா நாட்டைச் சேர்ந்த நானா டார்கோவா செகியாமா, சமீபத்தில் பெரும் கவனத்தை ஈர்த்திருக்கும் எழுத்தாளர். இவருடைய நூல்கள் சில முக்கிய விருதுகளைப் பெற்றிருந்தாலும், புனைவெழுத்தைவிட களப் போராட்டங்களில் அதிகமும் பங்களித்து வருபவர். ஆப்பிரிக்கப் பெண்களுக்கான தன்னுரிமைப் போராட்டங்களை வழிநடத்திச் செல்பவர்.

NoViolet Bulawayo என்ற விநோதமான புனைப்பெயரில் எழுதும் ஜிம்பாப்வே நாட்டைச் சேர்ந்த எலிசபெத் ஜாண்டைல் ட்ஷேலே, இப்போது மிகவும் பரபரப்பாகப் பேசப்பட்டுவரும் எழுத்தாளர். *'We Need New Names'* என்ற இவரது புகழ்பெற்ற நாவல் மேன் புக்கர் விருதுக்கான இறுதிப் பட்டியலில் இடம்பெற்றது. இவரும் ஒரு புலம்பெயர்ந்த எழுத்தாளர்தான். அமெரிக்காவில் குடியேறிவிட்டாலும் தன்னுடைய ஆப்பிரிக்க வேர்களை இழக்க முடியாமலிருக்கும் தவிப்பை அற்புதமாக இந்நாவலில் சித்திரித்துள்ளார்.

ஆப்பிரிக்க இலக்கியத்தில் நைஜீரியாவுக்கு அடுத்த பங்களிப்பு தென் ஆப்பிரிக்காவிற்கு. நோபல் பரிசு பெற்ற ஜே.எம். கூட்ஸி, நடீன் கோர்டிமர் ஆகியோர் முதலில் நினைவிற்கு வரும் பெயர்கள். மற்ற ஆப்பிரிக்க நாடுகளின் இலக்கியங்களைப் போலவே தென் ஆப்பிரிக்கப் படைப்புகளிலும் அரசியல் வேரூன்றியிருக்கிறது. தென் ஆப்பிரிக்காவின் சிறுபான்மை வெள்ளையரின் ஆட்சிக் காலத்தில் நிலவிய இனவெறி, துவேஷம், சுரண்டல்கள், அதன்பின் தொண்ணூறுகளின் தொடக்கத்தில் மாறத் தொடங்கிய அரசியல் வானிலை, நெல்சன் மண்டேலா விடுதலை, முதன்முறையாகப் பொதுத் தேர்தல்கள், ஆப்பிரிக்க தேசிய காங்கிரஸ் ஆட்சி என்ற அதன் சமூகத்தில் தலைகீழ் மாற்றங்கள் ஏற்பட்ட அடுத்த கட்டம், அதற்கு அடுத்த கட்டத்தில் அதிகார வர்க்கமாக இருக்கும் கருப்பினத்தவர் இப்போது சலுகை வட்டத்திற்கு வெளியே தள்ளப்பட்ட சிறுபான்மை வெள்ளையர்மீது நிகழ்த்தும் வன்முறை, ஆக்கிரமிப்பு எனக் கடந்த இருபதாண்டுகளை மூன்று

கட்டங்களாகத் தென் ஆப்பிரிக்காவின் சமீபகால வரலாற்றைப் பிரிக்கலாம். இதே காலவரிசையில் '*Waiting for the Barbarians*', '*Life and Times of Michael K*', '*Disgrace*' போன்ற ஜே.எம். கூட்ஸியின் நாவல்கள் இம்மூன்று காலகட்டங்களைப் பதிவு செய்கின்றன. இவற்றில் 'மைக்கேல் கே' தமிழின் மூத்த மொழிபெயர்ப்பாளர் திரு. நா. தர்மராஜனால் மொழிபெயர்க்கப்பட்டு வெளிவந்துள்ளது. தன் ஆதர்ஸமான தஸ்தயேவ்ஸ்கியைப் பாத்திரமாக்கி கூட்ஸி எழுதிய மற்றொரு மிக உன்னதமான நாவலான '*The Master of Petersburg*' சா. தேவதாஸ் அவர்களால் 'பீட்டர்ஸ்பர்க் நாயகன்' என்ற பெயரில் மொழிபெயர்க்கப்பட்டுள்ளது.

இனி வடக்கு நோக்கிப் பயணிக்கலாம். உலகின் இரண்டாவது மிகப் பெரிய நிலப்பகுதியான ஆப்பிரிக்கா புவியியல் ரீதியாகவும் அரசியல் ரீதியாகவும் வெவ்வேறு இயல்புகளூற்ற பிரதேசங்களால் அடுக்கப்பட்டுள்ளது. அல்ஜீரியா, பிரெஞ்சு காலனியாதிக்கத்தில் (1830–1962) இருந்த இஸ்லாமிய நாடு. பேசும் மொழிகள் அரபியும், பெர்பெர் என்ற வட்டார மொழியும். ஆனால் பிரெஞ்சு மொழி காலனிய காலகட்டத்தில் ஆட்சி மொழியாக ஆக்கப்பட்டது. அல்ஜீரியா என்றாலே நினைவிற்கு வரும் எழுத்தாளர்களின் பெயர் அஸ்ஸியா ஜெபார் (Assia Djebar). ஃபாத்திமா ஜோஹ்ரா இமாலயீன் என்ற இயற்பெயர் கொண்ட இவர் பிரெஞ்சில்தான் எழுதுகிறார். இவரது முதல் நாவல் '*La soif*' ('தாகம்') 1957இல் வெளிவந்தது. பிரான்ஸின் ஆதிக்க அரசியலில் அல்ஜீரியா தன் அடையாளங்களைப் பறிகொடுத்திருப்பதை அரபியும் பெர்பெரும் பிரெஞ்சும் கலந்த கலவையான, ஆனால் சுயமானதொரு மொழியில் எழுதுகிற அஸ்ஸியா ஜெபார் அரசியல் காரணங்களுக்காகத் தன் சொந்த நாட்டிலிருந்து வெளியேறி, பிரான்சிலும் அனுமதி மறுக்கப்பட்டுத் தற்போது அமெரிக்காவில் வசித்துவருகிறார். இலக்கியம் மட்டுமின்றித் திரைப்படங்களிலும் கால் பதித்த ஜெபார் 1976ஆம் வருடம் *La Nouba desfemmes du Mont Chenoua* (செனூவா மலைப் பெண்களின் பாடல்) என்ற நீளமான பெயர் கொண்ட திரைப்படத்தை எழுதி இயக்கினார். வெனிஸ் பட விழா விருதினைப் பெற்ற திரைப்படம் இது. தற்போது எழுத்தை விடத் திரைப்படங்களில் அதிக கவனம் செலுத்துபவராகியுள்ளார்.

ஆப்பிரிக்க எழுத்துக்களை – குறிப்பாக அல்ஜீரியாவைப் பற்றி எழுதும்போது தவிர்க்க முடியாமல் நினைவுக்கு வரும் பெயர் ஆல்பெர் காம்யு. நாம் காம்யுவை பிரெஞ்சு எழுத்தாளராக அடையாளப்படுத்தி வந்தாலும் அவரது புகழ்பெற்ற 'அந்நியன்' அல்ஜீரியாவில் நடக்கும் கதைதானே?

'அந்நியன்' நாவலுக்கு எதிர்வினையாக அல்ஜீரிய எழுத்தாளர் காமெல் தாவுத் எழுதியுள்ள 'மெர்சோ: மறுவிசாரணை' பிரெஞ்சு ஆதிக்கத்தில் இருந்த அல்ஜீரியாவின் அராபியர்களின் குரல்.

எகிப்து உலக அதிசயத்தையும் உலகின் மிகப் பழைமையான நாகரிகச் சின்னங்களையும் மட்டும் கொண்டிருக்கும் நாடு அல்ல. நாகிப் மாஃபௌஸ் என்ற அற்புதமான எழுத்துக்கலைஞனையும் உருவாக்கிய நாடு. நோபல் பரிசின் மூலம் உலகின் கவனத்தை ஈர்த்த இவருடைய நாவலில் ஒன்று தமிழிலும் சா. தேவதாஸ் மொழிபெயர்ப்பில் வெளிவந்துள்ளது ('அராபிய இரவுகளும் பகல்களும்').

பல நூறு இனங்களையும் கலாச்சாரங்களையும் உள்ளடக்கியுள்ள மாபெரும் நிலப்பரப்பு ஆப்பிரிக்கா. அதன் வலிமை அக்கண்டத்தின் புராதன குல மரபுகளில் பொதிந்திருக்கிறது. பொதுவாக எந்த ஆப்பிரிக்க நாவலை, சிறுகதையை வாசித்தாலும் அவற்றின் களத்தோடு நம்மால் நெருக்கமாக உணர முடிவதற்கும், பாத்திரங்களின் பெயர்களையும் இடங்களின் பெயர்களையும் நீக்கி விட்டால் நமக்குப் பரிச்சயமான இந்திய – ஏன், தமிழ்நாட்டுக் கதைகளைப் படிப்பதைப் போன்றே தோன்ற வைப்பதற்கும் காரணம் நம்மிரு கண்டத்தவருக்கும் கலாச்சார ரீதியில் கூட அதிகம் வித்தியாசமில்லாமல் இருப்பதுதான். மனித உறவுகளும் அவற்றின் மதிப்பீடுகளும் தமிழகத்திலும் ஆப்பிரிக்காவிலும் ஒன்றுபோலவே இருப்பதற்கு, உலகின் மூத்த குடியின் வழிவந்த இனத்தினராய் நம்மிரு இனங்களும் இருப்பதுதானே காரணமாக இருக்க முடியும்?

•

உதவிய நூல்கள்

1. 'Contemporary African Short Stories' Edited by Chinua Achebe
2. 'Half of a Yellow Sun' by Chimamanda Ngozi Adichie
3. 'Purple Hibiscus' by Chimamanda Ngozi Adichie
4. 'சிதைவுகள்', சினுவா ஆச்சிபி, காலம் வெளியீடு.
5. 'வீழ்ச்சி', சினுவா ஆச்சிபி, காலம் வெளியீடு.
6. *www.emeagwali.com.*

புத்தகம் பேசுது, ஏப்ரல் 2008

பகுதி 3

21

அழகுகளில் உறைந்தவர்

கணவனைத் துறந்து காதலனைத் தேடி வீட்டை விட்டுப் போகிறாள் மனைவி. காதலன் ஏற்றுக்கொள்ளத் தயாராக இல்லையென்று தெரிந்ததும் மனமுடைந்து, வீட்டுக்குத் திரும்ப மனமின்றி எங்கேயோ கூலி வேலை செய்து கொண்டிருப்பவளைத் தெரிந்தவர் ஒருவர் கணவன் வீட்டுக்குக் கூட்டிவருகிறார். மாட்டுவண்டியிலிருந்து கூச்சத்தோடு இறங்கிப் புடவைத்தலைப்பால் முகத்தை மூடிக்கொண்டு நின்றிருப்பவளைக் கணவன் மெதுவாக நெருங்கி, முக்காட்டில் ஒட்டி யிருக்கும் ஒரு பழுதை எடுத்துப்போட்டுவிட்டு, அவளைத் தோளோடு சேர்த்தணைத்து வீட்டுக்குள் அழைத்துச் செல்கிறான்.

தன் உயிருக்கும் மேலாக நேசித்துவரும் தங்கையை ஏதோஒரு வேகத்தில் அந்த முரட்டு அண்ணன் அடித்துவிடுகிறான். உண்மையில் அடிப்பதுகூட அல்ல, அவளைத் தள்ளிவிடுகிறான். பிறகு குற்றவுணர்வு மேலிடக் குடித்துவிட்டு வந்து அவளிடம் கண்கலங்க மன்னிப்பு கேட்கிறான். 'வலிச்சுதாம்மா?' என்று தழுதழுக்கிறான். அன்றிரவு அவள் தூங்கிய பிறகு, சத்தமின்றி எழுந்துவந்து அவள் பாதங்களுக்கு மருதாணி இட்டுவிடுகிறான்.

ஆற்றுநீரில் அம்மா துணி துவைப்பதைப் பார்த்து, அந்த மூன்று வயதுப் பெண்ணும் தனது பாவாடையைத் தண்ணீரில் நனைத்துப் பிஞ்சுக் கைகளால் பிழிகிறது. அம்மாவின் உயிர் பிரிந்து கொண்டிருப்பதை அறியாமல் அவளது கை

வளையல்களைப் பிரித்து விளையாடுகிறது. அப்பாவை ஊர் மக்கள் தற்கொலை செய்துகொள்ள அழைத்து வந்திருப்பதைப் புரிந்துகொள்ளாமல் அவரைப் பார்த்து மோகனமாகச் சிரிக்கிறது.

மனைவியாக என்னை ஏற்றுகொள்வீர்களா என்று கூச்சத்தை விட்டுக் கேட்டுவிட்டு, அவன் தயங்குவதைக் கண்டு நொறுங்கிப் போய் அழுகிறாள் அவள். அவன் சுதாரித்துத் தன் உடன்பாட்டைச் சொல்லிவிட்டு, "ஏன் அப்படி படபடவென்று என்னென்னமோ பேசிட்டிங்க?" என்று கேட்கும்போது, அந்த இனியதேவதை முகத்தைத் தீவிரமாக வைத்துக்கொண்டு "நான் அப்படித்தான் பேசுவேன்" என்று சொல்லிவிட்டு முகத்தை புடவைத்தலைப்பால் மூடிக்கொண்டு வெட்கமும் காதலுமாகச் சிரிக்கிறாள். அவனோடு வெளியில் செல்லும்போது அவன் இரண்டு டம்ளர்களில் இளநீர் வாங்கிக்கொண்டு வர, கைத்தவறி ஒரு டம்ளர் மட்டும் தளும்பிக் கொஞ்சம் சிந்திவிட அந்த டம்ளரையே கேட்டு அவள் அடம்பிடிக்கிறாள். அவள் அருந்தும் போது அவன் அக்கறையோடு, பாடகியான அவள் தொண்டைக்கு இளநீர் ஒத்துக்கொள்ளுமா என்று கேட்கிறான்.

மகேந்திரன் இயக்கிய திரைப்படங்களை நினைக்கும் போது உடனடியாக நினைவுக்கு வருபவை எந்நாளும் ரசிக்கத்தக்க இத்தகைய அழகான காட்சித் துணுக்குகள் மட்டுமே. ஒட்டு மொத்தமான திரைப்பட அனுபவத்தைவிடவும் அற்புதமான காட்சித் துணுக்குகளால் நினைவுகூரப்படுபவர் இயக்குநர் மகேந்திரன்.

❍

1977ஆம் வருடம் இந்திய வரலாற்றில் ஒரு திருப்புமுனை. நெருக்கடி நிலை அகன்று புதிய தேர்தல்களால் மத்தியிலும் தமிழ்நாட்டிலும் ஏற்பட்ட ஆட்சிமாற்றங்கள் பெரும் நம்பிக்கைகளை எழுப்பிய காலக்கட்டம் அது. தமிழ்த் திரைப்படத்துறையிலும் ஒரு புதிய அலை வீறு கொண்டு எழுந்தது– வங்கத்திலும் கேரளத்திலும் ஏற்கெனவே வேரூன்றியிருந்த கலைநயமிக்க அர்த்தப் பூர்வமான திரைப்படங்கள் தமிழுக்கும் புதிய இயக்குநர்கள் கொண்ட ஒரு படையினரால் வரத்தொடங்கிவிட்டன என்ற நம்பிக்கை ஏற்பட்டது. அந்தப் புதிய பாணி இயக்குநர்களில் பிரகாசத்துடன் ஆர்ப்பாட்டமாக நடை போடாமல் அமைதியாக அழுத்தமான நடையுடன் வந்தவர் மகேந்திரன்.

அலை என்றாலே வீசி அடங்குவதாக அரசியலிலும் தமிழ்த்திரையுலகிலும் புதிய மாற்றங்கள் அடுத்த நான்கே வருடங்களில் தலைகீழாக மாறி உள்வாங்கத் தொடங்கின. தமிழைப் பொறுத்தவரை, நல்ல திரைமுயற்சிகளோடு வந்தவர்களின் புதிய

முயற்சிகள் தோல்வியடைந்து அவர்களை விரக்திக்குள்ளாக்கி வந்தன. மகேந்திரனின் மூன்றாவது படமான 'பூட்டாத பூட்டுக்கள்' வணிகரீதியாகப் படுதோல்வியடைந்த பிறகு அவர் இயக்கிய படங்கள் எதையுமே – அவற்றின் அழகான காட்சிகள், சில மென்மையான பாத்திரபடைப்புகள் என்பவற்றைத் தாண்டி – முக்கியமானவையென்று சொல்லமுடியாமற் போயின.

○

கதைத் திருட்டுக்குப் பெயர்போன தமிழ்த் திரையுலகில், மகேந்திரன் ஒரு நேர்மையாளர். அவர் இயக்கிய முதல் படமான 'முள்ளும் மலரும்' உமா சந்திரனின் தொடர்கதை, 'பூட்டாத பூட்டுக்கள்' பொன்னீலனின் கதை, 'நண்டு' சிவசங்கரியின் கதை. கடைசிப் படமான 'சாசனம்' கந்தர்வனுடையது. அவரது ஆகச்சிறந்த படைப்பான 'உதிரிப் பூக்கள்' மூலக்கதை புதுமைப்பித்தனின் 'சிற்றன்னை' என்று அவர் டைட்டிலில் தெரிவித்திருந்தபோதும் உண்மையில் புதுமைப்பித்தனின் நெடுங்கதைக்கும் திரைப்படத்துக்கும் முக்கியக் கதாபாத்திரத்தின் பெயர் 'சுந்தர வடிவேலு' என்ற ஒற்றுமையைத் தவிர – வேறு எந்தத் தொடர்பும் இருக்கவில்லை. மகேந்திரன் வெளிப்படையாக அறிவித்திருக்காவிட்டால் அது புதுமைப்பித்தனின் கதை என்று யாரும் கண்டுபிடித்திருக்க மாட்டார்கள். புதுமைப்பித்தனின் 'சிற்றன்னை' அவருடைய முக்கியப் படைப்புகளில் ஒன்றல்ல. 'அவர் இடதுகையால் எழுதிய கதை' என்று அசோகமித்திரன் உதிரிப்பூக்கள் பட விமரிசனத்தில் குறிப்பிட்டிருந்தார். இருந்தாலும் அக்கதை மகேந்திரனை எந்த விதத்திலோ ஆழமாகப் பாதித்திருப்பது தெரிகிறது. வாஸ்தவத்தில் உதிரிப் பூக்களை மகேந்திரனின் அசலான படைப்பு என்றே சொல்லிவிட முடியும்.

நாவல்களைப் படமாக்குவதில் மகேந்திரனின் பாணி குறிப்பிடத்தக்கது. மூலக்கதையிலிருந்து சுதந்திரமாக விலகிச் சென்று விடுகிறார். அவர் எடுத்துக்கொள்வது மூலக்கதையில் அவருக்கு மட்டுமே தெரிகிற ஒரு சின்ன பொறி மட்டுமே. அவர் படமாக்கத் தேர்ந்தெடுத்த நாவல்கள் எல்லாம் மிகச் சாதாரணப் படைப்புகள். 'முள்ளும் மலரும்' ஒரு சராசரியான பத்திரிகை தொடர்கதை. பொன்னீலன், கந்தர்வன் ஆகியோரின் கதைகள் பெரிதாகப் பேசப்பட்டவையும் அல்ல. சிவசங்கரியின் 'நண்டு' ஓர் உதாரண 'அதீத மெலோடிராமா'. இத்திரைப்படங்கள் எல்லா வற்றிலும் மகேந்திரனுக்கு இணையாக ஒளிப்பதிவாளருக்கும் இசையமைப்பாளருக்கும் படத்தொகுப்பாளருக்கும் சமபங்கு இருக்கிறது. முதல் படத்தில் பாலு மகேந்திராவும் அதன் பிறகான படங்களுக்கு அசோக்குமாரும் மகேந்திரனின் பிரசித்திபெற்ற அழகுக் காட்சிகளுக்குக் காரணமாக இருந்திருக்கின்றனர். 'அடிப்

பெண்ணே' 'செந்தாழம்பூவில்' ஆகிய இரு பாடல்களையும் பாலு மகேந்திரா படமாக்கிய விதம் உன்னதமான ரசனைக்குரியது. 'நெஞ்சத்தைக் கிள்ளாதே', 'ஜானி' படக் காட்சிகள் பலவும் சலனம் பெற்ற தைல ஓவியங்களைப் போல காட்சியளித்தன. இளையராஜாவின் பாடல்களை மிக அழகாகப் படமாக்கிய இயக்குநர், மகேந்திரன்தான்.

ஆனால் மேற்கண்ட தகுதிகள் எல்லாமே மகேந்திரனை ஒரு 'ரொமாண்டிஸ' இயக்குநராகத்தான் நிறுவியிருக்கின்றன. அவருடைய படங்களைக் கறாராக மதிப்பிட்டால் அவற்றை யதார்த்த பாணித் திரைப்படங்கள் என்று சொல்ல முடியாது. இருப்பினும் மகேந்திரனின் வீழ்ச்சி அவருடைய சொந்தக் கதைகளை இயக்கத் தொடங்கிய நான்காவது திரைப்படத்திலிருந்து தொடங்குகிறது. 'மெட்டி', 'அழகிய கண்ணே', 'கை கொடுக்கும் கை', 'கண்ணுக்கு மை எழுது', 'ஊர்ப் பஞ்சாயத்து' என்று அவருடைய எந்தப்படமும் உதிரிப் பூக்களை இயக்கிய மகேந்திரனின் படம் என்று சொல்லத் தக்கவையல்ல. தனக்குப் பிடித்தமான படம் என்று அவர் அறிவித்துக் கொண்ட 'மெட்டி' தர்க்க ஒழுங்கற்ற கதை. அசட்டுத்தனமான பாத்திரங்களை அழகான காட்சிகளின் மூலம் உன்னதப்படுத்த முயன்றிருந்தார். இப்படத்தின் எல்லாப் பாத்திரங்களுமே தம்மை அறிவாளியாகக் கருதிக்கொண்டு அபத்தமாக நடந்துகொள்பவர்களாக இருந்தவை. மிகவும் அறிவாளியாகச் சித்தரிக்கப்பட்ட வடிவுக்கரசி வீம்புக்காகவே ஒரு அயோக்கியனைத் திருமணம் செய்துகொள்கிறார். இவர்களின் தாயான விஜயகுமாரி தன் சேலைத்தலைப்பைக் கழுத்தில் தானே இறுக்கித் (தூக்கிலிட்டுக்கொள்ளவில்லை) தற்கொலை செய்துகொள்கிறார். இத்தகைய விநோதமான திருப்பங்களுக்கு ஏற்கும்படியான காரணங்கள் ஏதும் திரைக்கதையில் காணக் கிடைப்பதில்லை.

இந்தப் படத்தில் தென்படும் அதீத உணர்ச்சிவயப்பட்ட தன்மை அவருடைய மற்ற படங்களிலும் தொடர்ந்து வந்துகொண்டிருக்கிறது. அவருடைய கதாமாந்தர் உணர்ச்சி மேலிட்டவர்களாக இருந்தாலும் வெளியில் அமைதியே உருவானவர்களாக வாய் திறந்து பேசாதவர்களாக இருந்தனர். பொன்னீலனின் கதையில் கண்ணம்மா ஓர் உற்சாகமான பெண்ணாக இருக்கிறாள். ஆனால் திரைப்படத்தில் அவள் கிட்டத்தட்ட 'ஊமை'. எந்நேரமும் சோகமாக மோட்டுவளையைப் பார்த்தபடி அமர்ந்திருக்கிறாள். இந்த சாத்வீக வெளித் தோற்றத்தில் மகேந்திரனுக்கு இருந்த மயக்கம், ஆழமான கதையமைப்புகளை உருவாக்குவதில் இருக்கவில்லை.

அன்றைய பிற தமிழ் இயக்குநர்களைப் போலவே ஆண் மையச்சிந்தனைதான் மகேந்திரனுக்கும் இருந்திருக்கிறது. ஒரு தவற்றை ஆண் செய்யும்போது அது பெரிதுபடுத்தப் படுவதில்லை. அதையே பெண் செய்யும்போது அவள் தண்டிக்கப்படுகிறாள், அல்லது பாவம் புரிந்தவளாகக் காட்டப்பட்டு, ஆணின் பெருந்தன்மையால் மன்னித்து ஏற்கப்படுகிறாள். பூட்டாத பூட்டுக்களில் நாயகன் ஸ்திரீலோலன். ஆனால் அவனுடைய மனைவிக்கு அவனுடைய நடத்தை ஒரு பிரச்சினையாக இருப்பதாகவே காட்டப்படுவதில்லை. 'நெஞ்சத்தைக் கிள்ளாதே'வில் சரத்பாபுவின் மனைவி கிட்டத்தட்ட ஒரு ஹிஸ்டீரியா நோயாளி. எடுத்ததெற்கெல்லாம் கத்தி ஆர்ப்பாட்டம் செய்பவள். அவளுடைய பிரச்சனைக்குக் காரணமே சரத்பாபுவுக்கு இருக்கும் வேறொரு பெண்ணின் தொடர்பாகத்தான் இருக்க முடியும். படத்தில் சரத்பாபுவுக்கும் அவருடைய சிநேகிதிக்கும் இடையே இருப்பதைத் தெய்வீக உறவாகவும், அதைப் புரிந்துகொள்ளாத 'ராட்சசி'யாக அவருடைய மனைவி இருப்பதாகவும் மகேந்திரன் சித்திரிக்கிறார்.

சம்பிரதாய ஒழுக்க மீறல்கள் பற்றிய தெளிவின்மைதான் மகேந்திரனின் சிக்கல் என்று அவருடைய படங்களை ஒட்டு மொத்தமாகக் கணக்கில் கொண்டு பார்க்கும்போது புரிகிறது. அவரைப் பற்றிச் சரியாக மதிப்பீடு செய்வதென்றால் முதல் மூன்று படங்களையும் அடுத்து வந்த படங்களின் சில காட்சிகளையும் சேர்த்து மொத்தமாக மூன்றரை நல்ல படங்களைத் தமிழுக்குத் தந்தவர் என்று சொல்லிக்கொள்ளலாம். இந்தியத் திரைப்பட மறுமலர்ச்சிக் காலத்தில் இந்திய மொழிகளில் உருவான சில திரைப்படங்களை 'உலக சினிமா' என்ற வகைமையில் பெருமையோடு வைக்க முடியும். ஆனால் அத்தகைய உன்னதத் திரைப்படமாக ஒரேயொரு தமிழ்ப் படத்தைக்கூடச் சொல்ல முடியாதெனினும் மிகச் சிறந்த இந்தியத் திரைப்படங்களின் வரிசையில் மகேந்திரனின் மூன்று திரைப்படங்களைச் சேர்க்க முடியும் என்பதே மகேந்திரனின் தனிச் சிறப்பு. இவற்றை மீறி அவர் மென்மையானவர், அதிராமல் கதை சொன்னவர், வசனங்களே இல்லாமல் மௌனங்களைக் காட்சிப்படுத்தியவர் என்றெல்லாம் புகழுரைகள் அடுக்கிச்செல்வது நேர்மையான மதிப்பீடாகாது.

◆

***காலச்சுவடு*, மே 2019**

22

நிராசையின் அத்தியாயங்கள்

பதின்பருவ ஞாபகங்களுக்கு எப்போதும் கூடுதலான ஜ்வலிப்பு உண்டு. எனது 'அவள் அப்படித்தான்' ஞாபகங்களும், ஒரு சாகச நாயகனாக என் பதினாறு வயதில் உருவகித்து வைத்திருந்த ருத்ரையா பற்றிய ஞாபகங்களும் அப்படித்தான். ருத்ரையாவை இன்று எண்ணும்போது ஓர் எளிய ரசிகனாக இருந்த என் விடலைப்பருவ ஞாபகங்களைச் சேர்த்து அவருக்களிக்கும் நினைவாஞ்சலிதான் இது. 'அவள் அப்படித்தான்' என்ற 1978ஆம் வருட நவம்பர் மாதத் திரைப்படத்தைப்பற்றி யோசிக்கும்போது எப்படி எனது பதினாறு வயது பைத்தியத்தைப் பற்றிச் சொல்லாமல் இருக்க முடியும்?

அப்போதெல்லாம் பதினைந்திலிருந்து இருபது வயதிற்குள் பையன்களுக்குச் சில பைத்தியங்கள் பிடிக்கும். உலகத்தையே சீர்திருத்திவிடப்போகிற பைத்தியம். புரட்சியை ஏற்படுத்தப்போகிற பைத்தியம். என் நண்பர்கள் சிலர் கம்யூனிஸத்தால் ஈர்க்கப்பட, நான் தீவிர இலக்கியத்தில் நுழைந்தேன். அதுவும் பதினைந்து வயதில். உடனடியாகக் காதுகளுக்கு இரண்டு அங்குலத்திற்கு மேல் கொம்புகளை வளர்த்துக்கொண்டேன். ஜி. நாகராஜன், அசோகமித்திரன், பிரமிள், மௌனி என (முக்கால்வாசி புரியாவிட்டாலும்) வாசித்துக்கொண்டு, சுற்றியிருக்கும் சாதாரணர்களை இழிவாகப்

பார்த்தபடி, வித்தியாசமான, தீவிரச் சிந்தனையாளனாகத் தரைக்கு இரண்டடி மேலே உலவிக்கொண்டிருந்தபோதுதான் 'அவள் அப்படித்தான்' வெளியானது.

அரைகுறையாகப் படித்து, பெயர்களை மட்டும் தெரிந்து வைத்திருந்த சத்யஜித் ராய், மிருணாள் சென், ரித்விக் கட்டக்கைப் போல் தமிழிலும் 'கலைப்படம்' வந்திருப்பதாக நினைத்துக் கொண்டுதான் 'அவள் அப்படித்தான்' படத்துக்குச் சென்றேன். படம் வெளியான அடுத்த வாரமே எங்கள் ஊருக்கு வந்துவிட்டது பெரிய ஆச்சரியம். வந்த அன்றே நான் பார்க்கச் சென்றுவிட்டது நான் செய்த நல்லூழ் (அடுத்த நாள் எடுத்துவிட்டார்கள்). பாதி இருட்டில், டைட்டில் ஓடும்போது கமல்ஹாசன் குரல் பின்னணியில் *"This is not a full picture, only a rush print"* என்ற போது புரிந்தும் புரியாமலும் 'இதுதான், இதுதான் தமிழை உய்விக்க வந்த படம்' என்று குதூகலித்தேன்.

மஞ்சு.

அவளைப்போன்ற சிக்கலான பெண் அதற்கு முன் திரையில் வந்திருக்கிறாளா? தி.ஜா.வின் அம்மணியும், அந்த 'வெடுக் வெடுக்' பேச்சில் யமுனாவும் அசந்தர்ப்பமாக ஞாபகத்தில் வந்து கொண்டிருந்தார்கள். ஆனால் அந்த வயதின் அப்பாவித்தனத்தோடும், முதிர்ச்சியற்ற பிரமிப்போடும் இருந்த அருணோடு என்னை அடையாளப்படுத்திக்கொள்ள முடிந்தது. என்னைச்சுற்றியும் நிறைய 'தியாகு'கள் இருந்தார்கள்.

படம் வெளிவந்து பத்து வருடங்கள் கழித்துச் சென்னையில் மீண்டும் இரண்டாவது சுற்றாக வெளியிடப்பட்டபோது, இம்முறை மயக்கங்கள் தெளிந்து படத்தின் போதாமைகள், ஆர்வக் கோளாறுகள், குறைபாடுகள் புலப்பட்டன. நுண்ணுணர்வு மிக்க கலைஞனான ருத்ரையா உண்மையில் எடுக்க நினைத்த படம் இதுவாகத்தான் இருக்க முடியுமா என்று சந்தேகம் கூடத் தோன்றியது. ஆனால் இம்முறை அரங்கம் ஏறக்குறைய நிறைந்திருந்தது. படம் முடிந்து கலையும்போது ஒரு சென்னைவாசி, "ங்கோத்த்தா ... அவளுக்கு என்னதான் பிரச்சனைடா?" என்று எரிச்சலோடு கேட்டது ஓர் உதாரணத் தமிழ் ரசிகனின் எதிர்வினை.

கடந்த எழுபத்தைந்து வருடங்களில், அந்தந்தக் கால கட்டத்திற்கு மாற்றுத் திரைப்படங்களாக அவ்வப்போது சோதனை முயற்சிகள் வெளிவந்துகொண்டுதான் இருந்தன, இருக்கின்றன. எவ்வளவு தரவேறுபாடுகள் அவற்றிடையே இருந்த போதிலும் முக்கியமான பொது அம்சமாக அந்தப் படங்களின் இயக்குநர்கள் அந்த ஒரு படத்தோடு அல்லது பொருட்படுத்த

வேண்டியிராத அதற்கடுத்த படத்தோடு, மறைந்துபோனவர்களாக இருக்கிறார்கள்.

அதீத நாயக பிம்பங்களின் ஈர்ப்பு, மிகையான உணர்ச்சிப் பிரவாகங்கள், சுண்டியிழுக்கும் வசன வெடிப்புகள், கிளு கிளுப்பூட்டும் மாயச் சித்திரிப்புகள்...இவைதாம் பெரும்பான்மைத் தமிழ் ரசிகர்களுக்கு உகந்த படையல்களாக இருந்துவருகின்றன என்றால் அதற்கு ஒரேயொரு காரணி மட்டும் இருக்க முடியுமா?

அதீத ஆர்வத்தோடு நுட்பமான படங்களை எடுப்பவர்களின் அப்பாவித்தனம், கலைவேட்கை கொண்ட எளிய ரசிகனுக்கு ஏமாற்றத்தையே அளித்துவருவதாக உள்ளது. ருத்ரையாவும் அப்படியான அப்பாவியாகத்தான் இருந்திருக்கிறார். கமல், ரஜினி, ஸ்ரீபிரியா, இளையராஜா போன்ற நட்சத்திரங்களை வைத்து, இப்படத்தை வணிகரீதியான படமாகத்தான் நினைத்து எடுத்ததாகப் பின்னாளில் ஒரு பேட்டியில் குறிப்பிட்டார். இந்தப் படத்தின் மூலம் கிடைக்கும் வருமானத்தில் தி.ஜா.வின் 'அம்மா வந்தாள்' நாவலைத் திரைப்படமாக எடுக்கும் திட்டம் இருந்ததாம்.

'அவள் அப்படித்தான்'னின் மகத்தான தோல்விக்குப் பிறகு கமலை வைத்து 'யாரோ பார்க்கிறார்கள்', 'ராஜா என்னை மன்னித்துவிடு' என்றெல்லாம் படம் எடுக்கப் போவதாக விளம்பரங்கள் வந்தன. ஆனால் வெளிவந்தது, அன்றைய கிராமப்படங்களின் வெற்றிப் பாதிப்பில் உருவான 'கிராமத்து அத்தியாயம்'. முதல் படம் ஓடாவிட்டாலும் ருத்ரையாவிற்குக் கிடைத்த பாராட்டுகள் இந்தப் படத்தின் மூலம் சரிந்தன. ஆனாலும் அது அப்படியொன்றும் மோசமான படம் அல்ல. நிச்சயம் அசட்டுத்தனமான படம் அல்லவே அல்ல. ஏறக்குறைய ஒரே வயதுடைய பதின் பருவத்தினர் காதலிக்கும் போது நடக்கும் நடைமுறைச் சிக்கல் அழகாகவே சொல்லப்பட்டிருந்தது. அந்தப் பெண்ணுக்குக் கல்யாணம் ஏற்பாடு செய்கையில், இவன் இன்னமும் சின்னப் பையனாகவே இருப்பது, வீட்டுக்குப் பயந்து கோழையாக உள்ளுக்குள் மறுகுவது...இவையெல்லாமே உண்மையாகச் சொல்லப் பட்டிருந்தது.

ஏறக்குறைய ருத்ரையாவின் காலகட்டத்தில் கலை ரசனைக்குள் பிரவேசிக்க அனுமதிக்கப்பட்ட தமிழ்ச் சமூகத்தின் ரசனையென்பது இன்றுவரை மேம்பட்டு விடாமல் பாதுகாக்கப்பட்டு வருவதன் அரசியல் வெளிப்படையானது. இந்த மெய்ப்பாட்டை ருத்ரையா போன்ற அடையாளங்களின் தோல்வி தொடர்ந்து மெய்ப்பித்துக்கொண்டிருக்கின்றது. கலைஞன் ஒருவனின் தோல்வியை அவன் புழங்கும் சமூகத்தின் மனநிலையோடு பிணைத்துப் பார்க்காமல் பேச முடியாது.

ஜி. குப்புசாமி

சமூகத்தின் அனைத்துக் கூறுகளும் அதிகார உச்சத்திலிருந்து அடிமட்ட பொதுமக்கள்வரை, நேர்மையின்மையிலும், தரமின்மை யிலும் தாழ்ந்திருக்கும்போது திரையுலகம் மட்டும் உன்னதமாக இருக்கும் என்று எதிர்பார்க்கவும் முடியாது.

எதனால் ருத்ரையா அதற்குப் பிறகு படமே எடுக்கவில்லை? ஏன் திரைப்படம் சார்பான எந்தப் பொது விவாதத்திலும் தலைகாட்டவே இல்லை? முப்பத்தைந்து வருடங்களாக என்னதான் செய்துகொண்டிருந்தார்? இப்போது அவர் படம் எடுத்திருந்தால் அவரது கலையாளுமை எந்தளவுக்கு வெளிப்பட்டிருக்கும்? யாருக்கும் பதில் தெரியாத கேள்விகள். ஆனால் ருத்ரையா தனது கசப்புகளை ஒருபோதும் பொதுவெளி யில் வெளிப்படுத்திக் கொண்டதேயில்லை. அவரது மஞ்சுவைப் போலவே ருத்ரையாவும் ஒரு *enigma*தான்.

'அவள் அப்படித்தான்' படம் முடியும்போது திரையில் சில வார்த்தைகள் ஒலிக்கும் 'எரிந்து போன வீடு. முறிந்து போன உறவு. கலைந்து போன கனவுகள். சுமக்க முடியாத சோகங்கள். மீண்டும் ஒருமுறை மஞ்சு இறந்துபோனாள். அவள் பிறப்பாள்– இறப்பாள்– இறப்பாள்– பிறப்பாள்…'

தமிழில் நேர்மையாகவும், கலைநுட்பத்தோடும், அர்த்தமுள்ள திரைப்படங்களை எடுக்கவரும் எல்லோரிடமும் ருத்ரையாவின் ஆன்மா கலந்திருக்கும். அந்த முயற்சிகள் தமிழ்ச் சமூகத்தால் காலந்தோறும் புறக்கணிக்கப்படத்தான் போகின்றன. அவை இறந்து போகும் – மீண்டும் பிறக்கும்– மீண்டும் இறக்கும்– மீண்டும் பிறக்கும். மஞ்சுவைப் போல.

●

தாய்வீடு, ஜனவரி 2014

23

உன்னால்தான் எல்லாம்

பாலூ என்று உன்னை நான் அழைப்பதற்கு, நீயும் நானும் நேரில் அறிந்துகொண்ட நண்பர்களோ உறவுக்காரர்களோ அல்ல. ஆனால் உன்னை எனக்கு 69ஆம் வருடத்திலிருந்து பழக்கம். என்னை விடப் பதினைந்து வயது மூத்த, உடன்பிறக்காத சகோதரன் நீ. உன்னை அயலார்போல செயற்கை மரியாதையோடு விளிக்க என்னால் ஆகாது. என்னில் ஒரு பகுதியாக நிறைந்திருக்கும் நீ எப்போதும் என் பேச்சில் வரும்போது ஏகவசனத்தில்தான் வருவாய். அதுதான் நமக்கு இயல்பாக இருக்க முடியும். இப்போது என்னைவிட்டு ('எங்களைவிட்டு' என்று சொல்வதுதான் சரியாக இருக்கும் என மற்றவர்கள் சொல்லலாம்; ஆனால் நீ எனக்கானவன், எனக்கு மட்டுமேயானவன் என்று மனம் நம்பும்போது – என்னைவிட்டு என்பதுதான் சரி) போய்விட்டதால் பழக்கத்தை மாற்றி மரியாதையாக அழைக்க வேண்டுமா என்ன? என்னுடைய சகோதரர்களை நான் அவர் இவர் என்று கூப்பிடும் வழக்கம் இல்லை.

உன்னால் நான் எத்தனைமுறை அழுதிருக்கிறேன்? சற்றுநேரத்துக்குமுன் உன்னை நல்லடக்கம் செய்தபோது வழிந்த கண்ணீர் ரொம்பவும் ஜூனியர். உன்னால் முதல்முறை நான் அழுதது 71ஆம் வருடம். அப்போது நான் ஆறாம்ப்பு படித்துக் கொண்டிருந்தேன். வரலாறு வகுப்பு நடக்கிறது. ஜெயராமன் வாத்தியார் மிகவும் கண்டிப்பானவர். பாடத்தைக் கவனிக்காவிட்டால்கூட பரவாயில்லை, வகுப்பில் பேசக் கூடாது. ஆனால் நான் பேசித்

தீரவேண்டியிருந்தது. அதற்கு முன்தினம்தான் வீட்டில் எல்லாரும் 'அவளுக்கென்று ஓர் மனம்' பார்த்துவிட்டு வந்திருந்தோம். அந்தப் படத்தில் வரும் அற்புதமான பாடல்களைப் பற்றி பக்கத்தில் உட்கார்ந்திருந்த லட்சுமணனிடம் சொல்ல வேண்டும். அவனும் நல்ல இசை ரசிகன். முக்கியமாக அவனுக்கு உன்னைப் பிடிக்கும். வகுப்பின் இடைவேளையில் 'இயற்கையெனும் இளைய கன்னி' பாடலைச் சன்னமான குரலில் பாடுவான். அதனால் "நேத்து சினிமா போயிருந்தோம்" என்று கிசுகிசுத்தேன். எந்தப் படம் என்று ஜாடையில் கேட்டான்; சொன்னேன். பிறகு பாடல்களைச் சொல்ல முயன்றேன். "அதில் எல்லா பாட்டும் எஸ்.பி," என்றேன். அவனுக்குப் புரியவில்லை. "மங்கையரே மகராணி... பிரமாதமா இருக்கு" என்று அவன் காதருகே குனிந்து சொன்னேன். ('மங்கையரில் மகராணி' என் காதில் மங்கையரே என்று விழுந்திருக்கிறது. நீ இன்னும் சரியாக உச்சரித்திருக்கலாம். உன்னால் எனக்கு எவ்வளவு சங்கடங்கள் என்று பார்த்துக்கொள்.)

லட்சுவுக்கு வழக்கமாக நன்றாகக் காது கேட்கும்தான். அன்று என்னவோ பாதிச் செவிடாக இருந்தான். "அ?" என்றான். மீண்டும் "மங்கையரே... மங்கையரே..." என்றேன். "அ?" என்றான். உடனே பேனாவை எடுத்து வரலாறு புத்தகத்தில் சோழ சாம்ராஜ்ஜியத்தின் வரைபடத்தின் மார்ஜினில் 'மங்கையரே' என்று எழுதிக்காட்டினேன். அவன் அதீதமாகத் தலையைச் சாய்த்து என் புத்தகத்தைப் பார்க்க, 'ஏதோ சம்திங் ராங்' என்று புரிந்துகொண்டு ஜெயராமன் சார் எங்களருகே வந்து உடனடியாகப் புத்தகத்தைப் பறிமுதல் செய்தார். 'மங்கையரே' பளிச்சென்று தெரிகிறது. "என்னடா இது?" என்றார். ஆருயிர் நண்பன் உடனடித் துரோகியாக மாறி "இவன்தான் எழுதினான் சார்" என்று காட்டிக்கொடுத்தான். ஆசிரியருக்கு அதன் அர்த்தம் புரியாவிட்டாலும் பெண்பிள்ளைகள் இருக்கும் வகுப்பில் 'மங்கையரே' என்று ஒரு துஷ்டப்பயல் எழுதினால் சும்மாவிடுவதா என்று "இந்த வயசிலேயே இதெல்லாம் கேட்குதா உனக்கு?" என்று விளாசியெடுத்தார். உன்னால் நான் அழுதது அதுதான் முதல்முறை.

அடுத்ததாக உன்னால் நான் அடிவாங்கி அழுதது பத்தாவது படிக்கும்போது. மாடியில் குரூப் ஸ்டடி பண்ணும் சாக்கில் மூன்று நண்பர்களோடு ஒரு தீவிர ஆராய்ச்சியில் ஈடுபட்டிருந்தேன். 'நாளை நமதே' படத்தில் 'அன்பு மலர்களே' பாடலில் டியெம்மெஸ்ஸை விட எஸ்பியின் குரல் எவ்வளவு இனிமையாக இருக்கிறது என்று வாதிட்டுக் கொண்டிருந்தேன். மேலும், 'என்னை விட்டால் யாருமில்லை' பாடலை எஸ்பி பாடியிருந்தால் இன்னும் நன்றாக இருந்திருக்கும் என்று

விளக்கிக்கொண்டிருக்கும்போதே ஒட்டுக் கேட்டுக்கொண்டிருந்த அப்பா உள்ளே பிரவேசித்தார். என்னை இழுத்து, தலையில் ஓங்கி இரண்டு குட்டு வைத்துப் பொறிகலங்க வைத்தார். "இதுதான் நீ படிக்கிற லட்சணமா? இனிமே எவனும் இங்கே படிக்க வரக் கூடாது" என்று நண்பர்களையும் விரட்டி விட்டார். நண்பர்களுக்கெதிரே அடிவாங்கிய அவமானம் சாமான்யமல்ல. அடுத்த நாள் நண்பர்களாக இருந்த துரோகிகள் நான் அடிவாங்கிய கதையைப் பள்ளியில் எல்லாரிடமும் சொல்லிவிட்டது அதைவிட அசிங்கம்; எல்லாம் உன்னால்தான்.

என்மீது பெரும் நம்பிக்கைவைத்திருந்த கணக்கு ட்யூஷன் ஆசிரியர் ஜி.எஸ்.எஸ். சார் அவர்களின் நன்மதிப்பிலிருந்து (அநியாயமாக) நான் சரிந்துவிட்டதும் உன்னால்தான். அவர் ட்யூஷன் எடுத்துவந்தது ஒரு பெரிய மனிதர் வீட்டு மொட்டை மாடியில். நாங்கள் ஏறக்குறைய ஐம்பதுபேர் படித்துவந்தோம். ஒரு மினி பள்ளிக்கூடம் அது. நிறைய நிபந்தனைகள் உண்டு. மொட்டைமாடியின் கைப்பிடிச் சுவர் அருகே செல்லக் கூடாது, பால்கனிக்குச் செல்லக் கூடாது, யாரும் வெளியே வேடிக்கை பார்க்கக் கூடாது. ஒருநாள் பள்ளியிலிருந்து சார் வருவதற்குச் சற்றுத் தாமதமானபோது, தடை விதிக்கப்பட்டிருந்த பிரதேசத்துக்குள் அத்துமீறி நுழைந்து, வீட்டுக்குப் பின்னாலிருந்த தெருவை வேடிக்கை பார்த்துக்கொண்டிருந்தபோதுதான் கவனித்தேன். எதிரிலிருந்த வீட்டின் வாசலில் ஒரு பாவாடை தாவணி. எங்களுக்கு முதுகைக் காட்டியபடித் திரும்பி நின்று உள்ளே யாரிடமோ பேசிக்கொண்டிருந்தாள். நான் சக தோழர்களைச் சீக்கிரம் வாங்கடா என்று அழைத்தேன். அடுத்த கணம் கைப்பிடிச் சுவர் ஹவுஸ்ஃபுல்லாகி விட்டது. எல்லாரும் அவள் எப்போது திரும்புவாள் என்று ஆவலோடு எதிர்பார்த்திருக்கும்போது, அவள் உள்ளே போய்விட, முகத்தை முழுசாகப் பார்க்க முடியவில்லையே என்று பையன்களுக்கு ஒரே ஏமாற்றம். அப்போதுதான் என் நாக்கில் சனி விளையாடியது. சிச்சுவேஷன் சாங்போல உன் பாட்டுதான் வாயில் வந்தது. "அன்று ஒரு பாதி முகம்தானே கண்டேன். இன்று மறுபாதி எதிர்பார்த்து நின்றேன்..." பையன்கள் எல்லாரும் சிரித்தார்கள். ஆனால் அசோக்கும் ஸ்ரீதரும் அடுத்தநாள்முதல் கைப்பிடிச் சுவரையொட்டி நின்றுகொண்டு 'உன்னை நான் பார்த்தது...' என்று பாடுவார்கள் என்று அப்போது எதிர்பார்க்கவில்லை. ட்யூஷன் முடிந்து இன்னும் இரண்டுமூன்றுபேர்களோடு சைக்கிளில் அந்தப் பெண்ணின் வீட்டின் முன்னால் வட்டமிடப்போகிறார்கள் என்றும் எதிர்பார்க்கவில்லை. அப்புறம் அந்தப் பெண்ணின் அப்பா ட்யூஷன் சாரிடம் புகார் செய்ததையும், வீட்டின்

ஜி. குப்புசாமி

உரிமையாளர் வீட்டைக் காலிசெய்துவிடச் சொன்னதையும் எதிர்பார்க்கவில்லை. பரீட்சை நெருங்கும் சமயத்தில் இடத்தைக் காலிசெய்யவேண்டியிருந்ததில் சார் மிகவும் நொந்துபோயிருந்தார். அதைவிட மிகப்பெரிய துயரம், நண்பர்கள் என்ற பெயரில் இருந்த அந்தத் துரோகிகள் நான்தான் பாட்டு பாடியது என்று சாரிடம் சொல்லிவிட்டதும், இவையெல்லாவற்றுக்கும் நான்தான் காரணம் என்று சார் நினைத்ததும்... "நீயுமாடா? உன்னை நான் எவ்வளவு நல்ல பையன்னு நெனச்சிருந்தேன்..." என்று ஜி.எஸ். எஸ். சார் என்னிடம் கேட்டதும் இன்னொரு *Et tu Brutus.*

வீட்டிலும் என் தாத்தாவிடம் திட்டுவாங்கியிருக்கிறேன். உன் சகலவித குழைவுகளோடும் நெளிவு சுளிவுகளோடும் 'மார்கழிப் பனியில்ல்ல்ல்... மயங்கிய நிலவில்ல்ல்ல்... ஊ...ர்வசி வந்தாள்ள்ள்ள்... எனைத்தேடி... கார்குழல் தழுவி... கனியிதழ் பருகி...' என்று மனமுருகிப் பாடத் தொடங்கியவுடனே தாத்தாவின் கம்பீரக்குரல் அதிரும். "ச்ச்சே... என்னடா பாட்டு இது... அரட்டைபசங்க மாதிரி முக்கிமுனகிக்கிட்டு... படிக்கிற பையனா ஒழுங்காஇல்லாம..." மேலும் பாடினால் அப்பாவின் காதுக்குக் கொண்டுபோய்விடுவார் என்பதால் தாத்தாவும் அப்பாவும் வீட்டில் இல்லாத நேரத்தில், 'மார்கழிப் பனியில்ல்ல்ல்...' என்று சஞ்சாரிப்பேன். ஒரு சின்னப் பையனுக்குச் சுதந்திரம் இல்லாத நாடு இது.

ஆனால் (எனக்கு எட்டிக்காயாக இருந்த) கணக்குப் பாடத்தில் ஓரளவு சுமாராக (அதாவது ஃபெயில் ஆகாமல் ஐம்பது, ஐம்பத்தைந்து ரேஞ்சில்) பரீட்சை மார்க் வாங்க நீதான் காரணமாக இருந்திருக்கிறாய். இது எப்படி ஆரம்பித்தது என்று ஞாபகத்தில் இல்லை. ஆனால் கணக்குப் பரீட்சைக்கு வீட்டிலிருந்து கிளம்புவதற்கும் முன்னால் என்அறைக்குள் கதவைச் சாத்திக்கொண்டு "நந்தா என் நிலா... ஆஆஆஆ... நந்தா நீ என் நிலா நிலா..." என்று உரத்த குரலில் நான்கு வரி பாடிவிட்டுப் பரீட்சைக்குச் சென்றால் அந்தப் பாட்டின் ராசியில் கேள்வித்தாள் சுலபமாக இருந்துவிடும். நானும் ஏதோ சுமாரான மார்க் வாங்கி ஒப்பேற்றிவிடுவேன். ஒருமுறை மாதாந்திரப் பரீட்சையின்போது இதைச் சோதித்துப் பார்ப்பதற்காக நந்தா என் நிலாவைப் பாடாமல் சென்று, அந்தப் பரீட்சையில் வெறும் இருபது மார்க் வாங்கினேன். அன்று உன்னை மனதுக்குள் திட்டிய திட்டு இருக்கிறதே...

மற்றவர்களால் அவமானப்பட்டதும் அழுததும் அத்தோடு போயிற்று. அப்புறம் அழவைக்கும் வேலையை நீ எடுத்துக் கொண்டாய். கல்லூரியில் இரண்டாம் ஆண்டு படிக்கும்போது அன்று பேருந்தில் அதிகம் கூட்டம் இல்லை. என் பக்கத்து

இருக்கைகூடக் காலியாக இருந்தது. என் தலைக்கு மேலே பேருந்தின் ஒலிப்பெருக்கி. 'சின்னப்புறா ஒன்று, எண்ணக் கனாவினில் வண்ணம் கெடாமல் வாழ்கின்றது' என்று உன் ஏக்கக் குரல் என்னை ஆக்கிரமித்திருக்கிறது. 'ஒருவன் இதயம் உருகும் நிலையை அறியா குழந்தை நீ வாழ்க' என்ற வரிகள் எனக்குள் எதையோ புரட்டிப்போடத் தொடங்குகிறது. 'உலகம் முழுதும் உறங்கும்பொழுதும் உறங்கா மனதை நீ காண்க...' என்று நீ கரையும்போது நான் உதட்டைக் கடித்து, மிகவும் பிரயாசைப்பட்டுத் தளும்பிவிடாமல் சமாளித்துக் கொண்டிருக்கிறேன். ஆனால் அடுத்த சரணத்தில் உன் குரல் உச்சஸ்தாயிக்கு எழும்பி 'அவை ராகங்களா இல்லை சோகங்களா... சொல்லம்மா...' என்று இதயத்தை உலுக்கியெடுக்க, கட்டுப்படுத்த முடியாமல் உடைந்து நொறுங்கினேன். உடனே பேருந்தில் யாராவது பார்த்துவிடுவார்களோவென்று பயந்து முகத்தைக் கைக்குட்டையில் புதைத்துக்கொண்டேன். உன்னால் எவ்வளவு சங்கடங்கள் ஏற்படுகிறது பார்!

இதேபோல அடுத்த வருடம் கல்லூரிச் சுற்றுலா சென்றிருந்தபோது கோவாவில் இரவு தங்கியிருந்த டார்மெட்டரியில் நண்பனின் டேப்ரிகார்டரில் 'வாடாத ரோசாப்பூ நான் ஒண்ணு பாத்தேன்' ('ஒரு கிராமத்து அத்தியாயம்') கேட்கும்போதும் நிகழ்ந்தது. 'காத்தோட போயாச்சு என்னோட பாரம், ஆத்தோட போயாச்சு என் கால நேரம், காத்தோட போயாச்சு என்னோட பாரம், காவேரி நீர்மேலே கண்ணீர் போட்ட கோலம்...' என்று ஊமை வலியில் துவண்டிருந்த உன் குரல் 'அம்மா... டி... அம்மாடி கூத்தாடி ஆடும் ஆட்டம் எல்லாமே தப்பாச்சு ஏதோ வேகம்' என்று உச்சத்தில் மேலேறித் துடிக்கும்போது யாரால் தாள முடியும் என்று நீ யோசித்துப் பார்த்தாயா? இன்பச்சுற்றுலா வந்த இடத்தில், கோவா எனும் குதூகலப் பிரதேசத்தில் ஒரு பதினெட்டு வயதுப் பையனை 'அம்மா... டீ...' என்று உயிரைப் பிசைந்து அழவைத்திருக்கிறாய், இது நியாயம்தானா சொல்?

ஆனால் கடந்த ஐம்பது வருடங்களாக என்னை உயிர்ப்போடு வைத்திருந்தது உன் குரலின் அன்பும் கரிசனமும்தான். நான் மகிழ்ச்சிப் பரவசத்தில் ஆழ்ந்திருந்த கணங்கள் எல்லாவற்றிலும் உன் பங்கு இருந்திருக்கிறது. 'ஆ...ஹஹ்ஹா...ஒஹ்ஹோ... ஹஹ்ஹா ஹொஹ்ஹோ... ஹஹ்ஹஹ்ஹா... ஹா ஆஆ...' என்று உற்சாகத் துள்ளலோடு ஆரம்பிக்கும் 'ஆயிரம் நினைவு, ஆயிரம் கனவு, காணுது மனது ஒஹ்ஹோ...' அதை முதன்முதலாகக் கேட்கும் ஒன்பது வயதுப் பையனின் மனத்தில், இந்த வாழ்க்கையை எளிதாக வாழ்ந்து வெற்றிகண்டுவிடலாம் என்ற நம்பிக்கையை உன் உற்சாகக் குரல் ஏற்படுத்தியதைச் சொன்னால் நம்புவாயா நீ?

அப்போதெல்லாம் உன் பாடல்களைக் கேட்கும்போது வரிகளைக் கவனித்ததில்லை; இசையை ரசித்ததில்லை. உன் குரலின் ஒவ்வொரு குழைவிலும் கொஞ்சலிலும் சிரிப்பிலுமே கவனம் இருக்கும். 'தொடுவதென்ன தென்றலோ மலர்களோ'வில் முதல் சரணத்தின் முடிவில் 'இன்று சித்திர முத்தங்கள் சிந்திய ரத்தினம் யா . . . ரோ, அவள் யா . . . ரோ . . .' என்று நீ சிலிர்க்கும்போதெல்லாம் நான் பெண்ணாகப் பிறந்திருந்தால் உன்னைக் கடத்திக்கொண்டுவந்து காதலித்திருக்கலாமே என்று தோன்றும். அந்தப் பாடலின் முடிவில் 'என் மனமெங்கும் நெருப்பாவதென்ன ஹா . . . ங்' என்று முடிக்கும் இடத்தை எத்தனைமுறை ரீவைண்ட் செய்து கேட்டிருப்பேன் என்பதை அறிவாயா நீ?

'உன்னைத் தொட்ட காற்று வந்து என்னைத் தொட்டது' பாடலில் சுசீலாவின் அடியொற்றிச் சுதந்திர உற்சாகியாக வருகின்ற உன் 'ஆஹாஹா ஓஹோஹோ... ம்ம்ம்ம் லல்லல்லா...' போன்ற கல்மிஷமில்லாத சந்தோஷப் பீறிடல்கள் வளரிளம் பருவத்தினரின் மனங்களில் தோன்றியிருக்கக்கூடிய வன்முறை எண்ணங்களை அழித்துவிடும் தன்மைகொண்டவை என்பேன். சந்தேகமிருந்தால் உளவியலாளர் யாரிடமாவது நீ கேட்டுக்கொள்.

உன் குரலைக் கேட்கும்போது எனக்குள் நிகழும் ரசவாதம் விசேஷமானது. அன்பும் இனிமையும் செவிகளில் நுழைந்து, உயிரெங்கும் கலந்து என் இயல்பையே உன்னைப்போலாக்கிவிடும் மாயம் அதற்கு இருக்கிறது. அதனால்தான் உன் பாடலைக் கேட்கும்பொழுதிலெல்லாம் ஒவ்வொருவரும் தன்னளவில் அன்பான, இனிமையான, எவரையும் தாழ்வாக நினைக்காத இன்னொரு எஸ்.பி. பாலசுப்பிரமணியமாகிவிடுகிறான்.

இத்தனை ஆயிரம் பாடல்களை நீ பாடியிருந்தாலும் எந் தெந்தப் பாடல்களில் உன் குரல் மிகமிக இனிமையாக, காதலோடு, அன்பாக இருந்தன என்று நண்பர்கள் விவாதிப்போம். நீ எல்லாப் பாடல்களையுமே மிக இனிமையாகத்தான் பாடியிருக்கிறா யென்று சில நண்பர்கள் ஆட்சேபிப்பார்கள். நான் அவர்களிடம் உன்னுடைய சில பாடல்களை ஒலிக்கவைத்துக்காட்டுவேன். வழக்கத்தைவிட கூடுதலான காதலும் அன்பும் கொண்டிருக்கும் பாடல்கள் என்று நான் தேர்ந்தெடுத்துவைத்திருக்கும் அந்தப் பாடல்களை அவர்கள் கேட்கும்போது ஒப்புக்கொள்வார்கள். அதில் முதலில் இடம்பெறுவது எது தெரியுமா? 'நான் உன்ன நெனச்சேன்... நீ என்ன நினச்சே...' உன்னோடு வாணி ஜெயராமும் ஜிக்கியும் பாடுகிற அந்தப் பாடலைக் கேட்கும்போதெல்லாம் அன்னப்பறவைபோல உன் குரலை மட்டும் தனியாகப் பிரித்துவைத்துக் கேட்பேன். 'நித்தம் நித்தம் பூத்தாயே நான் பறிச்ச

ரோசாவே... இனிமே (இந்த இடத்தில் உன் பிரத்தியேகமான குறுஞ்சிரிப்பு) எப்போ வரும் பூவாசம்'.

அடுத்த பாடல் 'ரோஜாவைத் தாலாட்டும் தென்றல்'. அதில் ஜானகி பாடும்போது அடிக்கோடிடுவதைப்போல உன் ஹம்மிங்... அந்தப் பாடலைப் பாடும்போது எப்படி அவ்வளவு இனிமை உன் குரலில்!

அதற்கு ஒருபடி கூடுதலாகத் 'தாழம்பூவே வாசம் வீசு'. கண் தெரியாத மனைவிக்கு இவ்வளவு அன்பான குரலோடு ஒரு கணவன் கிடைத்தால் வேறென்ன வேண்டும் அவளுக்கு?

'மல்லிகை மோகினி'யில் வரும் உன் 'ஒரு பாடலைப் பல ராகத்தில் உனைப் பாட்டுப் பாடினேன்' பாடல் உனக்கு ஞாபகம் இருக்கிறதா? மாநிலக் கல்லூரியில் வகுப்பு முடிந்ததும் நானும் நண்பன் இளவழகனும் கடற்கரைக்குச் சென்று இருட்டும்வரை உட்கார்ந்திருப்போம். அவன் மிக இனிமையாகப் பாடுவான் (இப்போது ஓர் இசைக்குழு வைத்திருக்கிறான்). தினமும் அந்தப் பாடலைப் பாடுவான். அந்தப் பாடலைப் பாடும்போது மட்டும் அவன் வேறு மனிதனாகியிருப்பான். அந்தியிருட்டில் அவன் உருவம் கொஞ்சம் கொஞ்சமாக மாறி அவன் இருந்த இடத்தில் நீ உட்கார்ந்திருப்பாய். 'உந்தன் ஞாபகம் வரும்போதெல்லாம் நான் வானில் பறக்கின்றேன்' என்ற வரிகளைப் பாடும்போது நீ மெரீனா மணற்பரப்பிலிருந்து இரண்டடி மேலே எழும்புவதுபோல எனக்குத் தோன்றும்.

உன் குரலின் மயக்கத்தில் ஆழ்ந்து இறங்கவேண்டிய நிறுத்தத்தில் இறங்காமல் அடுத்த ஊரில் இறங்கித் திரும்பி வந்த கதையும் உண்டு. உன் மிக இனிமையான குரலில் அமைந்ததால் நிகழ்ந்த விபத்து அது. 'குங்குமச்சிமிழ்' படத்தில் உன் தனிக்குரலில் வருகின்ற 'நிலவு தூங்கும் நேரம்' பாடல்தான் அது. ஒரு சோனி 60 கேசட்டில் இரண்டு பக்கங்களிலும் அந்தப் பாடலையே திரும்பத் திரும்பப் பதிவு செய்து தரச்சொல்லி அந்தப் பாடல் பதிவேற்றும் கடையில் தந்தேன். அந்தக் கடையில் இருந்தவனுக்கு நான் சொல்வது புரியாமல் அதை விளக்கிச் சொல்லவே நெடுநேரமாயிற்று. அடுத்தநாள் பதிவான கேசட்டைக் கேட்டுப்பார்த்தால், அவன் நீயும் ஜானகியும் பாடிய டூயட்டை இரண்டு பக்கத்திலும் பதிவுசெய்து தந்திருக்கிறான். ஒரே பாட்டை கேசட் முழுக்கப் பதிவுசெய்ததால் வேலை நிறைய ஆனதாகச் சொல்லி வழக்கத்தைவிட அதிகக் கட்டணமும் கேட்டான். அவனோடு சண்டையிட்டுப் பதிவேற்றியதை அழித்துவிட்டு, உன் ஸோலோவை அடுத்தநாள் பதிவுசெய்து வாங்கிவந்தேன்.

அடுத்த வாரம் ஆற்காடு நகருக்குப் பக்கத்தில் இருந்த செதுவாலை என்ற கிராமத்துக்கு என் ஆய்வுப் பேராசிரியரோடு

ஜி. குப்புசாமி

செல்லவேண்டியிருந்தது. அவ்வூரின் நிலக்கடலைப் பயிரைத் தாக்கியிருந்த இலை சுருட்டுப் புழு ஒழிப்பு பற்றிய சோதனை நடத்த வேண்டும். பேராசிரியர் தனியாகச் சென்னையிலிருந்து வந்துவிடுவார். அவருக்குமுன் நான் சென்று காத்திருக்க வேண்டும். காதில் ஹெட்ஃபோனை மாட்டிக்கொண்டு உன் 'நிலவு தூங்கும் நேரம்' வரிசையாகக் கேட்டுக்கொண்டேயிருந்ததில் செதுவாலையில் இறங்காமல் விட்டுவிட்டேன். அப்புறம் அடுத்த நிறுத்தத்தில் இறங்கி, ஒரு விவசாயியின் சைக்கிளில் டபுள்ஸில் வந்துசேர்ந்தேன். பேராசிரியர் கடும் கோபத்தில் இருந்தார். அவர் முதலிலேயே வந்து பேருந்து நிறுத்தத்தில் எனக்காகக் காத்திருந்தார் என்று தெரிந்தது. நான் ஜன்னல் இருக்கையில் கண்களை மூடிக்கொண்டு இறங்காமல் உட்கார்ந்திருந்ததைப் பார்த்து என்னை உரக்கக் கூப்பிட்டும் இருக்கிறார். நான் 'நான்கு கண்ணில் இன்று ஒரு காட்சியானதே, வானம் காற்று பூமி இவை சாட்சியானதே' என்று மூழ்கியிருந்தது தெரியாமல் "அப்படி என்ன தூக்கம் உனக்கு?" என்று திட்டினார். நிலவுதான் பாலுவின் குரலில் தூங்கியது, நான் கேட்டுக்கொண்டிருந்தேன் என்று அவரிடம் எப்படி சொல்வது?

நீ இதுவரை பாடிய நாற்பத்தாறாயிரம் பாடல்களில் இளையராஜாவின் இசையில் பாடியது எத்தனை இருக்கும்? 3000? 5000? அல்லது 10000? எவ்வளவு வேண்டுமானாலும் இருக்கட்டும். ராஜாவின் இசையில் நீ பாடியவற்றுள் மிகச் சிறந்த பாடல்கள் எவ்வெவை என்பது எங்களிடையே நடக்கும் இன்னொரு விவாதம். வரிகளுக்காக, இசைக்காக என்றில்லாமல் உன் குரல் மிக அழகாக ஒலிக்கும் ராஜாவின் பாடல்கள் எவையெவை என்பதே எங்கள் விவாதம். நான் நூற்றுக்கணக்கான பாடல்களிலிருந்து மிகவும் சிரமப்பட்டுப் பத்துப் பாடல்களைத் தேர்ந்தெடுப்பேன். எப்போதும் முதலிடத்தில் இருப்பது 'ஜோடி நதிகள் பாதை விலகிச் சேர்ந்தன' (அன்பே ஓடி வா). உன் அடங்கிய குரலில் தோய்ந்திருக்கும் ஏக்கமும் எதிர்பார்ப்பும் 84ஆம் வருடத்திலிருந்து இன்றுவரை சற்றும் உக்கிரத்தைக் குறைக்காமல் இப்பாடலைக் கேட்கும்போது என்னை அவஸ்தைக்குள்ளாக்கிவருகிறது. 'இருவரும் பழகினோம், இடையிலே விலகினோம், காலம் மீண்டும் கையோடு கை சேர்க்க... ஜோடி நதிகள் பாதை விலகிச் சேர்ந்தன...' நீ எத்தனை பேரின் மனக்குரலாக இந்த வரிகளைப் பாடியிருக்கிறாய் என்று தெரியுமா பாலு?

குரலிலேயே அருவிச் சாரலைக் கேட்பவர்மீது தெளிக்கும் வித்தை அறிந்தவன் நீ. உன்னுடைய குரல் 'என்ன சத்தம் இந்த நேரம்' என்று ஆரம்பிக்கும்போதே எனக்கு ஸ்வெட்டரை எடுத்துப் போட்டுக்கொள்ள வேண்டும் போலத் தோன்றும். 'உதட்டில் துடிக்கும் வார்த்தை அது உலர்ந்துபோனதோ, உள்ளங்கள்

துடிக்கும் ஓசை இசையாகாதோ' என்று நீ பாடும்போது உன் குரலில் தெரியும் தாபம், இந்த வரிகளைக் கவிஞர் எழுதினாரா அல்லது நீயே எழுதியதா என்றுதான் இன்றுவரை சந்தேகப்பட்டுக்கொண்டிருக்கிறேன்.

இளையராஜாவின் பாடல்களில் எனக்கு எப்போதும் முதலிடத்தில் இருக்கும் பாடலைப் பாடியதும் நீதான். உண்மையில் சொல்லப்போனால் இந்தப் பாடல் ஜானகிக்கான பாடல். ஆனால் இப்பாடலின் மேற்கத்திய செவ்வியல் இசையை உன்குரல் மிக அற்புதமாகப் பிரதிபலிக்கும். இன்றுவரை 'உறவெனும் புதிய வானில்' பாடலை நான் ஒருமுறை மட்டும் கேட்டு நிறுத்துவதில்லை. முதல்முறை கேட்கும்போது ஏதோ வியன்னாவில் உள்ள இசையரங்கில் அமர்ந்திருக்கும் உணர்வு ஏற்படும்; அடுத்தமுறை ஜானகிக்காக. மூன்றாவது முறை 'பார்வை ஒவ்வொன்றும் கூறும் பொன்காவியம். பாவை என்கின்ற கோலம் பெண் ஓவியம்' என்று கனவிலிருந்து ஒலிப்பதுபோலக் கேட்கும் உன் குரலுக்காக.

'அழகான பூக்கள் மலர்ந்தாடுமே ... நீ வந்து நின்றால் வாய்மூடுமே ...' ஆர்ப்பாட்டமில்லாத மகிழ்ச்சியில் மனம் திளைத்திருக்கும்போதெல்லாம் உன்னுடைய இந்தக் குரலைத் தேடியெடுத்துக் கேட்டுக்கொண்டிருப்பேன். 'காலங்களே சொல்லுங்களேன், காதல் ஒரு வேதம், மேகங்களின் சாரங்களில் நான் பாடுவேன் நாளும், ஓடைக்கரைப் பூக்களெல்லாம் உன்பேரையே பாடும், நீ சூடும் பூவெல்லாம் மோட்சம் போகுமா ... ஜீவன் தொடும் தேவன் மகள் யா ... ரது நீ ... யா'. உண்மையைச் சொல், பாலு. இந்த வரிகளை உன் கண்களை மூடிக்கொண்டு ஏதோவொரு மானசீக உருவத்தை மனக்கண் முன் கொண்டுவந்துதானே பாடினாய்? பாம்பின் கால் பாம்பறியும். இந்தப் பாடலை நாங்களும் கண்களை மூடிக்கொண்டுதான் கேட்கிறோம்.

மூலப்பாடல் தெலுங்கில் இருந்தாலும் தமிழிலும் அதே உணர்ச்சியைக் கொண்டுவந்துவிட முடிகிறது உன்னால். ஆனால் எனக்கென்னவோ, தெலுங்கைவிடத் தமிழில் 'மௌனமான நேரம் இளம் மனதில் என்ன பாரம்' உன்குரலில் உயிர்ப்போடு கேட்கிறது. 'இளமைச் சுமையை மனம் தாங்கிக் கொள்ளுமோ, புலம்பும் அலையைக் கடல் மூடிக்கொள்ளுமோ' என்று நீ கேட்பது பலருடைய கனவுகளிலும் இப்போதுவரை கேட்டுக்கொண்டிருக்கும் இனிய கேள்வி.

தெலுங்கில் உன்குரலில் தெய்வீகப் பாடலாக உருவெடுத் திருந்த ஒரு பாடலை நீ தமிழில் பாடாததற்காக உன்னையும் ராஜாவையும் நாங்கள் இதுவரை மன்னிக்கவில்லை. 'ஓ பாப்பா

ஜி. குப்புசாமி

லாலி' ராஜாவின் படைப்புகளில் அமரத்துவம் வாய்ந்த ஒரு பாடல். உன் மனோகரக் குரல் சர்வ அழகுகளுடன் மிளிர்ந்ததும் இந்தப் பாட்டில்தான். உனக்கொன்று தெரியுமா பாலு. பலருடைய வீடுகளில் 'இதயத்தைத் திருடாதே' கேசட்டை விட 'கீதாஞ்சலி'தான் அதிகம் இருந்தது. 'நா ஜோலலா லீலகா தாகாலனி காலினே கோரனா ஜாலிகா நீ சவ்வடே சன்னகா உண்டாலனி கோரனா குடெனே கோரிகா' என்றால் என்ன அர்த்தமென்றே தெரியாமல் உன் சுந்தரத் தெலுங்கில் திளைத்திருந்த காலம் அது.

உன் 'கேளடி கண்மணி' மூலமாக எவ்வளவு நாட்கள் எத்தனை பேருக்கு மருந்திட்டிருக்கிறாய்! குறிப்பாக இந்தப் பாட்டில் உன் குரல் வேறு பரிமாணத்தை அடைந்திருக்கும். இதற்குமுன் உன் குரலில் தரிசிக்காத ஒரு லயிப்பு இந்தப் பாடலில் கேட்கும். கிட்டத்தட்ட 'முதல் மரியாதை'யின் 'பூங்காற்று திரும்புமா' பாடலின் இன்னொரு *urban* வடிவம்தான் இது. 'எந்நாளும்தானே தேன் விருந்தாவது பிறர்க்காக நான் பாடும் திரைப்பாடல்தான் இந்நாளில்தானே நான் இசைத்தேனம்மா எனக்காக நான் பாடும் முதல் பாடல்தான்'. இந்த வரிகள் உனக்கே உனக்காக எழுதப்பட்டதுபோல் பாடியிருப்பாய். இந்தப் பாடலை நாங்கள் தனியறையில் கதவை மூடிக்கொண்டு பாடிப்பார்க்கும்போதும், குளியலறையில் சுதந்திரமாகப் பாடும்போதும் நாங்கள் ஒரு சோகையான எஸ்.பி.பி.யாக மாறிவிடுவது உனக்குத் தெரியுமா?

சில பாடல்களை ராஜா உனக்காக மட்டுமேயென்று பிரத்தியேகமாக உருவாக்கியிருப்பதைப் போல தோன்றும். இளைய நிலா பொழிகிறதே, விழியிலே மலர்ந்தது, கூட்டத்திலே கோயில் புறா, கீரவாணி, (தெலுங்கில்) சுமம் ப்ரதி சுமம் சுமம், (கன்னடத்தில்) ஜோதேயலி (தமிழில்) விழியிலே மணி விழியில் மௌன மொழி பேசும் அன்னம்... இதுபோல நிறையப் பாடல்களைச் சொல்லலாம். ஆனால் எனக்கு மிகவும் பிடித்த உன்னுடைய ஒரு பாடல் உனக்கான பாடலே அல்ல, அது முகமது ரஃபி மட்டுமே பாடவேண்டிய பாடல் என்று இசை அறிந்த என் நண்பர் ஒருவர் ஆக்ரோஷமாக என்னிடம் வாதிட்டார். 'அம்மன் கோயில் கிழக்காலே' வில் இடம்பெற்ற உன் ஸோலோ 'காலைநேரப் பூங்குயில் கவிதை பாடக் கூவுதே' மிக நிச்சயமாக உனக்கான பாடலாகத்தான் எனக்குத் தோன்றும். 'கேட்ட பாடல் காற்றிலே கேள்வியாகப் போகுமோ...' என்ற இடத்தில் உன் குரலில் எட்டிப்பார்க்கும் விம்மல் நண்பரின் வாதத்தைப் பொய்யாக்குகிறது. 'இளமையென்னும் மோகனம் இணைந்துபாடும் என் மனம் பட்டு விரித்தது புல்வெளி பட்டுத் தெறித்தது விண்ணொளி... தினமும் பாடும் எனது பாடல்

காற்றோடும் ஆற்றோடும் இன்றும் என்றும் கேட்கும் எந்நாளும்...' என்னது? இது உனக்கான பாடல் இல்லையா? நான்சென்ஸ்!

'இளமையெனும் பூங்காற்று' யாருக்கான பாட்டு? எண்பதுகளின் தொடக்கத்தில் ஒரு தலைமுறைக்கே சொந்தமாக இருந்த இந்தப் பாட்டைத்தான் கல்லூரிகளுக்கிடையிலான ஆண்டு விழாவில் மேடையேறிப் பாடினேன். ஜுவாலஜி டிபார்ட்மெண்ட் மாணவர்களையும் வேறு சில உதிரி கைத்தட்டல்களையும் தவிர என் பாட்டுக்கு அன்று பெரிய வரவேற்பு இருக்கவில்லை. ஆனால் மேடையிலிருந்து இறங்கியதும் ஆக்ஸீலியம் கல்லூரி மாணவிகள் பிரிவிலிருந்து மிக மிக அழகான ஒரு பெண் எழுந்து என்னிடம் வந்து, , "மை ஃபேவரைட் ஸாங். யூ ஸேங் இட் ஸோ வெல்," என்று மோகனமாகப் புன்னகைத்துவிட்டு மறைந்தாள். அது எப்படி பார்த்துக்கொண்டிருக்கும்போதே மறைய முடியும், அப்புறம் தேடிப் பார்த்தாலும் அவளைப் பார்க்கவே முடியவில்லையே, அது என் பிரமையா, அல்லது அவள் உண்மையில் மனிதப் பிறவியே இல்லையா, தேவதையா... எதுவும் விளங்கவில்லை. ஆனால் இன்றுவரை உன் பாட்டால் ஒரு இனிய ஞாபகம் மனதுக்குள் பொதிந்திருக்கிறது. அதற்காகவே அந்தப் பாடல் ஒலிக்கும்போதெல்லாம் உனக்கு மானசீகமாக முத்தமிட்டுக்கொண்டிருக்கிறேன்.

எத்தனை பேருக்கு உன் பாடல்கள் காதல் தூதாகியிருக்கின்றனவென்று தெரியுமா? 91ஆம் வருடம் அந்த ஊரில் ஒரு மாதம் அலுவலகப் பணி இருந்தது. மாலை ஆறு முப்பது மணிக்கு சென்னையிலிருந்து அந்த ஊரின் வழியாக எங்கள் ஊருக்கு வரும் பேருந்துக்காக அந்த நிறுத்தத்துக்கு அலுவலகத்திலிருந்து ஒவ்வொரு நாளும் ஓட்டமும் நடையுமாக வருவேன். முதல்நாள் அந்த நிறுத்தத்துக்கு வந்து நின்றபோது பக்கத்துக் கடையிலிருந்து உன்னுடைய 'மலையோரம் வீசும் காத்து' ஒலித்துக்கொண்டிருந்தது. அடுத்த நாளும் அதே நேரத்தில் அதே பாட்டு. அந்த வாரம் முழுக்க அந்த நேரத்தில் நான் வந்து நிற்கும்போது அந்தப் பாட்டுதான் பாடிக்கொண்டிருக்கும். அடுத்த வாரம்தான் காரணம் விளங்கியது. அன்று சற்று சீக்கிரமே பேருந்து நிறுத்தத்துக்குச் சென்றிருந்தேன். பாடல் எதுவும் ஒலிக்கவில்லை. ஆனால் கடைவாசலில் மூன்று இளைஞர்கள் அந்த வழியைப் பார்த்தபடி நின்றிருந்தனர். வழக்கமாக அந்த நேரத்துக்குப் பக்கத்திலிருந்த தொழிற்சாலையிலிருந்து திரும்பும் இளம் பெண்கள் கூட்டம் தூரத்தில் வந்துகொண்டிருந்தது. அவர்கள் நிறுத்தத்தை நெருங்கும்போது அந்த இளைஞர்களில் ஒருவன் "வந்தாச்சுடா. பாட்டைப் போடு" என்றான். உன் ஏக்கக் குரல் 'மலையோரம் வீசும் காத்து மனதோடு பேசும் பாட்டு

கேக்குதா கேக்குதா' என்று ஆரம்பித்தது. அந்தப் பெண்கள் கூட்டத்தைத் திரும்பிப் பார்த்தேன். இருபது பெண்களாவது இருப்பார்கள். அவற்றில் எந்தப் பெண்ணுக்காக நீ தூது சென்றுகொண்டிருந்தாய்? அந்த இருபது பேரில் அப்போது ஐந்து பெண்கள் சிரித்துக்கொண்டிருந்தார்கள். மூன்று பேர் வெட்கத்தில் இருந்ததைப்போல எனக்குத் தோன்றியது. அவர்களில் ஒருத்தி மட்டும் முகத்தை ரொம்பவும் கோபமாக வைத்திருந்ததைப்போ லிருந்தது. ஒருவேளை இந்தப் பெண்ணுக்காகத்தானா? உனக்குத் தெரியுமா பாலு, அது யாருக்காக நீ தூது பாடியதென்று?

உன் குரல் எவ்வளவோ பேருக்காகப் பாடியிருக்கிறது, தூது சென்றிருக்கிறது, காயங்களை ஆற்றியிருக்கிறது, இடைவெளி களைச் சேர்த்திருக்கிறது. நீ எல்லாருக்குமானவனாக ஆனது உன் மிக இனிய குரலால் மட்டும் நேர்ந்ததல்ல. உன் குரலைவிட இனிமையான உன் குணத்தால்தான் உன் மரணத்தை எல்லாரும் தத்தமது வீடுகளில் நிகழ்ந்த இழப்பைப்போல துக்கப்பட்டுக் கொண்டிருக்கிறார்கள். அடைந்த உயரங்களை எப்போதும் வெளிக்காட்டிக்கொள்ளாதவன் நீ. எளியோரிலும் எளியோ னாக நீ உன்னை வைத்துக்கொண்டதும், உன் பணிவும் உன் பெருந்தன்மையும் வலிந்துவரவழைக்கப்பட்ட குணங்களோ அல்லது தேர்ந்தநடிப்போ அல்லஎன்றுநாங்கள் எல்லாருமேஉணர்ந் திருந்தோம். அதனால்தான் நீ எங்கள் ஒவ்வொருவருக்கும் சொந்தமான அந்தரங்கக் காதலனாகஇருந்தாய். மூன்று தலைமுறை மக்களையும் பிருந்தாவனக் கோபிகைகளாக மாற்றி வைத்திருந்த கோபாலன் நீதான். உன் குணத்தின் தெய்வாம்சத்தால்தான் எழுபத்து நான்கு வயதுவரையிலும் உன்குரலில் பிசிறோ தேய்வோ ஏற்பட வில்லை. தெய்வாம்சம் உன்னிடத்தில் உறைந்திருந்ததற்கு நீ பாடிய 'தேவனுகே பதி இந்திரா தாரகே பதி சந்திரா' என்ற ஸ்வாதித் திருநாளின் பாடல் முதன்மையான உதாரணம். மனம் நெகிழ்ந்து கண்கள் ஈரமாவது உன்னுள் நிறைந்திருந்த அந்தத் தெய்வீகத்தின் நிமித்தமாகத்தான். எங்கள் எல்லாருடைய வாழ்விலும் தேமதுரத் தருணங்களை உண்டாக்கிவிட்டுச் சென்றிருக்கிறாய். அவற்றுக்கு மரணமில்லை.

♦

காலச்சுவடு, நவம்பர் 2020

காலச்சுவடு பப்ளிகேஷன்ஸ் (பி) லிட்.
Published by Kalachuvadu Publications Pvt. Ltd.,
669, K.P. Road, Nagercoil 629001, India
Phone: 91-4652-278525
e-mail: publications@kalachuvadu.com

12/2022/S.No. 1127, kcp 3906, 18.6 (1) 9ss